பூமி சாஸ்திரம்

இந்தப் பூமியினுடைய தன்மையையும் அதிலுள்ள கண்டங்களையும் சமுத்திரங்களையும் அவற்றிலுள்ள தேசங்களையும் தீவுகளையும் அவைகளிலுள்ள ஆளுகை வகை முதலானவைகளையும் அந்தத் தேசத்தாருடைய சரித்திரங்களையும் விவரித்துக் காட்டியுள்ளது.

தமிழருக்கு அறிவு உண்டாகும்படி பாளயங்கோட்டையிலுள்ள இரேனியஸ் ஐயராலே செய்யப்பட்டது.

C. T. E. **இரேனியஸ்**

1832

மறுபதிப்பு -2022

திருநெல்வேலி கிறிஸ்தவ வரலாற்றுச் சங்கம்

பூமிசாஸ்திரம்.

இந்தப்

பூமியினுடைய தன்மையையும் அதிலுள்ள
கண்டங்களையுஞ்

சமுத்திரங்களையும் அவற்றிலுள்ள தேசங்களையுந்
தீவுகளையும்

அவைகளிலுள்ள ஆறுகைவகை முதலானவைக-
ளையும்

அந்தத் தேசத்தாருடைய சரித்திரங்களையும் விவரித்துக்
காட்டியது.

தமிழருக்கு அறிவுண்டாகும்படி பாளையங்
கோட்டையிலுள்ள

இரேனியுசையராலே

செய்யப்பட்டது.

சென்னப்பட்டணத்திலே சர்ச்மிஷியோன்

அச்சுக்கூடத்திற்பதிக்கப்பட்டது.

௲அ௱௩௰௨

BOOMI SASTHRAM

First Geography published in Tamil

BY

Rev. Charles Theophilus Ewald Rhenius

"Apostle of Tirunelveli"

1832

Publisher

TINNEVELLY CHRISTIAN HISTORICAL SOCIETY

Published by:
TINNEVELLY CHRISTIAN HISTORICAL SOCIETY
2.2.3 (4), North Street,
Bungalow Surandai-627859
Tenkasi district (Tirunelveli)
04633-290401, +91 91767 80001,+91 75388 12218
https://christianhistoricalsociety.in
https://tchsportal.co.in/
Email : christianhistorical@gmail.com

BOOMI SASTHRAM
(First Geography published in Tamil)
in Tamil
By Rev. C.T.E. Rhenius

First Edition : 1832
Second Edition : 2022 / 1000 Copys
ISBN:

Printed at : TCHS Press

பதிப்பகத்தார்

கிறிஸ்தவ வரலாற்றுச் சங்கம்-திருநெல்வேலி

பதிப்புரை

கர்த்தர் இஸ்ரவேல் மக்களை வனாந்திர வழியாய் வழி நடத்தி செல்லும்போது **'பூர்வநாட்களை நினை; தலைமுறை தலைமுறையாய்ச் சென்ற வருஷங்களைக் கவனித்துப்பார்'** என்று உரைக்கிறார். அதுபோல நம் வரலாற்றின் பக்கங்களை நாம் திரும்பி பார்க்கும் போது, அநேக படிப்பினைகளையும், பாடங்களையும் அவை நமக்கு கற்றுக்கொடுப்பது மட்டுமல்லாமல், தேவனானவர் எவ்வாறு கிறிஸ்தவர்களாகிய நம்மை வரலாற்றின் பக்கங்களில் நடத்தி வந்திருக்கிறார் என்பதை அறிய முடியும்.

சரியான பாதை எதுவென தெரியாத நிலையில் நாம் இருக்கும் போது, வரலாற்றுச் சம்பவங்கள் நமக்கான பாதைகளை சாட்சிகளாக நமக்கு காட்டுகின்றன. இத்தகைய வரலாறுகள் ஒவ்வொரு காலகட்டத்திலும் தேவன் நமக்களித்த வரலாற்று அறிஞர்கள் மூலமாய் அதிக தியாகத்தோடும் அர்பணிப்போடும் அடுத்த தலைமுறைக்கு மிகச் சிறந்த வழிகாட்டியாகவும், பொக்கிஷமாகவும் கொண்டு வரப்பட்டுள்ளது. இவ்வரிய செல்வத்தை நமக்கு மட்டுமல்லாமல், நம் அடுத்த தலைமுறையினருக்கு கொண்டு செல்வது நம் மேல் விழுந்த தலையாய கடமையாகும். அந்த அளப்பரிய பணியை செய்ய அர்பணிக்கப்பட்ட இயக்கங்களுள் கிறிஸ்தவ வரலாற்றுச் சங்கமும் ஒன்று.

'பூமி சாஸ்திரம்' நூலை ஆக்கியோன் நெல்லை அப்போஸ்தலர் கனம் ரேனியஸ் ஐயர் அவர்கள் பூமி முதலான சகல அண்டங்களையும் தமிழர்கள் அறிந்து கொள்ள வேண்டும் என்ற நோக்கத்தில் பாளையங்கோட்டையில் இருந்து 1832 ஆம் ஆண்டு வெளியிடப்பட்டது.

மெய்யான தெய்வமாகிய பராபரனை அறிந்து கொள்ளவும் புத்தியை தெரிவிக்கிற மற்ற கல்விகளையும் போதிக்கும் படிக்கும் அறிவீனம் நீங்கும் படிக்கும் இந்த பூமி சாஸ்திரத்தினாலே உலகத்தில் உள்ளவைகளை அறிந்து கொள்ளவும் எழுதப்பட்டுள்ளது.

தமிழில் வெளிவந்த முதல் நூல் இந்த பூமி சாஸ்திர என்பது குறிப்பிடத்தக்கது.

இது நம்முடைய கைகளில் கிடைத்தது மிகப்பெரிய பொக்கிஷமாகும். இந்த காலத்து திருச்சபை மக்களும் தெரிந்து கொள்ள வேண்டும் என்ற நோக்கத்தில் திருநெல்வேலி கிறிஸ்தவ வரலாற்று சங்கம் இம்முயற்சியை எடுத்தது. இந்த நூலை இக்கால மொழி நடையில் எழுதுவதற்கு உதவி செய்த திருமதி. மிரியாம் கயல்விழி அவர்களுக்கு வரலாற்று சங்கத்தின் சார்பாக மிகுந்த நன்றியை தெரிவித்துக் கொள்கின்றோம்.

பூமி சாஸ்திரத்திற்கு முகவுரை

பூமி முதலான சகல அண்டங்களையும் மகா ஒழுங்காகவும் நேர்த்தியாகவும் படைத்த சர்வ வல்லமையுள்ள அநாதியாய் என்றென்றைக்கும் இருக்கிற பராபர வஸ்துவுக்கு தோத்திரம்.

மிகவும் விரும்பப்படத்தக்க அவருடைய கிருபை தமிழராகிய வாலிபர் முதலான யாவருக்கும் சம்பூரணமாய் உண்டாவதாக.

நான் உங்களுக்குள்ளே வந்த நாள் முதற்கொண்டு மெய்யான தேவனாகிய பராபரனை அறிகிற அறிவை அல்லாமல், புத்தியைத் தெளிவிக்கிற மற்றக் கல்விகளையும் உங்களுக்குப் போதிக்கும்படிக்கு மிகுந்த ஆசையாய் பிரயாசப்பட்டு வருகிறேன். ஆகையால் நீங்கள் குடியிருக்கிற தேசத்தின் வயனங்களையும் (வயனம் - அமைப்பு, நிலைமை) இந்தத் தேசம் அடங்கிய பூமியின் வயனங்களையும் அறியாமல், இந்தத் தேசமே பூலோகமென்று அநேகர் நினைக்கிறபடியினாலே, நான் அந்த வயனங்களை உங்களுக்கு அறிவிக்க விரும்பி, ஐரோப்பா கண்டத்திலுள்ள கல்விமான்கள் பூமியைக் குறித்து செய்த புத்தகங்களைப் பார்த்து பூமி சாஸ்திரம் எனப்பட்ட இந்தப் புத்தகத்தைச் செய்தேன்.

இந்தப் பூமி ஆகாச விரிவிலே ஒரு கிரகமானபடியினாலே, அந்தக் கிரகங்களுக்குப் பிரகாசத்தைக் கொடுக்கிற சூரியனுக்கும் சந்திரனுக்கும் பூமிக்கும் சம்பந்தம் இன்னதென்றும், சூரியன் பூமிக்குச் செய்கிறவிசேஷ ங்கள் இவைகளென்றும், பூமியின் ரூபம் முதலானவைகள் இவைகளென்றும், அவைகளையெல்லாம் காட்டுகிறதற்குச் செய்யப்பட்ட படங்களின் விபரங்கள் இவைகளென்றும், பூமி அநேக தேசங்களாக வகுக்கப்பட்டிருக்கிறது என்றும்,

அந்தத் தேசங்களில்உங்கள் தேசம் ஒரு சின்னப் பங்காய் இருக்கின்றது என்றும், பலவிதமான தேசங்களின் எல்லை, அளவு, வடிவு, ஆறு, ஏரி, மலை, பட்டினம் முதலானவைகள் இன்னவைகள் என்றும், அந்தந்த தேசங்களில் உண்டாகிற பதார்த்தங்கள் இவைகளென்றும், அவைகளிலுள்ள குடிகள் இப்படிப்பட்டவர்கள் என்றும், ஆதிமுதல் இதுவரைக்கும் அவைகளில் நடந்த விசேஷங்கள் இவைகளென்றும், அந்தந்த தேசத்தார் ஒருவருக்கொருவர் செய்தவைகள் இவைகளென்றும் தெரியும்படியாக இந்தப் பூமி சாஸ்திரத்திலே காட்டுகிறேன்.

இந்தப் பூமி ஒரு பெரிய வீட்டைப்போல இருக்கின்றது. இதிலுள்ள மனிதர்கள் எல்லாரும் ஒரே குடும்பத்தார்போலிருக்கிறார்கள். ஒரு வீட்டில் உள்ளவர்கள் தங்கள் வீட்டிலே நடக்கிற விசேஷங்களை அறியாமல் இருக்கலாமா? அறியாமல் இருந்தால் அநேக நஷ்டங்கள் வருமல்லவா? அப்படிப்போல, இந்தப் பூமியையும் அதில் உள்ளவைகளையும் அதின் குடிகளையும் அவர்களால் நடந்தவைகளையும் அறியாவிட்டால், மிகுந்த நஷ்டமே உண்டாகும். அறிந்தால் புத்தி விஸ்தாரம் ஆகும். அதினாலே நம்முடைய நடக்கைகள் யோக்கியமாகும். அநேக அவபத்திகள் (தவறான நம்பிக்கைகள்) நீங்கும். அநேக பிரயோசனமான சிந்தனைகள் உண்டாகும்.

ஆகையால் முதலாவது உங்கள் ஆத்துமாக்களைப் பாவத்தினின்றும் நரகத்தினின்றும் இரட்சிக்கும்படிக்கேற்ற ஞானத்தையல்லாமல், இரண்டாவது இந்தப் பூமி சாஸ்திரத்தையும் யாவரும் நன்றாய் படித்துக் கொள்ள வேண்டும். இத்தனை அநேக தேசங்களைக் காட்டும்படிக்கு இத்தனை மிகுந்த அறிவு எப்படிக் கிடைத்ததென்றால், ஐரோப்பா கண்டத்தாரில் அநேகர் வியாபாரத்துக்காகவும் அந்தந்த தேசங்களை அறிகிறதற்காகவும் பூமியிலெங்கும் பிரயாணமாய்ப் போய், தாங்கள் கண்டு கேட்டவைகளை எழுதி அவைகளை பிரசித்தம் பண்ணினதும் அல்லாமல், கல்விமான்களும் பிரயாணமாய்ப்போய் அவைகளைப் பரிசோதித்து இப்படிப்பட்ட பூமி சாஸ்திரத்தை மென்மேலும் உண்டாக்கினார்கள். அதினாலே இந்த அறிவெல்லாம் கிடைத்தது.

அவர்கள் அதிக புத்தியையும் யோக்கியத்தையும்

கல்வி தொழில் முதலானவைகளில் மேன்மையையும் அடைந்திருக்கிறார்கள். அப்படிச் செய்யாத மற்றவர்கள், அவைகளை அடையாமல் ஒரு வீட்டிலே மூலையிலே குந்திக்கொண்டிருக்கிறவனைப்போல புத்தியீனராய் இருக்கிறார்கள். இந்த இந்து தேசத்தார் அந்நிய தேசங்களுக்குப்போக பயப்பட்டு வந்ததினாலே புத்தியீனத்துக்கு மிகவும் ஏதுவாயிற்று. ஆதலால் இந்த அறிவீனம் நீங்கும்படிக்கு நீங்கள் எல்லாரும் உலகத்தில் எங்கும் பிரயாணமாய்ப் போகாமல் இருந்தாலும், போனவர்கள் சொன்னவைகளை நீங்கள் இந்தப் பூமி சாஸ்திரத்தினாலே அறியும்படி சாக்கிரதையாய் இருப்பீர்களாக.

இதின் முதலாம் பங்கிலே, பூமிக்கும் சூரியனுக்கும் சந்திரனுக்கும் உண்டாயிருக்கிற சம்பந்தங்களைக் குறித்துச் சொல்லியிருக்கிற விசேஷங்களுக்குத் தகுதியான உதாரணங்களை எல்லாம் சொல்லவேண்டுமானால் மிகுந்த விஸ்தாரமாகும். ஆகையால் அந்த உதாரணங்கள் யாவையும் இங்கே சொல்லாமல் பொருளைச் சுருக்கமாய் சொல்லுகிறேன். மற்ற விபரங்களை சோதிட சாஸ்திரத்தினாலே அறியலாம்.

முகவுரை முற்றும்

பூமி சாஸ்திரம்

1. பூமி சாஸ்திரமாவதும் பூகோளமாவதும் இந்தப் பூமியின் தன்மை ரூபம் முதலானவைகளையும் அதிலிருக்கிற இராச்சியங்கள் பட்டினங்கள் முதலானவைகளையும் காட்டிய கல்வியேயாம்.

முதலாவது,

பூமியின் தன்மை, ரூபம் முதலானவைகளைக் குறித்துச் சொல்லியது

2. பூமியாவது ஆகாசவிரிவிலே பராபரனால் உண்டாக்கப்பட்டிருக்கிற சக்கரமான கிரகங்களில் ஒரு கிரகமாய் இருக்கின்றது. கிரகம் என்பதற்கு வீடு என்றும், ஸ்தலம் என்றும் அர்த்தமாம்.

3. அநேக கிரகங்களுக்கு சூரியனானது பிரகாசம் கொடுக்கின்றது.

4. அந்தக் கிரகங்கள் சூரியனைச் சுற்றி ஓடுகிறவைகள். இந்தப் பூமியும் சூரியனைச் சுற்றி ஓடுகின்றது.

5. பூமி சூரியனுக்கு ஏறக்குறைய 95 லட்சம் காதவழி

தூரமாயிருக்கும். (காதம் என்பது சென்னை பல்கலை கழக அகராதியின்படி 16 கிலோ மீட்டர் ஆகும்.)

6. பூமி ஒருதரம் சூரியனைச் சுற்றி ஓடுகிறதினாலே ஒரு வருஷம் உண்டாகின்றது. அப்படிப்பட்ட ஓட்டம் வருஷாந்திர ஓட்டம் என்னப்படும்.

7. அப்படி ஓடுகையில் பூமி இடைவிடாமல் தன்னையும் சுற்றி ஓடுகின்றது. அது ஒருதரம் தன்னைச் சுற்றி ஓடுகிறதினால் ஒருநாள் உண்டாகின்றது. அப்படிப்பட்ட ஓட்டம் நர்சோட்டம் என்னப்படும். ஏறக்குறைய 24 மணிநேரம் ஒருநாளாகும். அப்படிப்பட்ட 365 நாளும் 6 மணி நேரமும் 9 நிமிஷமும் ஒரு வருஷமேயாம்.

8. பூமி இருளுள்ள பொருளாய் ஒளியை சூரியனாலே அடைகின்றது.

9. பூமி தன்னைச் சுற்றியோடுகையில்அதன் ஒருபக்கம் மாத்திரமே சூரியனுக்கு எதிராய் இருக்கிறபடியினால் அந்த ஒரே பக்கம் மாத்திரம் ஒளியை அடையும். மறுபக்கம் இருள் உள்ளதாய் இருக்கும். அதனால் ஒளியை அடைந்த பக்கத்திலுள்ள இடங்களுக்குப் பகலும் இருளுள்ள பக்கத்தில் இருக்கிற இடங்களுக்கு இரவும் உண்டாயிருக்கும்.

10. பூமி பகற்காலத்திலே சூரியனாலேயே ஒளியை அடைகிறதும் அல்லாமல் இராத்திரி காலத்திலே சந்திரனாலே ஒளியை அடைகிறது.

11. சந்திரனானது பூமிக்கு ஏறக்குறைய 24000 காதவழி தூரமாய் பூமியைச் சுற்றி ஓடுகிறதும் அல்லாமல் பூமியோடேகூட சூரியனையும் சுற்றி ஓடுகின்றது. அப்படிப் பூமியைச் சுற்றி ஓடுகையில் சந்திரன் பூமிக்கும் சூரியனுக்கும் நடுவே சேர்ந்தபொழுது, சூரியனாலே ஒளியைப் பெறாத பக்கத்தை பூமிக்குக் காண்பிக்கிறபடியினாலே சந்திரன் நமக்குத் தோன்றாது. அப்பொழுது அமாவாசையாம். பின்பு சந்திரனுடைய பிரகாசமுள்ள பக்கம் மென்மேலும் வளர்ந்து பூமிக்குப் பின்னாகிற பொழுது, சூரியனாலே பிரகாசிக்கப்பட்ட முழுப்பக்கத்தையும் பூமிக்குக் காட்டுகிறபடியினாலே பூரண சந்திரனாகும். பின்பு அது மென்மேலும் குறைந்து முன்போலவே சூரியனுக்கும் பூமிக்கும் நடுவே சேரும். அப்படி ஒருதரம் பூமியைச் சுற்றி ஓடுகிறதற்கு அதற்கு 29 நாளும் 12 மணி

நேரமும் 44 நிமிடமும் செல்லும். அதற்கு ஒரு மாதம் என்று பேர். அந்த மாதம் ஆங்கிலத்தில் Synodical Month என்று சொல்லப்படுகிறது.

12. நான்கு பிரதான திசைகள் உண்டு. அவை வடக்கு, கிழக்கு, தெற்கு, மேற்கு என்ற இவைகளே.

13. கிழக்கில் நடுவாகிய ஓரிடத்திலிருந்து புறப்பட்டு நேர்மேற்காகவே நடந்து போனால், புறப்பட்ட இடத்துக்கு மறுபடியும் வந்து சேரலாம். அப்படிப்போய் வந்துசேர்கிறதற்கு ஏறக்குறைய 2502 காததூரம் இருக்கும். இதுவே பூமியின் சுற்றளவு (Circumference).

14. நாம் வடக்குத்திசை முதல் தென்றிசை வரைக்கும் பூமியின் நடுவே உருவப்போனால் அது 796 காதவழி தூ ரமாயிருக்கும். இதுவே பூமியின் மத்தியளவு (Diameter).

15. பூமி முதலான கிரகங்களையுடைய சூரியனைப் போல மற்ற அநேக சூரியர்களும் உண்டு. அவைகள் நமக்கு மிகவும் அதிக தூரமாய் இருக்கிறபடியினாலே அவைகள் நமக்கு மிகவும் சிறியதாக தோன்றுகின்றன.

16. பராபரன் இட்ட முறைமையின்படி அந்தச் சூரியர்களும் அவர்களைச் சேர்ந்த கிரகங்களும் அளவற்ற ஆகாச விரிவிலே இருக்கின்றன. அவைகளைப் பராபரன் தமது திருவாக்கின் வல்லமையினாலே தாங்குகிறார். ஆகையால் ஆயிரந்தலைகளை உடைய ஆதிசேடனாகிய ஒரு சர்ப்பம் அண்டங்களை தாங்குகிறதென்றும், எட்டு யானைகளாகிய அட்டகெசங்கள் (அஷ்டதிக்கஜங்கள்) அவைகளைத் தாங்குகின்றன என்றும் சொல்லுகிற சரித்திரம் சத்தியமாய் இராமல் கட்டுக்கதையாய் இருக்கின்றது.

17. ஆகாச விரிவிலே இருக்கிற பூமி முதலானவைகள் யானைகளினாலாவது, ஆதிசேடனாலாவது தாங்கப்படாததாய் இருந்தால் அந்தரத்திலே எப்படி நிற்கும் என்றால், பராபரன் கொடுத்த முறைமையின்படி சின்னப் பொருளானது பெரிய பொருளாலே கவர்ந்து இழுத்துக்கொள்ளப்பட்டு விழாதபடி காக்கப்படுகின்றது. அப்படி இழுத்துக்கொள்ளுகிற பலத்தினாலே சூரியனுக்கு மிகவும் சிறிதான பூமி முதலானவைகளும் தகுதியான நிலையில் நிற்கும் மட்டும் சூரியனாலே இழுத்துக்கொள்ளப்படுகின்றன.

18. இழுத்துக்கொள்ளுகிற பலமாகிய காரணத்தினாலே, பூமி தன்னைச் சுற்றியோடுகிறபொழுது, அதின் கீழ்ப்பக்கத்திலிருக்கிற மனிதர் முதலான சிருஷ்டிகள் அனைத்தும் பூமியிலிருந்து ஆகாசத்தில் விழாமல் இருக்கின்றன. மேலும் பூமி மிகுந்த வேகமாய் தன்னைத் தானே சுற்றி ஓடுகிற காரணத்தினாலேயும் அப்படியே நடக்கின்றது.

19. நாம் மிகுந்த ஆச்சரியம் அடையத்தக்கதாக இப்படி இந்தச் சூரியன் சந்திரன் பூமி முதலானவைகளையும் தம்முடைய திருவாக்கினால் உண்டாக்கி முறைமையாய் காப்பாற்றிக்கொண்டுவருகிற சர்வவல்லமையுடைய பராபரனுக்குத் தோத்திரம் உண்டாவதாக.

20. பூமியானது சக்கரமான ரூபமுள்ளது. அது எப்படித் தெரியுமென்றால் சந்திரகிராணம் (சந்திர கிரகணம்) இருக்கிற பொழுது, பூமியினுடைய நிழல் சந்திரன்மேல் சக்கரமாய் இருக்கின்றது. பூமிக்குச் சக்கரமான ரூபம் இல்லாதிருந்தால் அப்படிப்பட்ட நிழல் விழமாட்டாது. அன்றியும் சமுத்திரத்திலே கப்பல்வரக்காணுகிற பொழுது, முதலாவது பாய்மரத்தின் நுனியையும் பின்பு அது கிட்ட வருகையில் அதன் பாய்களையும் பின்பு கப்பலின் உடலையும் காண்கிறோம். பூமிக்குச் சக்கர ரூபம் இல்லாவிட்டால், அப்படியிருக்க மாட்டாதே? அன்றியும் கப்பல் யாத்திரைக்காரர் ஓரிடத்திலிருந்து புறப்பட்டு நேர்மேற்கே போனால் புறப்பட்ட இடத்திலேயே மறுபடியும் சேர்வார்கள். பூமி சக்கரமாயிராமல் ஒரு பலகையை போலானால் அப்படிச் சேரமாட்டார்கள்.

21. பூமியின் ஒரு பங்கு தரை. ஒரு பங்கு சலம் (தண்ணீர்). தரையைச் சூழ்ந்து கொண்டிருக்கிற சலம் சமுத்திரம் என்றும்,நாடுகளில் இருக்கிற சலம் கடல் என்றும், ஏரி என்றும், நதி என்றும், ஆறு என்றும் சொல்லப்படும். பூமியில் உண்டாகிற பதார்த்தங்கள் யாவும் சீவசெந்து (ஜீவ ஜந்து), கீரை, இரத்தினம் என்னும் மூன்று வகுப்புகளுக்கு உள்ளாய் இருக்கின்றன.

22. தரையாகிய பூமியில்சமனான இடங்களும் மலையான இடங்களும் உள்ளது. இப்படி உயரமான மலைகள் இருக்கிறதினாலே பூமியின் சக்கரமான ரூபம் வேறுபடுகிறதில்லை. ஒரு எலுமிச்சம் பழத்தின்மேல் சில இடங்கள் தாழ்த்தியாயும்

சில இடங்கள் உயரமாயும் இருந்தும் அதின் சக்கரமான ரூபம் கெட்டுப்போகாததுபோல பூமி உயரமான மலைகள் உள்ளதானதினாலே அதின் சக்கர ரூபம் கெடுகிறதில்லை.

23. தரையைச் சூழ்ந்திருக்கிற சலமெல்லாம் சமுத்திரம் என்னப்பட்டிருந்தும் அது பலபல தேசங்களாலே கட்டிக்கொள்ளப்பட்டிருக்கிறதினாலே அந்தத் தேசங்களாலும் மற்றக் காரணங்களாலும் சமுத்திரம் பகுக்கப்பட்டு பல பல நாமங்களை (பெயர்களை) கொள்ளுகின்றது. அதினாலே பசிப்பிக்கு (பசிபிக்) சமுத்திரமும் அத்துலாந்திக்கு (அட்லாண்டிக்) சமுத்திரமும் இந்து சமுத்திரமும் உண்டாயின. பசிப்பிக்கு சமுத்திரம் வட சமுத்திரம் என்றும், தென் சமுத்திரம் என்றும் பகுக்கப்படும்.

24. தேசங்களாலே வளைந்து கொண்டிருக்கிற சின்ன சமுத்திரங்களாகிய கடல்களும் உண்டு. அவைகள் மெதித்தெராணியக் (மெடிட்டரேனியன்) கடல், பல்த்திக்கு (பால்டிக்) கடல், கறுப்புக்கடல் முதலானவைகளே.

25. நதி முதலானவைகள் பூமிக்குள்ளிருந்து பிறந்து சமுத்திரத்திற்கு ஓடுகிற நீர்க்கால்களாய் இருக்கின்றன. இந்து நதி, வைகையாறு, காவிரி, தாம்பிரபனனி (தாமிரபரணி) முதலானவைகளும் அப்படிப்பட்டவைகளே.

26. தேசங்களுக்கு உண்டாயிருக்கிற சின்னக் கடல்களுக்கும் பெரிய சமுத்திரத்துக்கும் வெளியரங்கமாய் நெருக்கமான இடத்திலே இசைவு உண்டாயிருக்கிறது. அப்படிப்பட்ட இசைவு உண்டாயிருக்கிற இடம் சமுத்திர வாய்க்கால் என்னப்படும். கிபிரால்த்தார் (ஜிப்ரால்டர்), மதகஸ்கார் (மடகாஸ்கர்) என்னும் இடங்களின் அருகே அப்படிப்பட்ட சமுத்திர வாய்க்கால்கள் உண்டு. ஆங்கிலத்தில் அவைகள் Straits என்று சொல்லப்படும்.

27. சமுத்திரத்திலே சின்னப் பூமிகள் எழும்பியிருக்கின்றன. அப்படிச் சலத்தினாலே எங்கும் சூழ்ந்துகொள்ளப்பட்ட பூமிக்குத் தீவு என்று பேர். இலங்கைத் தீவு, மடகாஸ்கர் தீவு, இங்கிலாந்து தீவு அப்படிப்பட்டவைகளே.

28. பூமியைக் காண்பிக்கும்படி படங்களும் உருண்டைகளும் உண்டாக்கப்பட்டிருக்கின்றன. அவைகளுக்கு Maps அதாவது பூமிப்படம் என்றும் Globe அதாவது

பூமியுண்டை (பூமியுருண்டை) என்றும் பேருண்டாயிற்று. பலவிதமான விசேஷங்களை காண்பிக்கும்படிக்கு அந்தப் படங்களிலேயும் உண்டைகளிலேயும் பலவரைகள் (கோடுகள்) எழுதியிருக்கின்றன.

29. 24 மணிநேரத்திற்கு ஒருதரம் பூமி தன்னைச் சுற்றியோடுகிறது. பூமியின் மத்தியிலே வடபுறம் முதல் தென்புறம் வரைக்கும் ஒரு தண்டு உருவியிருக்கவும் அதைச் சுற்றி பூமி அப்படியே ஓடவும் தோன்றுகிறது. அந்த தண்டுக்கு நாராசம் என்றும் ஆங்கிலத்திலே Axis என்றும் பேர் உண்டாயிற்று.

30. நாராசத்தின் முனைகளில் ஒன்று வடக்கிலேயும் ஒன்று தெற்கிலேயும் இருக்கிறபடியினாலே அவைகளுக்கு வடமுனை என்றும் தென்முனை என்றும் பேராயிற்று. முனை என்பதற்கு ஆங்கிலத்திலே Poles என்று சொல்லப்படும்.

31. பூமியின் ரூபத்தின்படியே, படத்திலேயும் உண்டையிலேயும் (உருண்டையிலேயும்) பல சக்கர வரைகள் எழுதியிருக்கின்றன. சக்கர வரை தோறும் 360 சமமான வகுப்பாக சாஸ்திரிகளால் வகுக்கப்பட்டிருக்கின்றது. அப்படிப்பட்ட வகுப்பொன்றிற்கு ஆங்கிலத்திலே Degree என்று சொல்லப்படும்.

32. பூமியை வடபாதி உண்டையென்றும் தென்பாதி உண்டையென்றும் வகுக்கும் படிக்கு, இரண்டு முனைகளுக்கும் இடையிலே எழுதியிருக்கிற வரை இடைவரை என்னப்படும். அதற்கு ஆங்கிலத்திலே Equator என்று பேர். கப்பல் யாத்திரைக்காரர் அதை Line என்று சொல்லுகிறார்கள். அன்றியும் சூரியனானது அதைக் கடந்துபோகத் தோன்றுகிற பொழுது, பூமியிலெங்கும் பகலும் இரவும் சமமான அளவாய் இருக்கிறபடியினாலே அது சமவரை எனவும் படும். ஆங்கிலத்திலே இதற்கு Equinoctial Line என்று பேர். சூரியன் மேஷம் என்னும் ராசியை March மாதம் 21 தேதியிலேயும், துலாம் என்னும் ராசியை September மாதம் 23 தேதியிலேயும் என இப்படி வருஷத்தில் இரண்டுதரம் இடைவரையை கடக்கிறபடியால் வருஷத்தில் இரண்டு தரம் பகலும் இரவும் சமமான அளவாய் இருக்கின்றன.

33. பூமியுண்டையிலே பதிந்திருக்கிற இடைவரைக்கு எதிரே மரத்தால் ஒரு சக்கரம் செய்யப்பட்டிருக்கிறது. அதற்கு எல்லைவரை என்று பெயர். ஆங்கிலத்திலே அது

Horizon என்னப்படும். உயரமான ஓரிடத்தில் நின்று, சுற்றிலும் பார்க்கிறபோது வானம் தரையிலே சாய்ந்திருக்கிறதுபோல தோன்றுகின்றது. அதுவும் எல்லை வரை என்றும் Horizon என்றும் சொல்லப்படும். அன்றியும் வானம் மெய்யாய் சாயாமல் கண்ணுக்கு மாத்திரம் அப்படித் தோன்றுகிறபடியினாலே அதற்கு கண்ணெல்லை வரை என்றும் ஆங்கிலத்திலே Sensible Horizon என்றும் சொல்லப்படும். வெவ்வேறான இடங்களுக்கு வெவ்வேறான கண்ணெல்லை வரையும் இருக்கின்றது. அந்த இடத்துக்கு அந்தந்த எல்லைவரையிலே சூரியன் உதயமும் அஸ்தமனமும் ஆகும். மேலும் மரச் சக்கரம் எப்பொழுதும் இடைவரைக்கு எதிராயிருக்கும்படி கல்விமான்களால் நினைக்கப்பட்டிருக்கிறபடியால் அதற்கு நினைப்பெல்லைவரை என்றும் நினைப்பு சக்கரம் என்றும் ஆங்கிலத்திலே Rational Horizon என்றும் பேராம். அதற்கும் இரண்டு முனைகளுண்டு. நம்முடைய தலைக்கு மேலிருக்கிற முனை தலைமுனை என்றும் நம்முடைய காலுக்கு கீழிருக்கிற முனை கால்முனை என்றும் சொல்லப்படும். தலைமுனை என்பதற்கு ஆங்கிலத்திலே Zenith என்றும் கால்முனை என்பதற்கு யேனசை என்றும் பேராம். பின்பு சொல்லப்படும் 12 ராசிகளும் மரத்துச் சக்கரத்திலே எழுதியிருக்கின்றன.

34. பூமியுண்டை பித்தளை மோதிரத்தில் தொங்கிச் சுருளுகின்றது. அது பூமியை கிழக்குப் பாதி உண்டையென்றும், மேற்குப் பாதி உண்டையென்றும் பகுத்து, இடைவரையையும் இரண்டு சமமான பங்காகப் பிரித்து, இவ்விதமாய் பூமியை நான்கு சமமான கண்டங்களாக பகுக்கின்றது. சக்கரந்தோறும் 360 வகுப்பாக வகுக்கப்பட்டிருக்கிறபடியால், இடைவரையின் முதல் இரண்டு முனைகள் வரைக்கும் இருபக்கங்களிலும் உண்டான நான்கு கண்டங்களில் ஒன்றிற்கு 90 வகுப்புகளேயாம். பூமியுண்டையிலேயும் பூமிப்படத்திலேயும் அந்த மோதிரம் ஒருவரையினாலே குறித்திருக்கின்றது. சூரியன் அதிலே வருகிறபொழுது அவ்விடத்திலே நடுப்பகல் ஆனபடியினாலே அதற்கு நடுவரை என்றும் மத்திவரை என்றும் பேர். மத்திவரை என்பதற்கு ஆங்கிலத்திலே Meridian என்று பேர். மேலும் சூரியன் அதிலே வந்தபொழுது, அந்நாளிலே சூரியன் அதிக உயரமாய் செல்லாதபடியினாலே, அது சூரியன் மத்தி

உயரமாயிற்று என்று சொல்லப்படும். ஆங்கிலத்திலே அது the Suns's Altitide என்று சொல்லப்படும். மேலும் கிழக்கிலேயாவது மேற்கிலேயாவது இரண்டு இடங்களிலேயும் ஓரேகாலத்தில் சூரியன் மத்தி உயரமாய் இராமல் ஓரோர் இடத்திலே மாத்திரம் ஓரேகாலத்திலே மத்தி உயரமாய் இருக்கிறபடியினாலே கிழக்கு முதல் மேற்கு வரைக்கும் இருக்கிற ஒவ்வொரு இடத்துக்கு ஒரு மத்தி வரை இருக்கின்றது. ஆகிலும் பூமியுண்டையிலேயும் பூமிப்படத்திலேயும் இடைவரையின் 360 வகுப்புகளில் 15 வகுப்புகளுக்கு ஒரு மத்திவரையாக 24 மத்திவரைகள் மாத்திரம் குறிக்கப்பட்டிருக்கின்றன.

ஒரு சக்கரவரை வகுக்கப்பட்டிருக்கிற 360 வகுப்புகளில் ஒன்றிற்கு 69 ½ மைல்கள் என்னும் 7 காதவழி இருக்கிறது. ஆகப் பூமியின் சுற்றளவு 25,020 மைல்கள் என்னும் 2502 காதவழியாய் இருக்கும். மேலும் ஒவ்வொரு மணி நேரத்திலே சூரியன் 15 வகுப்புகளை கடந்து இவ்விதமாய் 1042 ½ மைல்கள் என்னும் 104 காதவழி செல்லும். அப்படியிருக்க, நமக்குக் கிழக்கிலே 15 வகுப்பு தூரமான இடத்திலே சூரியன் ஒருமணி நேரம் சீக்கிரமாய் உதயமாகும். 30 வகுப்பு தூ ரமானால் இரண்டு மணி நேரம் சீக்கிரமாய் உதயமாகும். இப்படி முறைமையாய் இருக்கும். அன்றியும் நமக்கு மேற்கே 15 வகுப்பு தூரமான இடத்திலே சூரியன் ஒரு மணி நேரம் தாமதமாய் உதயமாகும். ஆதலால் இந்த இந்து தேசத்திலே சூரியன் காலமே 6 மணிக்கு உதயமாகிற பொழுது, இங்கிலாந்து தேசம் இதற்கு 75 வகுப்புகள் தூரமானபடியினாலே அங்கே இராத்திரி காலத்திலே ஒரு மணி நேரமிருக்கும். அதற்கப்புறம் அப்படியே கிரமம் கிரமமாய் இருக்கும்.

35. அகலமான ஒரு சக்கரவரை இடைவரையை கோணலாய் இரண்டாக பிரிக்கின்றது. அதிலே வானத்திலுள்ள 12 ராசிகள் எழுதியிருக்கிறபடியினாலே, அதற்கு ராசி சக்கரவரை என்று பேர். ஆங்கிலத்திலே அது Zodiac என்னப்படும். இந்த ராசி சக்கரத்திலே சூரியனுடைய வருஷ ாந்திர ஓட்டம் உண்டாயிருக்கின்றது. சூரியனின் இடைவரையை விட்டு வடக்குக்கு 23 இவகுப்பளவும் தெற்குக்கு அவ்வளவு வகுப்பளவும் சாய்கிறபடியால் ராசி சக்கரத்தின் மத்தியிலே அந்த ஓட்டத்தைக் குறிக்கும்படிக்கு எழுதியிருக்கிற வரை

சாய்ந்த வரை என்றும் ஆங்கிலத்திலே Ecliptic என்றும் சொல்லப்படும். சூரியன் அப்படிச் சாய்ந்து ஓடுகிறதினாலே இனிமேல் விபரமாய் சொல்லப்படும்படி பூமியிலே கோடை மாரி முதலான காலங்களும், பகலுக்கும் இரவுக்கும் பலவிதமான நீளங்களும் உண்டாகின்றன.

சூரியன் கிரமமாய் செல்லுகையில் 12 மாதம் குறிக்கப்படுகின்றது. மாதந்தோறும் சூரியன் ஒரு நட்சத்திரக் கூட்டத்தைக் கடப்பான். இப்படி 12 நட்சத்திரக் கூட்டங்கள் உண்டு. நட்சத்திரக் கூட்டமென்றாலும் ராசி என்றாலும் ஒக்கும். அப்படிப்பட்ட நட்சத்திரக் கூட்டம் ஒரு மிருகத்துக்கும் மற்றொரு பொருளுக்கும் ஒப்பாயிருக்கின்றதென்று பூர்வீகத்தார் யோசித்து, அதின்படியே அதற்கதற்குப் பேரைக் கொடுத்தார்கள். அந்த 12 ராசிகளின் பேரும் அதினதின் அடையாளமும் அதினதின் மாதமும் ஆவன.

மேஷம் Aries பங்குனி March
ரிஷபம் Tauras சித்திரை April
மிதுனம் Gemini வைகாசி May
கறகடகம் (கடகம்) Cancer ஆனி June
சிங்கம் Leo ஆடி July
கன்னி Virgo ஆவணி August
துலாம் Libra புரட்டாதி (புரட்டாசி) September
விருச்சிகம் Scorpio ஐப்பசி October
தனுசு Sagittarius கார்த்திகை November
மகரம் Capricornus மார்கழி December
கும்பம் Aquariua தை January
மீனம் Pisces மாசி February

மேற்கண்டவைகளில் முதல் 6 ராசிகளான மேஷம், ரிஷபம், மிதுனம், கறகடகம், சிங்கம், கன்னி இவைகள் இடைவரைக்கு வடக்கேயுள்ளவைகள். மற்ற 6 ராசிகளான துலாம், விருச்சிகம், தனுசு, மகரம், கும்பம், மீனம் இவைகள் இடைவரைக்கு தெற்கேயுள்ளவைகள்.

36. இடைவரைக்கு ஒப்பாய் அதற்கு மேலும் கீழும் வரைகள் எழுதியிருக்கின்றன. அவைகளில் இடைவரைக்கு வடக்கிலேயும் தெற்கிலேயும் 23 இ வகுப்பு தூரமான இடத்திலே பதிந்திருக்கிற வரைகள் அயன வரைகள் என்றும்

ஆங்கிலத்திலே Tropics என்றும் சொல்லப்படும். சூரியன் March மாதம் 21 தெய்தியிலே (தேதியிலே) இடைவரையை விட்டு வடக்கே சென்று 23 இவகுப்பு வரைக்கும் June மாதம் 21 தெய்தியிலே கறகடகம் என்னும் ராசியில் பிரவேசித்து, அதற்கு அப்புறம் வடக்கே செல்லாமல் மறுபடியும் தெற்கே செல்லத் திரும்புகிறபடியால் அவ்விடத்தைக் குறித்திருக்கிற வரை கறகடக அயன வரையென்று சொல்லப்படும். மேலும் June மாதம் 21 தெய்தியிலே சூரியன் தெற்கே செல்ல, கறகடக அயன் வரையை விட்டுப்போய், September மாதம் 23 தெய்தியிலே இடைவரையைக் கடந்து பின்னும் 23 இ வகுப்புக்களை கடந்து, December மாதம் 21 தெய்தியிலே மகரம் என்னும் ராசியில் பிரவேசித்து, அதற்கப்புறம் தெற்கே செல்லாமல், மறுபடியும் வடக்கே செல்லத் திரும்புகிறபடியால், அவ்விடத்தைக் குறித்திருக்கிற வரை மகர அயன வரை என்று சொல்லப்படும். மேலும் கறகடக அயன வரையில் சூரியன் வருகிற பொழுது வடபாதி பூமியிலுள்ளவர்களுக்கு அதிக நீளமான பகலும் அதிக சுருக்கமான இரவும், தென்பாதி பூமியிலுள்ளவர்களுக்கு சுருக்கமான பகலும் அதிக நீளமான இரவும் உண்டாகும். மேலும் சூரியன் மகர அயன வரையில் செல்லுகிற பொழுது, தென் பாதி பூமியிலுள்ளவர்களுக்கு அதிக நீளமான பகலும் அதிக சுருக்கமான இரவும் வடபாதி பூமியிலுள்ளவர்களுக்கு அதிக சுருக்கமான பகலும் அதிக நீளமான இரவும் உண்டாகும். அல்லாமலும் சூரியன் இடைவரையைக் கடந்து, கறகடக அயனவரைக்கு சமீபமாகிற பொழுது, வடபாதி பூமியிலே உட்டின (உஷ்ண) காலமும் தென்பாதி பூமியிலே மாரி காலமும், அது இடைவரையை கடந்து மகர அயனவரைக்கும் சமீபமாகிற பொழுது தென்பாதி பூமியிலே உட்டின (உஷ்ண) காலமும் வடபாதி பூமியிலே மாரிகாலமும் உண்டாகும். மேலும் சூரியன் கறகடக அயனவரையில் சென்று, அதற்கு வடக்கே அப்புறம் செல்லாமல் நிற்கிறபடியினாலே அது கோடையில் சூரிய நிலையென்றும் ஆங்கிலத்திலே Summer Solstice என்றும் சொல்லப்படும். சூரியன் மகர அயனவரையில் சென்று, அதின் தெற்கே அப்புறம் செல்லாமல் நிற்கிறபடியினாலே, அது மாரியில் சூரிய நிலையென்றும் ஆங்கிலத்திலே Winter Solstice என்றும் சொல்லப்படும்.

37. இரண்டு முனைகளின் வழியாயும் பகலும் இரவும் சமமாய் இருக்கும்படி சூரியன் இடைவரையை கடக்கிற இடங்களின் வழியாயும் ஒருவரையும், அவ்விரண்டு முனைகளின் வழியாயும் சூரியன் நிலையாயிருக்கிற அயனவரைகளின் வழியாயும் ஒரு வரையும் எழுதியிருக்கின்றன. அவ்வரைகளுக்கு ஆங்கிலத்திலே கொலூரென்று பேர். அவைகளில் ஒன்றிற்கு சமவரையின் கொலூரென்றும் ஒன்றிற்கு சூரிய நிலையின் கொலூரென்றும் சொல்லப்படும்.

38. இடைவரை இருக்கிற இடங்களுக்கு நாடோறும் பகல் 12 மணி நேரமும் இரவு 12 மணி நேரமுமாய் இருக்கின்றது. இடைவரையிலிருந்து வடமுனைக்குப் போகையில் பகற்காலம் மென்மேலும் பெருகி, வடமுனையை சுற்றியிருக்கிற இடத்திலே இரவில்லாமல் நாள் முழுவதும் பகலாய் இருக்கிறது. வடமுனைமுதல் 23 இ வகுப்புத் தூ ரமாயிருக்கிற அவ்விடத்தை குறித்திருக்கிறவரை வடமுனை சக்கரம் என்றும் ஆங்கிலத்திலே North அல்லது Arctic Polar Circle என்றும் சொல்லப்படும். தென்முனைக்கும் அப்படியே இருக்கின்றது. அதைக் குறித்து இருக்கிற வரை தென்முனை சக்கரம் என்றும் ஆங்கிலத்திலே South அல்லது Antarctic Polar Circle என்றும் சொல்லப்படும். வடமுனையிலே நாள் முழுவதும் பகலிருக்கையில் தென் முனையிலே நாள் முழுவதும் இராவிருக்கின்றது (இரவிருக்கின்றது). அதுபோல தென்முனையில் எப்பொழுதும் பகலிருக்கையில், வடமுனையில் எப்பொழுதும் இராவிருக்கின்றது. ஆனபடியினாலே ஒருமுனையில் பாதி வருடம் எப்பொழுதும் வெளிச்சமாயும் பாதி வருடம் எப்பொழுதும் இருளாயும் இருக்கிறது. ஆகிலும் அவ்விருளை வானத்தில் தோன்றுகிற பல சுடர்கள் சற்றே நீக்குகின்றது.

39. மேற்சொல்லிய அயன வரைகளாலும் முனைச் சக்கரங்களாலும் பூமி ஐந்து பங்காகப் பகுக்கப்படும். அவ்வரைகளில் ஒருவரை முதல் மற்றொரு வரை வரைக்கும் பூமியைச் சுற்றியிருக்கிற இடம், அகலமான கச்சையைப்போல தோன்றுகிறபடியினாலும், அவ்விடங்களில் பல ஆகாச குணங்கள் குறிக்கப்படுகிறபடியினாலும், அந்தப் பங்குகள் ஆகாசகுணக்கச்சைகள் என்றும் ஆங்கிலத்திலே Zones என்றும் சொல்லப்படும்.

அயனவரைகளுக்கு உள்ளேயிருக்கிற பூமியின்மேல் சூரியனுடைய கதிர்கள் செம்மையாய்ச் செல்லுகிறபடியினாலே அதிக உட்டிணம் (உஷ்ணம்) உண்டாயிருக்கின்றமையால் அது உட்டின பூமியென்று (உஷ்ண பூமியென்று) சொல்லப்படும். அயனவரைகளுக்கும் இரண்டு முனை சக்கரங்களுக்கும் இரண்டு கச்சைகளாகிய பூமியின்மேல் சூரியனுடைய கதிர்கள் சற்றே சாய்வாகச் செல்லுகிறதினாலே, உட்டிணமும் குளிர்ச்சியும் சமமாய் இருக்கின்றமையால் அவைகள் சமகுண பூமிகள் என்னப்படும். இரண்டு முனைச் சக்கரங்களுக்கும் இரண்டு முனைகளுக்கும் இரண்டு கச்சைகளாகிய பூமிகளின்மேல் சூரியனுடைய கதிர்கள் மிகவும் சாய்வாகச் செல்லுகிறதினாலே அதிக குளிர்ச்சி உண்டாயிருக்கின்றமையால் அவைகள் சீதள பூமிகள் என்னப்படும். ஆனபடியினாலே உட்டிண பூமியாகிய கச்சையொன்று, சமகுண பூமிகளாகிய கச்சைகள் இரண்டு, சீதள பூமிகளாகிய கச்சைகள் இரண்டு ஆக ஆகாச குணக்கச்சைகள் ஐந்தேயாம்.

40. பித்தளை வளையத்தில் இடைவரையின் வகுப்புக்களைக் காட்டிய இலக்கங்கள் ஒரு இடம் இடைவரைக்கு இவ்வளவு தூரமென்று காண்பிக்கின்றன. இடைவரைக்கும் ஓரிடத்துக்கும் இருக்கிற தூரம் அகல அளவென்றும் ஆங்கிலத்திலே Latitude என்றும் சொல்லப்படும். மேலும் வடபாதி உண்டையும் தென்பாதி உண்டையும் இருக்கிறபடியால் ஓரிடத்தின் அகல அளவு வட அகல அளவென்றாவது தெற்கு அகல அளவென்றாவது சொல்லப்படும். பூமிப்படத்திலே அது சுற்றியிருக்கிற அகலமான வரையிலே எழுதியிருக்கின்றது. எத்தனை வகுப்புகளுண்டோ அத்தனை வரைகளை இடைவரையைப் போல சுற்றி எழுதலாம். அப்படிப்பட்ட வரைகள் இடை வரைக்கேற்ற அகல அளவு வரைகளென்றும் ஆங்கிலத்திலே Parallels of Latitude என்றும் சொல்லப்படும். அப்படிப்பட்ட அகல அளவு வரையிலே பூமியைச் சுற்றியிருக்கிற இடங்கள் யாவுக்கும் ஒரே அகல அளவு உண்டாயிருக்கின்றது. இடைவரைமுதல் முனைகள் வரைக்கும் 90 வகுப்புகள் மாத்திரம் இருக்கிறபடியினாலே 90 வகுப்பு அகல அளவுக்கதிகமாய் ஓரிடமும் குறிக்கப்பட்டிராது.

41. அன்றியும் இடைவரையிலே மத்திவரையின்

வகுப்புக்களை காட்டிய இலக்கங்கள் ஓரிடம் முதன்மையான மத்திவரைக்கு இவ்வளவு தூரமென்று காண்பிக்கின்றன. அந்த மத்திவரைக்கும் ஓரிடத்துக்கும் இருக்கிற தூ ரம் நீள அளவென்றும் ஆங்கிலத்திலே Longitude என்றும் சொல்லப்படும். மேலும் அந்த முதன்மையான மத்திவரைக்குக் கிழக்கேயிருக்கிற இடத்தின் தூரம் கிழக்கு நீள அளவென்றும், மேற்கேயிருக்கிற இடத்தின் தூரம் மேற்கு நீள அளவென்றும் சொல்லப்படும். முதன்மையான மத்திவரையைக் கல்விமான்கள் பலவிடங்களில் குறித்தார்கள். இங்கிலாந்து தேசத்தார் லொந்தோன் (லண்டன்) நகருக்குச் சமீபமான கிரீன்வீட்ச் ஊரில் இருக்கிற மத்திவரையை முதன்மையானதென்றும் பிராஞ்சி (பிரெஞ்சு) தேசத்தார் பரிஸ் (பாரிஸ்) நகரில் இருக்கிற மத்திவரையை முதன்மையானதென்றும், மற்றவர்கள் பெரோத் தீவிலேயிருக்கிற மத்திவரையை முதன்மையானதென்றும் ஏற்படுத்தியிருக்கிறார்கள். பூமியுண்டையிலே ஏது முதன்மையாகக் குறிக்கப்பட்டிருக்கிறதோ அதுமுதல் நீள அளவின் கணக்குப் பார்க்க வேண்டும். இடைவரையிலே மத்திவரைகள் ஒன்றுக்கொன்று சமமான தூரமாய் இருக்கின்றன. அவை முனைகளுக்குச் சமீபமாகிற பொழுது ஒன்றிற்கொன்று உண்டாயிருக்கிற தூரம் மென்மேலும் குறைவுபடுகின்றது. ஆனபடியினாலே நீள அளவின் வகுப்புக்களும் அந்தப்படியே குறைவுபடுகின்றன. 60 அகல அளவு வகுப்புகளுக்குள்ளே ஒரு நீள அளவு வகுப்பு ஒரு அகல அளவு வகுப்பின் பாதி மாத்திரம் தூரமாயிருக்கும். முனைகளினிடத்திலே ஒரு நீள அளவு வகுப்பு 1 1.˙.5 மைல் மாத்திரம் தூரமாயிருக்கின்றது என்று அறிந்து கொள்வீர்களாக.

42. இப்படியெல்லாம் எழுதவேண்டுவது என்னவென்றால், அந்தந்த தேசங்கள் பட்டினங்கள் கிராமங்கள் முதலானவைகளின் எல்லைகளையும் அவைகள் ஒன்றுக்கொன்று உண்டாயிருக்கிற தூரத்தையும் ஆகாச வித்தியாசங்களையும் அறியும்படிக்கு இப்படியே எழுதியிருக்கின்றது. ஆதலால் பூமியுண்டைகளும் படங்களும் பிரயாணக்காரருக்கு மிகுந்த பிரயோஜனமாய் இருக்கின்றன.

இரண்டாவது

பூமியிலுள்ள ராச்சியங்கள் முதலியவைகளைக் குறித்துச் சொல்லியது.

43. சமுத்திரத்திலுள்ள தீவுகளையல்லாமல் பூமியானது நான்கு கண்டங்களாக வகுக்கப்படும். முதல் கண்டத்துக்கு ஆசியாவென்றும், இரண்டாம் கண்டத்துக்கு ஐரோப்பாவென்றும், மூன்றாம் கண்டத்துக்கு ஆப்பிரிக்காவென்றும், நான்காம் கண்டத்துக்கு அமேரிக்காவென்றும் பேர். விஸ்தாரமான தென் சமுத்திரத்திலுள்ள தீவுகள் ஐந்தாம் கண்டமாம்.

44. மேற்சொல்லிய கண்டங்களிலே தேசங்களும் தேசங்களில் நாடுகளும் மண்டலங்களும் நாடுகளில் மலைகள், நதிகள், ஏரிகள், ஊர்கள், பட்டினங்கள் முதலியவைகளும் உண்டு.

45. 1813 -ஆம் வருடத்திலே அவ்வைந்து கண்டங்களிலும் உள்ள மனிதர்கள், ஏறக்குறைய நூறு கோடி பேரிருந்தார்கள். அவர்களில் பதினேழரைக் கோடி பேர் கிறிஸ்தவர்கள். ஒரு கோடி பேர் யூத மார்க்கத்தார். பதினாறு கோடி பேர் முகம்மது மார்க்கத்தார். 65 இ கோடி பேர் விக்கிரக ஆராதனைக்காரர்.

46. சில தேசத்தார் ராஜாக்களாலும் சில தேசத்தார் தங்களிலிருந்து எடுத்த சங்கத்தாராலும் சில தேசத்தார் அவ்விருவராலும் ஆளப்படுகிறார்கள்.

47. பலபல தேசத்தாருக்கு பலபல வன்னமும் (நிறங்களும்) தொழில்களும் வழக்கங்களும் காலங்களும் ஆளுகையும் உண்டு. அந்தக் கண்டங்களிலுள்ள தேசங்களையும் அவைகளிலுள்ள மனிதர்களையும் அவர்களுடைய வயனங்களையும் (வயனம் - அமைப்பு, நிலைமை) காண்பிக்கிற விபரமாவது.

1. ஆசியா

கண்டத்தைக் குறித்துச் சொல்லியது

48. நான்கு கண்டங்களில் ஆசியா கண்டம் பெரிதாய் இருக்கின்றது. கிழக்கின் கடைசி எல்லை முதல் மேற்கின் கடைசி எல்லை வரைக்கும் ஏறக்குறைய 605 காதவழி தூ ரம் இருக்கின்றது. வடக்கின் கடைசி எல்லை முதல் தெற்கின் கடைசி எல்லை வரைக்கும் ஏறக்குறைய 546 காதவழி தூ ரமிருக்கின்றது.

49. அதின் அகல அளவு இடைவரை முதல் வடக்கிலே 78 வகுப்பு வரைக்கும் இருக்கின்றது. அதன் நீள அளவு முதன்மையான மத்திவரைக்குக் கிழக்கிலே 25 வகுப்புக்கும் 190 வகுப்புக்கும் நடுவே இருக்கின்றது.

50. அதின் எல்லைகளாவன, வடதிசைக்கு வட சமுத்திரமும், கிழக்குத் திசைக்கு பாசிப்பிக்கு (பசிபிக்) சமுத்திரமும், தென் திசைக்கு இந்து சமுத்திரமும், மேற்குத் திசைக்கு ஆப்பிரிக்கா கண்டமும் ஐரோப்பா கண்டமுமேயாம்.

51. ஆசியா கண்டத்திலே துருக்கர் பாஷையும், மோகுல் பாஷையும், பார்சி பாஷையும், அரபி பாஷையும், சமஸ்கிருத பாஷையும், பாலி பாஷையும், மலேய் பாஷையும், சீனா பாஷை யும்,யாப்பான் (ஜப்பான்) பாஷையும் பிரதானமானவைகள்.

52. மற்ற கண்டங்களைப் பார்க்கிலும் ஆசியா கண்டம் மிகுந்த பொன் வெள்ளி இரற்றினங்கள் (இரத்தினங்கள்) சரக்குகள் முதலானவைகள் உள்ளது. அல்லாமலும் அதிலே பராபரன் முதன்மையான மனிதரை உண்டாக்கினார். அதிலே மனிதர்கள் பெருகிப் பூமியிலெங்கும் பரவிப்போய்க் குடியேறினார்கள். அதிலே உலக இரட்சகராகிய இயேசுகிறிஸ்து நாதர் பிறந்து, மனிதர்களுடைய பாவங்களை நிவிர்த்தி செய்தார். அவருடைய சுவிசேஷமும் அதிலிருந்து பூலோகத்தில் எங்கும் பிரசித்தம் ஆயிற்று. சத்திய வேதத்தில் சொல்லியிருக்கிற மற்றும் கனமான காரியங்களும் அதிலே நடந்தன. பலபல தொழில், கல்வி முதலானவைகளும் அதில் ஆரம்பமாயின. ஆகையால்

ஆசியா கண்டம் மிகவும் மேன்மையாய் இருக்கின்றது.

53. ஆசியா கண்டம் (14) சேதங்களாக வகுக்கப்பட்டிருக்கின்றது. அவையாவன

1. துருக்கர் தேசம் (Turkey)
2. அரபி தேசம் (Arabia)
3. பார்ச தேசம் (Persia)
4. இந்து தேசம் (Hindustan)
5. அசம் தேசம் (Assam)
6. பிர்மன் தேசம் (Burmah)
7. மலக்க தேசம் (Malacca)
8. சீயம் தேசம் (Siam)
9. தொங்கின் தேசம் (Tonkin)
10. சீனா தேசம் (China)
11. தீபேத்து தேசம் (Thibet)
12. சீனாத் தத்தாரி தேசம் (Chinese Tartary)
13. பெரிய தத்தாரி தேசம் (Independent Tartary)
14. சீபேரியா தேசம் (Siberia)

இவைகளே.

அந்தத் தேசங்களையும் ஆசியா கண்டத்தைச் சூழ்ந்திருக்கிற தீவுகளையும் குறித்து முறையே சொல்லுகிற விவரமாவது.

1. துருக்கர் தேசம் (Turkey):

54. துருக்கருடைய இராச்சியம் ஆசியாவிலேயும் ஐரோப்பாவிலேயும் ஆப்பிரிக்காவிலேயும் உள்ளது. ஐரோப்பாவிலேயும் ஆப்பிரிக்காவிலேயும் உள்ளதைக் குறித்து பின்னாலே சொல்லப்படும். ஆசியாவிலுள்ள துருக்கர் தேசத்தைவிட அகல அளவு 28 வகுப்பு முதல் 44 வகுப்பு வரைக்கும் உள்ளது. அதின் கிழக்கு நீள அளவு 26 வகுப்பு முதல் 45 வகுப்பு வரைக்கும் உள்ளது. அதின் எல்லையாவது, வடதிசைக்கு கறுப்புக்கடலும் கிழக்குத் திசைக்கு பார்ச (Persia) தேசமும் தென்திசைக்கு அரபி தேசமும் மேற்குத் திசைக்கு மெதித்திராணியாக் (Mediterranean) கடலுமே.

55. அதிலேயிருக்கிற சனங்கள் வெண்மையான வன்னமுள்ளவர்கள் (நிறமுள்ளவர்கள்). அவர்களில்

அதிகமான பேர் முகம்மது மார்க்கத்தார். அநேகம் கிரேக்கைக் கிறிஸ்தவர்களும் சில யூதர்களும் உண்டு. முகம்மது மார்க்கத்தானாகிய ஒரு இராயன் அந்தத் தேசத்தை சுயாதீனமாய் ஆளுகிறான். அவன் ஐரோப்பாவிலுள்ள கொனிஸ்தந்தீன்புரியிலே (Constantinople) வாசம்பண்ணி இராச்சிய பரிபாலனம் பண்ணுகிறான். அதிலே ஏறக்குறைய 90 இலட்சம் குடிகளிருக்கிறார்கள்.

56. ஆசியாவிலுள்ள துருக்கர் தேசத்திலே இருக்கிற பிரதானமான மலைகளாவன : ஒலிம்புமலை, சவுருமலை, கவுக்காசுமலை, ஆரராத்து (Ararat) மலை, லிபனோன் மலை, எர்மோன் மலை முதலானவைகளே. பூர்வீகத்திலே ஜலப்பிரளயமானபொழுது, சத்தியவருமன் என்னும் நோவாவினுடைய கப்பல் ஆரராத்து மலையின் மேலிறங்கி தங்கியது.

57. பிரதானமான நதிகளாவன : ஐப்பிராத்து நதி (Euphrates),தீகிரிஸ் நதி (Tigris), யோர்தான் நதி (Jordan) முதலானவைகளே. யோர்தான் நதி யூதேயா நாட்டுக்கு எல்லையாய் இருக்கின்றது. அங்கே யோவான் ஸ்நானன் பிரசங்கம் பண்ணினான். யோர்தான் நதி சவக்கடலில் பிரவேசிக்கிறது. அந்தச் சவக்கடலினிடத்திலே பூர்வீகத்தில் சோதோம் கொமோரா முதலான ஊர்களிருந்தன. ஐப்பிராத்து நதியருகே முதன்மையான மனிதர்கள் இருந்த ஏதேன் தோட்டம் உண்டாயிருந்தது என்று தோன்றுகின்றது.

58. துருக்கர் தேசம் சமபூமியாய்க் குடிகளுக்கு மிகவும் சவுக்கியமான இடமாயிருக்கின்றது. ஆகிலும் பெருவாரிக் காய்ச்சல் அதிலே அடிக்கடி உண்டாகிறபடியினாலும், குடிகள் மிகவும் அறிவில்லாதவர்களானபடியினாலும், அவர்கள் அதிக சவுக்கியத்தை அனுபவிக்கிறதில்லை. சில இடங்களில் ஜனங்கள் விஸ்தாரமாய் வியாபாரம் பண்ணுகிறார்கள்.

59. அந்தத் தேசம் மிகவும் செழிப்பானது. பட்டு, தானியம், திராட்சரசம், எண்ணெய், பஞ்சு, தேன், சகலவித விருட்சத்துப் பழங்களும், புகையிலை, காப்பிக்கொட்டை, வெள்ளைப்போளம், குங்கிலியம் முதலான சரக்குகளும், மலைகளில் பொன், வெள்ளி, செம்பு, இரும்பு முதலானவைகளும் உண்டு. குதிரைகளும், ஒட்டகங்களும், ஆடுகளும், ஜனங்களுக்கு

மிகவும் பிரயோசனம் ஆனவைகளாய் இருக்கின்றன.

60. ஆசியா கண்டத்திலுள்ள துருக்கர் தேசம் ஆறு நாடாக வகுக்கப்படும். அவையாவன : சின்ன ஆசியா (Asia Minor) என்னப்பட்ட நாத்தோலியா (Anatolia) நாடு, அருமேனி (Armenia) என்னப்பட்ட துருக்கொமானிய நாடு, மேசொப்பொத்தாமியா (Mesopotamia) என்னப்பட்ட தியார்பேக்கு நாடு, கல்லுதேயா என்னப்பட்ட ஈர்க்கு அரபி நாடு, அசீரிய (Assyria) என்னப்பட்ட குர்திஸ்தான் நாடு, சீரியா (Syria) நாடு இவைகளே.

சின்ன ஆசியா என்னப்பட்ட நாத்தோலியா நாட்டிலே, கொளோசை (கொலோசெ), ஏபேசை (எபேசு), லவோதிக்கேயா, சிமிர்னா, சருதேஸ் (சர்தை), பிலதெல்ப்பியா முதலான பட்டினங்களில் அப்போஸ்தலர்களாலே கிறிஸ்து சபைகள் உண்டாக்கப்பட்டன. அறிவிப்பென்னும் புத்தகத்தில் (வெளிப்படுத்தின விசேஷத்தில்) முன்னறிவிக்கப்பட்டிருக்கிறபடி அந்தச் சபைகள் இப்பொழுது பாழாய் இருக்கின்றன.

தியார்பேக்கு நாடு பூர்வீகத்திலே மேசொப்பொத்தாமியா (Mesopotamia) என்னப்பட்டது. அது ஆபிரகாம் என்பவர் பிறந்த நாடு. (ஆபிரகாம் காரானூரிலே குடியிருக்கிறதற்கு முன்னமே மெசொப்பொத்தாமியா நாட்டிலே இருக்கும்போது மகிமையின் தேவன் அவனுக்குத் தரிசனமாகி.. அப்போஸ்தலருடைய நடபடிகள் 7:2) அந்தத் திசையிலே நம்முடைய ஆதிதாய் தகப்பன்மார் அனுபவித்துக் கொண்ட பரதீசு என்னும் ஏதேன் பூஞ்சோலை இருந்தது. அங்கே ஜலப்பிரளயமும் ஆரம்பமாயிற்று.

சீரிய நாட்டிலே பூர்வீகத்தில் பலஸ்தீனா என்றும் கானான் என்றும் யூதேயா தேசமென்றும் சொல்லப்பட்ட நாடிருந்தது. அதிலே உலக இரட்சகராகிய இயேசுகிறிஸ்து பிறந்த பெத்லகேம் ஊரும், அவர் பாடுபட்டு மரணமடைந்த எருசலேம் நகரும் உண்டு. எருசலேம் நகரிலிருந்து அப்போஸ்தலர்கள் புறப்பட்டு நாலு திசைகளிலேயும் இயேசுகிறிஸ்துவைக் குறித்து சுவிசேஷத்தைப் பிரசங்கம் பண்ணினார்கள். (வாசிக்க : அப்போஸ்தலருடைய நடபடிகள் 1:5-8 மற்றும் அப்போஸ்தலருடைய நடபடிகள் 8:1-4)

61. ஆசியாவிலுள்ள துருக்கர் தேசத்திலே பிரதானமான பட்டினங்களாவன :

அலேப்போ (Aleppo) பட்டினம் - அது சீரியா (Syria)

நாட்டின் நகரம்

பகுதாத் பட்டினம் - அது முன்னே பாபிலோன் இருந்த இடத்துக்கு அருகே இருக்கின்றது.

புசோர் பட்டினம் - அது ஐப்பிராத்து நதியருகே இருக்கின்றது.

தமஸ்கு ஊர், தீரு பட்டினம், சீதோன் பட்டினம், எருசலேம் நகரம், நாசரேத்தூர், பெத்துலேகேம் (பெத்லகேம்) ஊர் ஆகிய இவைகள் சத்திய வேதத்தில் குறிக்கப்பட்டிருக்கின்றன.

எருசலேம் பட்டினத்தின் இடத்தில் இயேசுகிறிஸ்து நாதரை அடக்கம் பண்ணப்பட்ட கல்லறையை அங்கேயிருக்கிற கிறிஸ்தவர்கள் காண்பிக்கிறார்கள். அதில் அநேக திரவியங்கள் வைக்கப்பட்டிருக்கின்றன. அருமேனிய நாட்டின் கிறிஸ்தவர்களுடைய மதமும் உரோமன் சபையாருடைய மதமும் விஸ்தாரமாய் இருக்கின்றன. அருமேனியருடைய மதத்திலே சன்னியாசிகள் இருக்கிற அறைகளைத் தவிர பரதேசிகளுக்காக ஓராயிரம் அறைகள் உண்டு. கிரேக்கராகிய கிறிஸ்தவர்கள் அங்கே இருபது கோவில்களை கட்டியிருக்கிறார்கள்.

62. பூர்வீகத்திலே அந்தத் தேசம் பல பல தேசங்களாகப் பிரிக்கப்பட்டிருந்தது. அவைகள் அசீரியா, பாபிலோன், யூதேயா, சமாரியா, சீரியா முதலான தேசங்களே. அந்தத் திசையிலே சலப்பிரளயமான பின்பு, நோவாவினுடைய மூன்று குமாரராகிய சேம், காம், யாப்பேத் என்பவர்களுடைய வம்சத்தார் பெருகி பூமியை மென்மேலும் மனிதர்களாலே நிரப்பி, நாலு திசைகளுக்கும் போய்க் குடியேறினார்கள். உலகம் உண்டாகி, 1771 வருஷத்திலே பாபிலோன் நகர் உண்டாக்கப்பட்டு, மற்றத் தேசங்களை ஆண்டுகொண்ட இராச்சியமாயிற்று. அதின் இராஜாக்களில் நிம்ரோத், செமிர்மிஸ், நெபுகத்துநெசார் (நெபுகாத்நேச்சார்) முதலானவர்கள் பிரதானமானவர்கள். 3456 வருஷத்திலே பார்சரும் மேதருமானவர்கள் கீருஸ் என்பவனாலே நடத்தப்பட்டு பாபிலோனரைக் கீழ்ப்படுத்தி, அந்தத் தேசங்களையெல்லாம் ஆண்டார்கள். பின்பு 3673 வருஷத்திலே ஐரோப்பா கண்டத்திலுள்ள கிரேக்கை தேசத்தார் அலேக்குசந்தர் என்பவனாலே நடத்தப்பட்டு அந்தத் தேசங்களுக்கு ஆண்டவர்கள் ஆனார்கள். 3815 வருஷத்திலே ஐரோப்பா கண்டத்திலுள்ள உரோமர் வந்து அந்தத் தேசங்களை மென்மேலும் தங்கள்

வசமாக்கி ஆண்டார்கள். அவர்களுடைய காலத்தில், 4004 வருஷத்திலே கருத்தராகிய இயேசுகிறிஸ்து யூதேயா நாட்டிலே பிறந்தார். அவர் உலகத்தாருக்கு இரட்சப்புண்டாக்கின பின்பு பராபரனுடைய தயவினாலே அந்தத் தேசத்தாருக்கு இயேசுநாதருடைய சுவிசேஷம் அறிவிக்கப்பட்டிருந்தது. மிகுந்த யூதர்களும் விக்கிரக ஆராதனைக்காரரும் மனந்திரும்பி அதை ஏற்றுக்கொண்டு கிறிஸ்தவர்கள் ஆனார்கள். அப்படி அஞ்ஞான இருள் நீங்கின பின்பு பிற சந்ததியார் லவுகீக மனசு உள்ளவர்களாகி கிறிஸ்து மார்க்கத்திலே உண்மையாய் நடக்கவில்லை. ஆகையால் அவர்களுக்குத் தண்டிப்பாக பராபரன் தமது சுவிசேஷமாகிய விளக்கை அவர்களிலிருந்து நீக்கினார். எப்படியெனில், உனனர், வண்டாளர் முதலான துஷ்ட ஜனங்கள் வடக்கிலிருந்து அந்தத் தேசத்திற்குள் பிரவேசித்து, குடிகளை உபத்திரவப்படுத்தினதும் அல்லாமல், முகம்மது மார்க்கத்தாராகிய துருக்கொமன்னியர் என்னப்பட்ட மிகுந்த சேனைகள்கிழக்கிலிருந்து வெள்ளம்போல வந்து, அத்தேசங்களைக் கட்டிக்கொண்டு, குடிகளைத் தங்களுக்குக் கீழ்ப்படுத்தி, முகம்மது மார்க்கத்தை அதிலே பலவந்தமாய் ஸ்தாபித்து, இதுவரைக்கும் ஆளுகை செய்து வருகிறார்கள். அந்த துருக்கொமன்னியரை ஆண்ட பிரபுக்களில் ஒத்துமான் (Ottoman) என்பவனும் தாமர்லான் (Tamerlane) என்பவனும் வீரவான்களாய் இருந்தார்கள். ஒத்துமான் என்பவனாலே அந்த ஜனங்களுக்கு ஒத்துமானர் என்றும் பேருண்டாயிற்று. ஐரோப்பா கண்டத்திலுள்ள துருக்கர் தேசத்தைக் குறித்து சொல்லப்படும் சரித்திரத்தினாலே அவர்களை விவரமாய் அறிவீர்கள்.

63. துருக்கர் தேசத்தைச் சேர்ந்த தீவுகளுண்டு. அவைகள் : தேனெது, இலெஸ்பு, ஸ்கீயோ, ரோதிஸ், சாமு, பத்மு, சீப்புரு முதலானவைகளே. இலெஸ்பு தீவுக்கு மேத்தேலின் என்றும் பேர். பத்மு தீவிலே அப்போஸ்தலனாகிய யோவான் கி.பி 96 -ஆம் வருஷத்திலே ஞான திருஷ்டியடைந்து அறிவென்னும் தீர்க்கதரிசன ஆகமத்தை (வெளிப்படுத்தின விசேஷம்) எழுதினார்.

2. அரபி தேசம் (Arabia) :

64. அரபி தேசமும் விஸ்தாரமாய் இருக்கின்றது. அது 170 காதவழி நீளமும் 90 காதவழி அகலமும் உள்ளது. அதின் வட அகல அளவு 12 வகுப்பு முதல் 32 வகுப்பு வரைக்கும் உள்ளது. அதின் கிழக்கு நீள அளவு 36 வகுப்பு முதல் 60 வகுப்பு வரைக்கும் உள்ளது.

அதின் எல்லைகளாவன : வடதிசைக்குத் துருக்கர் (Turkey) தேசமும், கிழக்குத்திசைக்குப் பார்ச (Persia) தேசமும், பார்ச (Persian Gulf) கடலும், தென் திசைக்கு இந்து சமுத்திரமும், மேற்குத் திசைக்கு ஆப்பிரிக்கா கண்டத்தைச் சேர்ந்த சுவந்த கடலும் (Red Sea)ஆனவைகளே. அந்தச்சுவந்த (சிவந்த) சமுத்திரத்தை இஸ்ரவேல் ஜனங்கள் அற்புதமாய்க் கடந்து கானான் தேசத்துக்குப் போனார்கள்.

65. அரபி தேசத்தாரும் முகம்மது மார்க்கத்தாராய் இருக்கிறார்கள். அவர்களில் அநேகர் கூடாரங்களில் வாசம் பண்ணி அங்கங்கே அலைந்து திரிந்து வழிப்போக்கரை கொள்ளையிட்டுப் பிழைக்கிறார்கள். அவர்கள் கூட்டங்களாக வகுக்கப்பட்டு, தங்களுக்குள்ளே பெரியவர்களாகிய ஏமிர் (Ameer) என்னும் பிரபுக்களாலே ஆளப்படுகிறார்கள். மற்றவர்கள் பட்டினங்களிலேயும் கிராமங்களிலேயும் குடியிருந்து, பயிரிடுகிற தொழிலையும் இடையருடைய தொழிலையும் செய்து, தங்கள் தங்கள் பிரபுக்களுக்குக் கீழ்ப்படிந்து, பிழைக்கிறார்கள். அவர்கள் பேசுகிற பாஷை எபிரெயப் பாஷைக்கு இனமான அரபி பாஷையே. பூர்வீகத்திலே அவர்கள் பல பல கல்விகளை அறிந்து கொண்டார்கள். இப்பொழுது அவர்கள் மிகுந்த அறியாமை உள்ளவர்களாய் இருக்கிறார்கள். அரபு என்பதும் கள்ளன் என்பதும் ஒக்கும்.

66. அதிலே சீனாய், ஓரேப் முதலான மலைகள் உண்டு. அந்த மலைகளினிடத்திலே பராபரன் மோசே என்பவனுக்குப் பிரசன்னமாகி வேத நூலை அருளிச் செய்தார். கிரேக்கை சபையின் சன்னியாசிகளும் உரோமன் சபையின் சன்னியாசிகளும் அந்த மலைகளின்மேலே மதங்களை

உண்டாக்கி பரிசுத்தமானவைகள் என்றெண்ணி இருக்கிறார்கள்.

67. பெரிய நதிகள் இல்லை. வட திசையிலே ஐப்பிராத்து (Euphrates) நதி மாத்திரம் உண்டு.

68. அரபி தேசம் மிகவும் உட்டிண (உஷ்ண) பூமியாய் இருக்கின்றது. பொல்லாத காற்றுகளும் அடிக்கடி ஜனங்களை உபத்திரவப்படுத்துகின்றன.

69. அதிலே கொஞ்ச நிலம் மாத்திரம் செழிப்புள்ளது. மற்றப் பூமி மணலுள்ளதாய் விஸ்தாரமான வனாந்தரமாய் இருக்கின்றது. சீனாய், ஓரேப் என்னும் மலைகளைச் சூழ்ந்திருக்கிற வனாந்திரத்தின் வழியாய் இஸ்ரவேல் ஜனங்கள் எகிப்திலிருந்து கானான் தேசத்துக்குப் பிரயாணமாய் போனார்கள். அத்தேசத்தின் தென்பக்கத்திலே கிலியத்துப் (கீலேயாத்) பிசின் தைலம், மன்னா, வெள்ளைப் போளம், இலவங்கம், மிளகு, எல்வரிசி, கரியபோளம், குங்கிலியம் முதலானவைகளும், தேன், மெழுகு முதலானவைகளும், காப்பிக் கொட்டைகளும்,பேரீந்தம் (பேரீச்சம்) பழங்களும், ஒட்டகங்களும் உண்டு. அந்த ஒட்டகங்கள் அத்தேசத்தாருக்கு மிகுந்த பிரயோசனமாய் இருக்கின்றன. அவைகள் இல்லாவிட்டால் குடிகளுக்குப் பிழைப்பு வரமாட்டாது. அங்கேயிருக்கிற குதிரைகளும் நல்ல சாதியாயிருந்து பலபல தேசங்களுக்குக் கொண்டுபோய் விற்கப்படுகின்றன.

70. அரபி தேசம் மூன்று வகுப்பாக வகுக்கப்படும். அரபி பேத்திரேயா என்னும் கல்லாபி நாடு, அரபி தேசர்த்தா என்னும் வனாந்திர அரபி நாடு, அரபி பேலிக்ஸ் என்னும் செழிப்புள்ள அரபி நாடு இவைகளே.

அரபி பேலிக்ஸ் நாட்டிலே மெக்கா, மேதினா, மொகா, சாவானா முதலிய பட்டினங்கள் உண்டு. மெக்காப்பட்டினத்திலே முகம்மது என்பவன் 569 வருஷத்திலே பிறந்தான். அவன் கிறிஸ்தவர்களுக்கும் யூதர்களுக்கும் உண்டான வேதத்தை எடுத்து தன் இஷ்டப்படிக்கு அதிலிருந்து சில சரித்திரங்களை எடுத்து, பல கட்டுக்கதைகளைக் கூட்டி, கோறான் (குர்ஆன்) என்னப்பட்ட வேதத்தை உண்டாக்கி, பலவந்தமாய் அதை மற்றச் சனங்களுக்கு ஒப்புவித்தான். அதை ஏற்றுக்கொண்டவர்களுக்கு முகம்மது மார்க்கத்தார் என்று பேர். அவர்களுடைய கோவில்கள் மொஸ்க் (Mosque) என்னப்படும். மெக்காவிலே இருக்கிற

கோவில் மிகவும் அலங்காரமாய் இருக்கின்றது. அதற்கொரு நூறு வாசல்கள் உண்டு. அதின் கூரை பொன்னினால் மூடப்பட்டிருக்கின்றது. உள்ளேயும் அது பல விசித்திரமான பொற்சிலைகளாலே அலங்காரமாக்கப்பட்டிருக்கின்றது. கோறான் சொல்கிறபடி முகம்மது மார்க்கத்தார் எவனோ அவன் எப்படியும் தன் சீவகாலத்திலே ஒருதரம் அங்கேபோய் தொழுதுகொள்ள வேண்டியபடியினாலே, இலக்கத்துக்கு அடங்காத முகம்மது மார்க்கத்தார் வருஷந்தோறும் நாலு திசைகளிலும் இருந்து அவ்விடத்துக்கு யாத்திரைப் போகிறார்கள்.

மெதீனா பட்டினத்திலே முகம்மது அடக்கம் பண்ணப்பட்டான். அவ்விடத்திலே நானூறு தூண்களையும் எப்பொழுதும் எரிகிற விளக்குகள் உள்ள 300 பொன் விளக்குத் தண்டுகளையும் உடைய கோவில் இருக்கிறது. அவ்விடத்திற்கும் அநேக முகம்மது மார்க்கத்தார் வருடந்தோறும் யாத்திரையாய்ப் போகிறார்கள்.

71. அரபி தேசத்தார் ஆபிரகாமின் குமாரனாகிய இஸ்மவேலின் சந்ததியார்கள். அவர்கள் கொள்ளைக்காரருடைய தொழிலைச் செய்து மிகுந்த பராக்கிரமசாலிகள் ஆனபடியினாலே, கிரேக்கராலும் ரோமராலும் தத்தாரிகளாலும் அடிக்கடி துன்பப்படுத்தப்பட்டு வந்தும் ஒருவராலும் செயிக்கப்படவில்லை. அதினாலே இஸ்மவேல் துஷ்ட மனிதனாய் இருப்பான். அவனுடைய கை எல்லாருக்கும் விரோதமாகவும், எல்லாருடைய கையும் அவனுக்கு விரோதமாகவும் இருக்கும் என்று அவனையும் அவனுடைய சந்ததியையும் குறித்து பூர்வீகத்திலே வேதம் சொல்லிய தீர்க்கதரிசனம் (ஆதியாகமம் 16:12) இதுவரைக்கும் நிறைவேறி வருகின்றது. முன்பு அவர்கள் விக்கிரக ஆராதனைக்காரராய் இருந்தார்கள். பின்பு அவர்களும் அவர்களுக்குள்ளே வாசம்பண்ணிக் கொண்டிருந்த அநேக யூதர்களும் கிறிஸ்தவர்கள் என்னப்பட்டவர்களும் முகம்மது மார்க்கத்தார் ஆனார்கள். கிறிஸ்து பிறந்து 627 வருஷத்திலே முகம்மது மெதீனா பட்டினத்திலே இராஜாவாக கூறப்பட்டான். அவன் அரபி தேசத்தையும் சீரிய தேசத்தையும் தனக்கு உட்படுத்தின பின்பு 632 வருஷத்திலே இறந்து போனான். அவனுடைய சந்ததியாரில் ஒருவன் பார்சி தேசத்திலேயும் ஒருவன் அரபி தேசத்திலேயும் எகிப்து தேசத்திலேயும்

பிரதானிகளாகி காலிப் என்னப்பட்டார்கள். அவர்கள் மிகுந்த யுத்தங்களை பண்ணி, அநேக தேசங்களைக் கீழ்ப்படுத்தினார்கள். அரபராகிய முகம்மது மார்க்கத்து பிரபுக்கள் சரசேனர் என்றும் மோரர் என்றும் சொல்லப்பட்டு ஆப்பிரிக்கா கண்டத்திலுள்ள மவுரித்தானியா தேசத்திலிருந்து ஐரோப்பா கண்டத்தில் பிரவேசித்து, இஸ்பானியா, பிராஞ்சி (France) இத்தாலி முதலான தேசங்களை சில நூறு வருஷங்கள் ஆண்டுகொண்டு, பின்பு அந்தந்த தேசத்தாராலே துரத்தப்பட்டார்கள். அரபர் இதுவரைக்கும் ஒருவருக்கும் கீழ்ப்படியாமல் தங்கள் தங்கள் பெரியோர்களாகிய இமான் என்பவர்களாலே ஆளப்படுகிறார்கள். சிலர் மாத்திரம் துருக்கருக்கு உட்பட்டிருக்கிறார்கள். அந்த இமானர் இராஜாக்களைப் போலவும் பிரதான ஆசாரியரைப் போலவும் அதிகாரமுள்ளவர்கள்.

3. பார்சு தேசம் (Persia) :

72. அரபி தேசத்தைப் பார்க்கிலும் பார்சு தேசம் அதிக விஸ்தாரமாய் இருக்கின்றது. அதின் நீளம் 130 காதவழியும், அதின் அகலம் 105 காதவழியும் இருக்கும். அதின் வட அகல அளவு 25 வகுப்பு முதல் 40 வகுப்புவரைக்கும் இருக்கின்றது. அதின் கிழக்கு நீள அளவு 45 வகுப்பு முதல் 70 வகுப்பு வரைக்கும் இருக்கின்றது. அதற்கு ஈரான் என்றும் பேர்.

73. அதின் எல்லைகளாவன : வடதிசைக்கு ஆராரத்து (அராராத்) மலைகளும் கஸ்பியன் (Caspian) கடலும் பெரிய தாத்தாரி தேசமும், கிழக்குத்திசைக்கு இந்து தேசமும், தென்திசைக்கு இந்து சமுத்திரமும் பார்சுக்கடலும; (Persian Gulf), மேற்கு திசைக்கு அரபி தேசமும் துருக்கர் தேசமுமானவைகளே.

74. பார்சு தேசத்திலே ஏறக்குறைய கோடி குடிகள் இருக்கிறார்கள். அவர்களில் அநேகர் முகம்மது மார்க்கத்தார். சிலர் அக்கினியை நமஸ்காரம் பண்ணுகிறவர்கள். அவர்களுக்கு கேபர் என்றும் கவுர் என்றும் பேர். பாக்கு என்னும் பட்டினத்தினருகே பூமியிலிருந்து எழும்புகிற அக்கினிச் ஜுவாலையைக் கும்பிட்டு தேவ ஆராதனை செய்கிறார்கள். மேலும் அவர்கள் தங்களை பூர்வீகத்திலிருந்த சொரொவஸ்தர் (Zoroaster)என்பவனுடைய சீடர்கள் என்று சொல்லுகிறார்கள்.

சபேயர் என்னும் கிறிஸ்தவர்களும் அருமேனியர் என்னும் கிறிஸ்தவர்களும் இருக்கிறார்கள். அத்தேசத்தை ஒரு ராசா ஆளுகிறான்.

75. தவுரு என்னும் மலைகள் தொடர்ச்சி மலைகளாகி துருக்கர் தேசம் முதல் பார்சு தேசத்தைக் கடந்து இந்து தேசம் வரைக்கும் இருக்கின்றன. வடக்கிலே தாகிஸ்தான் என்னப்பட்ட கவுக்காஸ் ஆரராத்து மலைகளுண்டு.

76. பார்சு தேசத்திலே விஸ்தாரமான நதிகள் இல்லை. கூர் (Kur) நதி பிரதானமானது. ஓக்குஸ் நதி வடக்கின் எல்லையிலே இருக்கின்றது. இந்து நதி கிழக்கின் எல்லையிலே உண்டு. ஐப்பிராத்து (Euphrates) நதியும் தீகிரிஸ் (Tigris)நதியும் மேற்கின் எல்லையிலே இருக்கின்றன. விஸ்தாரமான ஏரிகளும் குளங்களும் இல்லாவிட்டால் தண்ணீர்க் குறைச்சலினாலே அந்த தேசத்திலே மிகுந்த உபத்திரம் உண்டாயிருக்கும்.

77. பார்சு தேசம் பாதி சமபூமியாயும் பாதி உட்டிண (உஷ்ண) பூமியாயும் இருக்கின்றது. அதின் வயல் நிலங்களில் சில மிகவும் செழிப்புள்ளவைகள். அரிசி, கோதும்பை, வாற்கோதும்பை, பல சாதியான விருட்சத்துப் பழங்கள், பல சாதியான சரக்குகள் சம்பூர்ணமாய் இருக்கின்றன. நல்ல குதிரைகள், ஆடுமாடுகள், கழுதைகள் முதலியவைகளும் உண்டு.

78. பார்சு தேசம் 13 நாடுகளாக வகுக்கப்பட்டிருக்கின்றது. அவையாவன :

பார்சிஸ்தான் நாடு,

இராக்கஷேமி நாடு - இதற்கு பூர்வீகத்திலே பார்த்தியா நாடென்று பேர்

ஆகர்பைசான் (Azerbaijan)நாடு - பூர்வீகத்திலே மேதியா (Medea) என்னப்பட்டது.

குசிஸ்தான் நாடு - முன்னே சூசியானா என்னப்பட்டது.

மசந்தர் நாடு

கோராசான நாடு - முன்னே இர்க்காளியா என்னப்பட்டது.

கீலான நாடு - இதுவும் முன்னே இர்க்காளியா என்னப்பட்டது.

சபலெஸ்தான் நாடு - முன்னே பக்குத்திரியானா என்னப்பட்டது.

ஷிருவான நாடு

சேசெஷதான் நாடு - முன்னே திரங்கியானா என்னப்பட்டது.

மெக்கிரான் நாடு - முன்னே கேதிரோசியா என்னப்பட்டது.
கெர்மான் நாடு - இதுவும் முன்னே கேதிரோசியா என்னப்பட்டது.
லரிஸ்தான் நாடு இவைகளே.

அவைகளுக்கு உள்ளே இருந்த பிரதான பட்டினங்களாவன:

இராக்கஷேமி நாட்டிலுள்ள இஸ்பாகான் நகரம் - அதன் சுற்றளவு ஒருகாதத்துக்கும் அதிகமாயிருக்கும். 160 பள்ளிவாசல்களும் 1800 சத்திரங்களும் உண்டு. முன்னே ராசா அங்கே வாசமாய் இருந்தான். இப்பொழுது தாகிரான் பட்டினத்திலே வாசம் பண்ணுகிறான்.

பார்சிஸ்தான் நாட்டிலுள்ள சீராசு பட்டினம் - அதைச் சூழ்ந்திருக்கிற பூமி மிகுந்த அழகும் செழிப்பும் உள்ளது.

ஆகர்பைசான் நாட்டிலுள்ள தவுரிஸ் பட்டினம் - அதற்கு தேபிரிஸ்த் என்றும் பேர். அதிலே ஏறக்குறைய ஐந்து லட்சம் குடிகளும் 250 பள்ளிவாசல்களும் உண்டு. அது மிகுந்த வியாபாரம் பண்ணுகிறவர்கள் உள்ள பட்டினம். முன்னே அது இராயனுடைய நகரமாயிருந்தது.

79. அசீரிய இராச்சியமும் பாபிலோன் இராச்சியமும் ஒழிந்தபின்பு பார்சு இராச்சியம் கோரேஷ் (Cyrus the Great) என்னப்பட்ட கீரு என்னும் ராசாவினாலே பெருமையடைந்தது. அவன் அக்காலத்திலே சிறையாக்கப்பட்ட யூதர்களை விடுதலையாக்கி யூதேயா தேசத்துக்குப் போகச் செய்தான். ஏறக்குறைய 200 வருடத்துக்குப் பின்பு தாரையு (Darius III) என்பவன் இராச்சிய பரிபாலினம் பண்ணின பொழுது, கிரேக்கை இராச்சியத்தை ஆண்ட ராசாவாகிய அலெக்குசந்தர் (Alexander the Great)வந்து, பார்சு தேசத்தைக் கட்டிக்கொண்டான். சிலகாலத்துக்குப் பின்பு மேற்சொல்லிய தாத்தாரி ஜனங்களுடைய பிரபுவாகிய தீமுர் (Timur) என்பவனும் அவனுடைய சந்ததியாரும் அதை ஆண்டு கொண்டார்கள். பின்பு அது முகம்மது மார்க்கத்தாராலே எடுக்கப்பட்டு இதுவரைக்குமாய் ஆளப்பட்டு வருகின்றது. அவர்களில் நாதிர்ஷா (Nader Shah) என்பவன் ஏறக்குறைய 80 வருஷத்துக்கு முன்னே ஆண்டகையாய் இருந்து பலதேசங்களைக் கட்டிக்கொண்டு இந்து தேசத்துக்கும்போய் மிகுந்த திரவியத்தைக் கொள்ளையிட்டு, தன் தேசத்துக்குத் திரும்பி பராக்கிரமமாய் ஆளுகை செய்து, பின்பு 1747 -ஆம்

வருஷத்திலே கொலை செய்யப்பட்டான். அப்பொழுது பல பேர்கள் சிம்மாசனத்திலே ஏறும்படி துன்மார்க்கமான வகையைத் தேடி, அந்தத் தேசத்தை மிகவும் கலக்கப்படுத்தினார்கள். ஏறக்குறைய 1750 -ஆம் வருஷத்திலே கெரிமசான் என்பவன் துரைத்தனம் செய்து ஒழுங்குண்டு பண்ணி, ஏறக்குறைய 30 வருஷம் நன்றாய் ஆளுகை செய்த பின்பு 1779 -ஆம் வருஷத்திலே இறந்துபோனான். அவனுக்குப் பின்பு சிம்மாசனத்தை விரும்பின பல பேர்களாலே மிகுந்த சண்டையும் கலகமும் உண்டாயிற்று. 1792 -ஆம் வருஷத்திலே அக்காமுகம்மதுகான் (Agha Mohammad Khan)தன்னுடைய எதிராளிகளை ஜெயித்து இராசாவானான்.

4. பாரத தேசம் என்னும் இந்து தேசம் (Hindustan) :

80. பார்சு (Persia) தேசத்தைப் பார்க்கிலும் இந்து தேசம் சற்றே பெரிதாய் இருக்கின்றது. அதின் நீளம் 189 காதவழியும் அதின் அகலம் 155 காதவழியும் இருக்கும். அன்றியும் அதின் வட அகல அளவு 8 வகுப்பு முதல் 35 வகுப்பு வரைக்கும் இருக்கின்றது. அதின் கிழக்கு நீள அளவு 67 வகுப்பு முதல் 92 வகுப்பு வரைக்கும் உள்ளது.

81. அதின் எல்லைகளாவன:

வடதிசைக்குத் தாத்தாரி (Tartary) தேசமும் தீபேத்து (Thibet) தேசமும், கிழக்குத் திசைக்கு அசம் (Assam) நாடும், அறக்கான் (Arraccan) நாடும் பங்காளக்கடலும் (வங்கக் கடலும்) (Bay of Bengal), தென்றிசைக்கு இந்து சமுத்திரமும், மேற்குத் திசைக்கு இந்து சமுத்திரமும்பார்சு (Persia) தேசமும் ஆனவைகளே.

82. ஏறக்குறைய பத்துக் கோடி ஜனங்கள் அந்தத் தேசத்திலே குடியிருக்கிறார்கள். அவர்களிலே ஒரு கோடி பேர் முகம்மது மார்க்கத்தார். சில இலட்சம் பேர் கிறிஸ்தவர்கள். மற்ற யாவரும் விக்கிரக ஆராதனை செய்கிறவர்கள். அவர்கள் பிராமணர், சத்திரியர், வைசியர், சூத்திரர் என்று

நான்கு சாதிகளாக வகுக்கப்பட்டிருக்கிறார்கள். மறுபடியும் அவர்களுக்குள்ளே தொழில்களைச் சார்ந்த அநேகம் வகுப்புக்களும் உண்டு. எல்லா வகுப்புக்களுக்கும் பறையர் என்னப்பட்டவர்கள் கீழாய் இருக்கிறார்கள். பிராமணருடைய தொழில் போதிக்கிறது. சத்திரியருடைய தொழில் ஆளுகை செய்து யுத்தம் பண்ணுகிறது. வைசியருடைய தொழில் வியாபாரம் பண்ணுகிறது. சூத்திரருடைய தொழில் முந்தின சாதியாருக்கு ஊழியம் செய்கிறது. பல பல இராசாக்கள் அத்தேசத்தாரை ஆளுகிறார்கள். எல்லாரின்மேலும் இங்கிலாந்து தேசத்து இராசாவானவர் கம்பெனியார் என்னும் வியாபார சங்கத்தாராலே ஆளுகை செய்கிறார். இங்கிலாந்து தேசத்தார் தவிர பிராஞ்சி (French) தேசத்தாரும், பொர்த்துக்கல் (Portuguese) தேசத்தாரும்,ஒல்லாந்து தேசத்தாரும் (Holland - Dutch), டென்மார்க் (Denmark) தேசத்தாரும் வியாபாரம் பண்ணுகிறதற்கு அத்தேசத்திலே இருக்கிறார்கள்.

83. இந்து தேசத்திலே அநேக நதிகளுண்டு. வடக்கிலே கங்கை ஆறு. அது தீபேத்து தேசத்திலுள்ள மலைகளிலிருந்து வந்து, வங்காள தேசத்தின் வழியாய் 210 காதவழி தூரமாய் ஓடி வங்கக் கடலிலே விழுகின்றது. அந்த நதியின் நீரானது மிகவும் பரிசுத்தமாய் பாவங்களை நீக்குகிறதென்று அந்தத் தேசத்தார் புத்தியீனமாய் நினைத்து, மிகுதியாய் அங்கே போய் ஸ்நானம் பண்ணுகிறார்கள்.

அல்லாமலும் பிரம்மபுத்திர நதி, யமுனை ஆறு, இந்து நதி முதலானவைகளும் வடக்கிலே உண்டு.

தென்றிசையிலே நிருமதை (நர்மதை) ஆறு, கோதாவிரி ஆறு, கிஸ்டினா (கிருஷ்ணா) நதி, காவிரி ஆறு, வையை (வைகை) ஆறு, தாம்பிரபன்னி (தாமிரபரணி) ஆறு முதலியவைகள் உண்டு.

84. இந்து தேசம் மிகுந்த உட்டிண (உஷ்ண) பூமியாய் இருக்கின்றது. சமுத்திரத்திலிருந்து வீசும் காற்றினாலும் தகுதியான காலங்களிலே பெய்யும் மழையினாலும் சற்றே குளிர்ச்சி உண்டாகின்றது.

85. அதின் பூமி அநேக இடங்களிலே மிகவும் செழிப்பாய் இருக்கின்றது. சில இடங்களிலே அப்படியிராது. மிகுந்த நிலங்களில் குடிகள் பயிரிடுகிறதுமில்லை. அவர்கள்

அதிக ஜாக்கிரதையாய் எல்லா நிலங்களையும் உழுது பயிரிடுவார்களானால் அவர்களுக்கு அதிக செல்வம் உண்டாயிருக்கும் என்பதற்கு சந்தேகமில்லை. அரிசி முதலான தானியங்களும், அநேகவிதமான கீரைகளும், சர்க்கரையும், புகையிலையும், பஞ்சியும் (பஞ்சும்) அத்தேசத்திலே சம்பூரணமாய் உண்டாகின்றன. உயரமும் கனமும் உடைய மரங்களுள்ள விஸ்தாரமான காடுகளும் உண்டு. தென்னை மரமும், பனை மரமும் அநேகருடைய பிழைப்புக்கு மிகவும் பிரயோசனமானவைகள். தேக்க (தேக்கு) மரம் பெரிய கப்பல்களைக் கட்டுகிறதற்கு தகுதியாய் இருக்கின்றது. ருசியுள்ள கனிகளைத் தருகிற விருட்சங்களும் அநேகவிதமாய் இருக்கின்றன. வயிரம் (வைரம்) முதலான இரற்றினங்களும் (ரத்தினங்களும்) மிகுதியாய் அகப்படுகின்றன. கோல்கொண்ட (Golconda) நாட்டிலேயும், விசியாப்பூர் நாட்டிலேயும், பங்காள நாட்டிலேயும் வயிரக்கல் அதிகமாய் இருக்கின்றது. சம்பல்ப்பூர் (Sambalpur) அருகேயிருக்கிற கோனெல் என்னும் நதியிலேயும் மற்ற சில நதிகளிலேயும் அது அகப்படும். ஆடு, மாடு முதலான சாதுவான மிருகங்களும், யானை, புலி, சிவிங்கி, கோணாய் (ஓநாய்), நரி, குரங்கு முதலான காட்டு மிருகங்களும் உண்டு. பல வன்னமாயும் (வண்ணமாயும்) பல சாதியாயும் இருக்கிற பறவைகளும் பொல்லாத தேட்களும் (தேள்களும்) விஷமுள்ள பாம்புகளும் உண்டு.

86. இந்து தேசத்தின் வடக்கிலே இமய மலையென்னப்பட்ட தொடர்ச்சி மலைகள் அத்தேசத்திற்கும் தீபேத்து தேசத்திற்கும் நடுவேயிருக்கின்றன. அந்த மலைகளின் சிகரத்தில் உண்டாயிருக்கிற மிகுந்த குளிர்ச்சியினாலே மழை எப்பொழுதும் உறைந்ததாய் இருக்கிறது. தெற்கிலே வடக்கிலிருந்து தொடர்ச்சியாய் வருகிற காத் என்னும் மலைகள் (Western Ghats) இருக்கின்றன.

87. இந்து தேசம் வட இந்து தேசமென்றும் தென் இந்து தேசமென்றும் இவ்விரண்டு பெரிய வகுப்பாக வகுக்கப்படும். அவைகளில் முதலாவது, வட இந்து தேசத்தைச் சேர்ந்த நாடுகளும் பிரதான பட்டினங்களுமாவன :

1. பங்காள நாடு (Bengal)-அதிலே வில்லியம் என்னும் கோட்டையை (Fort William) உடைய களிக்காத்தா

(Calcutta) பட்டினமும், உச்சினி பட்டினமும், மூஷிதாபாத் பட்டினமும் (Murshidabad) மற்றவைகளும் உண்டு.

2. பிகார் நாடு : அதிலே பதுமவதியூர் பிரதானமானது.

3. அல்லாபாத்து நாடு (Allahabad): அதிலே அல்லாபாத்து பட்டினம் பிரதானமானது.

4. ஊத் என்னப்பட்ட அயோத்தியா நாடு (Oude): அதிலே லொக்கானா (லக்னோ - Lucknow) பட்டினமும் காசியும் உண்டு.

5. ஆக்ரா நாடு (Agra) : அதிலே ஆக்ரா பட்டினம்.

6. டில்லி நாடு (Delhi) : அதிலே டில்லி பட்டினம்.

இவ்வாறு நாடுகளும் கிழக்குத் திசையிலுள்ளவைகள். அன்றியும்

7. கபோல் (Kabul) நாடு : அதிலே கபோல் பட்டினம்.

8. காந்தார்நாடு : அதிலே காந்தார் பட்டினம்.

9. லாகோர் (Lahore) நாடு : அதிலே லாகோர் பட்டினம்.

10. காஸ்மீர் (Kashmir) நாடு : அதிலே காஸ்மீர் பட்டினம்.

11. மூல்த்தான் (Mooltan)நாடு : அதிலே மூல்த்தான் பட்டினம்.

12. சிந்து நாடு (Sinde): அதிலே தட்டாபட்டினம்.

13. ஆச்சிமீர் (Adjmere) என்னப்பட்ட இராசபுத்தானா (இராஜஸ்தான்) நாடு : அதிலே ஆச்சிமீர்பட்டினம்.

14. குசராட்டு நாடு (Gujarat) : அதிலே ஆமேத்பாது (அகமதாபாத்) பட்டினமும், கமபோச பட்டினமும், சுராட்டு பட்டினமும் பிரதானமானவைகள்.

15. மாளவ (Malwa) நாடு : அதிலே ஊச்சாயினி (Ujjain) பட்டினமும் இந்தூரும் (Indore) உண்டு.

இவ்வொன்பது நாடுகளும் வடமேற்குத் திசையிலே இந்து நதியருகே உள்ளவைகள். ஆக வட இந்து தேசத்திலேயிருக்கிற நாடுகள் 15.

இரண்டாவது, தென்னிந்திய தேசத்தைச் சேர்ந்த நாடுகளும் பிரதான பட்டினங்களுமாவன :

16. காந்தேசம் நாடு (Khandesh): அதிலே புராணபுரி (Burhanpur) உண்டு.

17. பேரார் நாடு (Berar): அதிலே நாக்பூர் (Nagpur)

உண்டு.

18. உடிசியா நாடு (Odisha): அதிலே கட்டக்கு (Cuttack) பட்டினம்.

19. தவுலத்தபாது (Daulatabad) நாடு : அதிலே ஆரங்கபாத்து (Aurangabad) பட்டினம்.

20. விசைய நாடு : அதிலே விசைய நகரம் (Vijayanagara) உண்டு.

21. கோல்கொண்ட (Golconda) நாடு: அதிலே ஐதாரபாத்து (Hyderabad) பட்டினம்.

22. வடசிர்க்கார் நாடு : அதிலே இராசம்யேந்திர பட்டினமும், சிகாகோல் பட்டினமும் விசாகப்பட்டினமும், எல்லூரும், கொந்தப்பிலி பட்டினமும், மசூலிப்பட்டினமும், குண்டூரும் உண்டு. இவ்வேழு நாடுகளும் தெக்கணம் (Deccan) என்று சொல்லப்படும்.

23. கருநாடு : அதிலே பழயவேர்க்காடு செயின்ட். ஜார்ஜ் என்னும் கோட்டையை உடைய சென்னப் (சென்னை) பட்டினம், ஆர்க்காடு, சதுரங்கபட்டினம், புதுச்சேரி, கூடலூர் முதலியவைகளும் உண்டு. மற்றும் கருநாட்டைச் சேர்ந்தவைகளாவன : தீவுக்கோட்டை, கோயம்புத்தூர், திருசிராப்பள்ளி, தரங்கம்பாடி முதலியவைகளே. இவைகள் கோரமண்டலம் என்னப்படும். சோழமண்டலம் அதுவே.

24. மைசூர் நாடு : அதிலே சீரங்கப்பட்டினமும், பைதுனூரும், சித்திரக்கோட்டையும், பங்களூரும் உண்டு.

25. தஞ்சாவூர் நாடு : அதிலே தஞ்சாவூர் கோட்டை, கும்பகோணபட்டினம், நாகப்பட்டினம்.

26. பாண்டி நாடென்னப்பட்ட மதுரை நாடு : அதிலே மதுரை நகரம் உண்டு.

27. திருநெல்வேலி நாடு : அதிலே திருநெல்வேலி நகரமும், பாளயங்கோட்டையும் உண்டு.

28. சேரனாடு : அதிலே திருவனந்தபுரம், கோட்டாறு, திருவிதாங்கோடு, கொல்லம், ஆலப்பிழா.

29. கல்லிக்கோட்டை நாடு : அதிலே கொச்சி (Kochi) பட்டினமும், கல்லிக்கோட்டையும் (Calicut), தலைச்சேரியும் உண்டு.

30. கண்ணூர் நாடு : அதிலே பசுல்லூர், ஓனூர் முதலானவைகளே.

சேரனாடு முதலானவைகளும் மலையாள நாடென்று சொல்லப்படும்.

31. கொங்கு நாடு : அதிலே கோவைப் பட்டினமும், சிவர்னக்கோட்டையும், கோரி பட்டினமும், பம்பை பட்டினமும் உண்டு.

சேரனாடு முதல் கொங்கு நாடு வரைக்கும் உள்ள கரையை இங்கிலிஷ்காரர்கள் மலபார் கரையென்று சொல்லுகிறார்கள்.

மேற்சொல்லியவைகளில் களிக்காத்தா (கல்கத்தா) பட்டினமும், சென்னப் (சென்னை) பட்டினமும், பம்பைபட்டினமும் இங்கிலாந்து தேசத்தின் துரைகளுக்குப் பிரதான பட்டினங்களாய் இருக்கின்றன. அல்லாமலும் களிக்காத்தா (கல்கத்தா) பட்டினத்திலே இந்து தேசத்தை ஆளுகிற பிரதான துரையிருக்கிறார். அம்மூன்று பட்டினங்களிலேயும் அநேக வியாபாரிகளும் இருக்கிறார்கள். நான்கு கண்டங்களிலும் இருந்து அநேக வியாபாரிகளும் வந்து வியாபாரம் பண்ணுகிறார்கள்.

பென்னாரிஸ் (பனாரஸ்) என்னப்பட்ட காசி பட்டினம் கங்கையாற்றின் அருகே இருக்கின்றது. அங்கே பிரமாணருக்கு விசேஷமான சாஸ்திரப்பள்ளிக்கூடம் உண்டு.

மேற்சொல்லிய பட்டினங்களும் அல்லாமல் அநேக மற்றப் பட்டினங்களிலே பிர்மா (பிரம்மா), விட்டுணு (விஷ்ணு), உருத்திரன் என்ற இவர்கள் பலவித அவதாரங்களை செய்தார்களென்று பிராமணர் சொல்லி, முக்கியமான கோவில்களை கட்டும்படி செய்தபடியினாலே, அந்தப் பட்டினங்களுக்கு மிகுந்த கீர்த்தியுண்டாயிற்று. அறியாத ஜனங்கள் அந்தக் கட்டுக்கதைகளை நம்பி, அங்கே வைத்திருக்கிற விக்கிரகங்களை நமஸ்காரம் பண்ணவும் பண்டிகைகளைக் கொண்டாடவும் யாத்திரையாய் போகிறார்கள். அப்படிப்பட்ட பட்டினங்கள் காசி, சகநாதம் (ஜகநாத்) திருப்பதி, காஞ்சிபுரம், இராமேஸ்வரம் முதலானவைகளே.

88. இந்து தேசத்தின் பூர்வீக சரித்திரம் மிகவும் மலைவுள்ளது. இந்து தேசத்தாருடைய சாஸ்திரங்களில் சொல்லியிருக்கிறது என்னவென்றால் இவ்வுலகத்தின் ஆயுள்

நாலு யுகங்களுள்ளது. முதலாவது, கிரேதாயுகம் (கிருதயுகம்) 17,28,000 வருஷமுள்ளது. இரண்டாவது, திரேதாயுகம் 12,96,000 வருஷமுள்ளது. மூன்றாவது, துவாபரயுகம் 8,64,000 வருஷ முள்ளது. நாலாவது, கலியுகம் 4,32,000 வருஷமுள்ளது. இந்த யுகங்களில் மூன்று யுகமாயிற்று. இப்பொழுது இருக்கிற கலியுகத்தில் நம்முடைய 1830 வருஷமாகிய இவ்வருஷத்திலே 4923 வருஷமாயிற்று. ஆகையால் கிரேதாயுகம் முதல் இவ்வருஷம் வரைக்கும் 38,92,923 வருஷம் சென்றது. இந்த வருஷத்துக்கு முன்னே வைச்சுதன் என்றும் ஏழாம் மனுவென்றும் சத்தியவர்மன் என்றும் சொல்லப்பட்ட சத்தியவரதன் தன்னுடைய காலத்திலே உண்டான பெரிய சலப்பிரளயத்தினின்று தானும் தன்னுடைய சமுசாரமும் (மனைவியும்) இரட்சிக்கப்பட்டிருந்தார்கள். மற்ற மனிதரெல்லாரும் அதினாலே மாண்டார்கள். அவனுடைய சந்ததியிலே இரண்டு இராச குடும்பங்களிருந்தார்கள். ஒரு குடும்பம் சூரிய புத்திரர் என்றும் ஒரு குடும்பம் சந்திர புத்திரர் என்றும் சொல்லப்பட்டார்கள். சூரிய புத்திரர் அயோத்தியா பட்டினத்தை ஆண்டார்கள். சந்திர புத்திரர் பிரதிஷ்தான் ஊரை ஆண்டார்கள். இரண்டு குடும்பங்களும் கலியுகம் பிறந்த ஆயிரம் வருஷம் வரைக்கும் இருந்து, ஒழிந்தார்கள். சத்தியவரதன் சத்திய யுகமாகிய 17,28,000 வருஷம் உயிரோடிருந்தான். அவனுடைய சூரிய புத்திரர் முதல் இராமன் வரைக்கும் 55 இராஜாக்கள் இருந்தார்கள். அந்த 55 இராஜாக்களும் திரேதாயுகமாகிய 12,96,000 வருஷம் வரையிலிருந்தார்கள். ஆகையால் ஒவ்வொருவன் ஏறக்குறைய 23,000 வருஷம் ஆண்டான். அவர்களுக்குப் பின்பு துவாபரயுகத்திலே 29 இராஜாக்கள் 8,64,000 வருஷம் இருந்தார்கள். ஆகையால் அவர்களில் ஒவ்வொருவன் 29,793 வருஷம் ஆண்டான். அவர்களுக்குப் பின்பு 30 இராஜாக்கள் இந்த கலயுகத்தில் 1000 வருஷமிருந்து அழிந்தார்கள். ஆகையால் அவர்களில் ஒவ்வொருவன் ஏறக்குறைய 33 வருஷம் ஆண்டான். சந்திர புத்திரரும் ஏறக்குறைய அப்படியே ஆளுகை செய்து வந்தார்கள். அல்லாமலும் கலியுகத்தின் ஆரம்பத்திலே வேறொரு குடும்பத்தார் மகாதாவென்னப்பட்ட பாகாரை ஆண்டார்கள். யாரசந்தா என்பவன் முதல் 20 இராசாக்கள் 1000 வருஷம் இருந்தார்கள். சூரிய சந்திர குடும்பத்தார் ஒழிந்தபொழுது,

அந்த யாரசந்தா குடும்பமும் ஒழிந்துபோகத்தக்கதாக அவன் தன் மந்திரியினாலே கொலை செய்யப்பட்டான். அந்த மந்திரி தன்னுடைய மகனாகிய பிராதியோத்தாவை சிம்மாசனத்தில் ஏறப்பண்ணினான். அந்தப் பிராதியோத்தா முதல் நந்தன் என்பவன் வரைக்கும் 15 பேர் 498 வருஷம் இராசாக்களாய் இருந்தார்கள். நந்தன் என்பவன் 100 வருஷம் ஆண்டபின்பு ஒரு பிராமணனாலே கொலை செய்யப்பட்டான். அந்தப் பிராமணன் மவுரியா குடும்பத்தில் ஒருவனாகிய சந்திரகுப்தன் என்பவனை சிம்மாசனத்திலே ஏற்றினான். அவனுக்குப் பின் ஒன்பது இராசாக்கள் 137 வருஷம் ஆண்டார்கள். இராசா இறந்துபோன பொழுது, அவனுடைய சேனாதிபதி ஆண்டான். அவனும் அவனுக்குப் பின்பு ஒன்பது பேரும் 112 வருஷம் ஆண்டார்கள். ஒன்பதாம் இராசா கொலை செய்யப்பட்டபொழுது, அவனுடைய மந்திரியாகிய வாசுதேவன் ஆண்டான். அவனும் அவனுக்குப் பின்பு நாலு பேர்களும் 345 வருஷம் ஆண்டார்கள். அப்பொழுது சூத்திரரில் ஒருவன் தன் எஜமானைக் கொலைசெய்து, தானே இராசாவானான். அவனும் அவனுக்குப் பின்பு 21 பேர்களும் 456 வருஷம் ஆண்டார்கள். அவர்களில் கடைசியானவன் சந்திரபீசன் என்பவன். ஆகையால் அவன் கலியுகத்தின் 2648 -ஆம் வருஷத்திலே அல்லது கிறிஸ்துவுக்கு 446 வருஷங்களுக்கு முன்னேயிருந்தான். அவனுக்குப் பின்பு வந்தவர்களைக் குறித்து இந்து தேசத்து சாஸ்திரங்கள் ஒன்றும் சொல்லவில்லை.

மேற்சொல்லிய சரித்திரத்தை நாம் மற்ற உலக சரித்திரத்தோடே ஒத்துப்பார்க்கிற பொழுது, சத்தியவரதனையும் அவனுடைய சூரியச் சந்திர குடும்பத்தாரையும் குறித்து சொல்லிய சரித்திரம்வீணான கட்டுக்கதையாக தோன்றுகின்றது. அவர்களிருந்த காலங்கணக்கினாலே பெருமையைக் காண்பிக்கும்படி தந்திரமாய் செய்யப்பட்டது என்கிறதற்குச் சந்தேகமில்லை. அதைப் பலவிதமாய் காண்பிக்கலாம். ஒருவிதம் மாத்திரம் சொல்லுகிறோம். புராணங்களின்படிக்கு நிறைந்த பாக்கியமுள்ள சத்திய யுகத்திலே ஒரு மனிதனுடைய சீவகாலம் 75 இலட்சம் வருஷமாய் இருந்தது. ஆகிலும் சத்தியவரதன் 17,28,000 வருஷம் ஆண்டானென்று சொல்லுகிறார்கள். திரேயுதாயுகத்திலே மனிதர்களில் ஒருபங்கு கெட்டவர்களாய் இருந்தபடியினாலே, அவர்களுடைய

சீவகாலம் 10,000 வருஷமாய் இருந்தது. ஆகிலும் அதிலே ஆண்ட 55 இராசாக்களில் ஒவ்வொருவன் 23,000 வருஷம் உயிரோடிருந்தான் என்று சொல்லியிருக்கின்றது. துவாபர யுகத்திலே மனிதர்களில் பாதி கெட்டவர்கள் ஆனபடியினாலே, அவர்களுடைய சீவகாலம் 1000 வருஷமாயிருந்தது. ஆகிலும் அதிலே ஆண்ட இராசாக்களில் ஒவ்வொருவன் 29793 வருஷம் உயிரோடிருந்தான் என்று சொல்லியிருக்கின்றது. இதெல்லாம் வஞ்சனையைக் காண்பிக்கிறதாய் இருக்கின்றது. இயல்பான சரித்திரம் அதிலே காணோம். பூர்வீகத்திலேயிருந்த கலுதேயரும் அப்படிப்பட்ட கணக்கு உண்டுபண்ணினார்கள். அது தந்திரமாய்ச் செய்யப்பட்டதென்று யாவரும் ஒத்துக்கொள்ளுகிறார்கள். மேலும் அந்தச் சரித்திரமல்லாமல் புராணங்களின் வேறுவிதமான சரித்திரமும் சொல்லியிருக்கின்றது. அல்லாமலும் நமக்குச் சமீபமான காலத்தைக் குறித்து ஒரு சரித்திரமும் இல்லை. ஆனபடியினாலே முந்தின காலத்தைக் குறித்துச் சொல்லியிருக்கிற சரித்திரம் மிகவும் சந்தேகம் உள்ளது. அன்றியும் அந்த சத்தியவரதன் வேதத்திலே சொல்லியிருக்கிற நோவா என்பவன்தான். அவனுடைய காலத்திலே அந்தச்சலப்பிரளயம் உண்டாயிற்று. ஆகையால் அவனுடைய காலம் முதல் இதுவரைக்கும் சென்ற 4173 வருஷ காலத்திலே இந்து தேசத்தாருடைய சதுர யுகமெல்லாம் அடங்கியிருக்கின்றது.

எது மெய்யென்று தோன்றுகின்றதென்றால் சலப்பிரளயமான பின்பு சத்தியவருமன் என்னப்பட்ட நோவா என்பவனுடைய குமாரர்களாகிய காம், சேம் என்ற இவர்களுடைய சந்ததியாராலே அந்தத் தேசம் குடியேற்றப்பட்டதென்று சத்திய வேதத்தினாலும் உலக சரித்திரத்தினாலும் அறியலாம். அப்படிப் பலபல குடும்பங்களாக அவர்கள் அத்தேசத்தில் குடியேறி பெருகிக்கொண்டுவருகையில், பல ராசாக்கள் தோன்றி அவர்களை ஆண்டுகொண்டார்கள். அத்தருணத்திலே வடதிசையிலுள்ள கல்தேய நாட்டிலிருந்து சோதிட சாஸ்திரிகளான சிலபேர் இந்து தேசத்துக்கு வந்து சூரிய சந்திர கிராணங்களை (கிரகணங்களை) முன்னறிவித்ததினாலே தங்களுக்குப் பெருமையுண்டாக செய்து மெய்யான தேவாராதனையை அதிகமாய் மாற்றி, நான்கு வேதமும் ஆறு சாஸ்திரமும் பதினெட்டுப் புராணமும் நாலு

சாதியும் தங்கள் இஷ்டப்படி ஏற்படுத்தி, முன்சொல்லியபடி, கல்தேயருக்கு உள்ளேயிருந்த தந்திரமான கணக்கைச் சொல்லி, விக்கிரகாராதனையைச் சிறப்பாக்கி, பிர்மா (பிரம்மா), விட்டுணு (விஷ்ணு), உருத்திரன் என்பவர்களையும் அவர்களுடைய மனைவி, பிள்ளை முதலானவர்களையும் குறித்து பற்பல கதைகளைக் கட்டிக்கொண்டு, நாலு சாதிகளிலே தங்களைப் பிராமணர் என்றும் கர்த்தாக்கள் என்றும் தேவர்கள் என்றும் மேன்மைப்படுத்தி, குடிகளையும் இராசாக்களையும் தேவன்போல ஆண்டுகொண்டு வந்தார்கள் என்று சில சரித்திரங்களினாலே விளங்குகின்றது. இப்படியிருக்கும் காலத்திலே எகிப்பத்தரும் பேனிக்கியரும் வியாபாரம் பண்ணுகிறதற்கு இந்து தேசத்தில் வரத்துக்போக்காய் இருந்தார்கள். பின்பு கிறிஸ்து நாதர் பிறந்த காலத்திற்கு ஏறக்குறைய 30 வருஷத்துக்குமுன்னே ஐரோப்பா கண்டத்திலுள்ள மக்கெதோனிய (Mecedonia) தேசத்தையாண்ட இராசனாகிய அலேக்குசந்தர் (Alexander the Great) வீரம் உடையவனாகி, மிகுந்த சேனைகளுடனேகூட தன்னுடைய தேசத்தை விட்டு வெள்ளம்போல ஆசியா கண்டத்தில் பிரவேசித்து, கிழக்கிலே சென்று, அநேக தேசங்களைக் கட்டிக்கொண்டு, வட இந்து தேசத்திலே பிரவேசித்து அநேக இராசாக்களுடனே யுத்தம் பண்ணி, மிகுந்த சனங்களை வெட்டி, அவர்களுடைய தேசங்களைத் தனக்கு உட்படுத்தினான். போருஸ் (Porus) என்னப்பட்ட இராசா அவனை அநேகநாள் விரோதித்தான். பின்பு அவன் உட்பட்டு அந்தச் திசையை ஆளுகை செய்யும்படிக்கு அலேக்குசந்தராலே ஏற்படுத்தப்பட்டான். மேலும் அலேக்குசந்தர் கங்கை நதி பரியந்தம் போகவும் இந்து தேசம் எல்லாவற்றையும் தனக்கு உட்படுத்தவும் மனசாயிருந்தான். அத்திசையிலே இருக்கிற மலைகளும் மழை முதலானவைகளும் அவனுக்குத் தடையாய் இருந்தபடியினால் அவன் தன் தேசத்துக்குத் திரும்பி, பின்னோர்கள் தன்னையும் தன் பராக்கிரமத்தையும் நினைத்துக் கொள்ளும்படிக்கு வழியிலே இந்து நதியினருகே சில பட்டினங்களை உண்டாக்கி, தூண்களையும் அங்கங்கே நிறுத்திப் போனான். அவன் இறந்துபோன பின்பு வடக்கு இந்து தேசத்திலே சந்திர குப்தன் என்பவன் ஆளுகை செய்து, மக்கெதோனியரோடே யுத்தம் பண்ண மனசைக் காண்பித்தான். அப்பொழுது அலேக்குசந்தருடைய சேனாபதிகளில் ஒருவனாகிய

சீரிய தேசத்தை ஆண்ட செலைக்குஸ் (Seleucus) என்பவன் அவனுக்கு விரோதித்து, பின்பு அவனோடே சமாதானம் பண்ணினான். பின்பு கிரேக்கரும் எகிப்பத்தரும் பார்சரும் இந்தியரோடே வியாபாரம் பண்ணினார்கள். மிளகு முதலான சரக்குகளையும், இரற்றினங்கள் (இரத்தினங்கள்), முத்துக்கள் முதலானவைகளையும், பட்டுக்களையும் வாங்கிக்கொண்டு போனார்கள். பின்பு கிறிஸ்து பிறந்து 640 வருஷ காலத்திலே முகம்மது மார்க்கத்தார் எங்கும் பரவி இந்து தேசத்திலே வரத்துப்போக்காய் இருந்தார்கள். அக்காலத்திலே பார்சு (Persia) தேசத்திலே மிகுதியாய் இருந்த நெஸ்தோரியான் (Nestorian) என்னப்பட்ட கிறிஸ்தவர்களும் இந்து தேசத்துக்கு வந்து, வியாபாரம் பண்ணினதும் அல்லாமல் கிறிஸ்து மார்க்கத்தை அங்கே விஸ்தாரம் ஆக்கினார்கள். ஒன்பதாம், பத்தாம், நூற்றாண்டுகளிலே இந்து தேசத்திலே அநேகம் பேர் கிறிஸ்தவர்கள் ஆனார்கள்.

கிறிஸ்து பிறந்து பதினோராம் நூற்றாண்டிலே கிஸ்னி (Ghazni) தேசத்தின் இராசாவாகிய மாமூது (Mahmud)என்பவனும் அவனுக்குப்பின் வந்த இராசாக்களும் இந்து தேசத்திலே அடிக்கடி பிரவேசித்து அத்தேசத்தின் இராசாக்களோடே யுத்தம் பண்ணி, செயங்கொண்டு திரளான சனங்களை வெட்டி, அநேக நாடுகளைத் தங்கள் வசமாக்கிக் கொண்டு, கோவில்களில் உண்டான பொன், வெள்ளி சொரூபங்களையும், இரற்றினம் முதலான அநேக திரவியங்களையும் கொள்ளையிட்டுக் கொண்டு போனார்கள்.

கிறிஸ்து பிறந்து பதிமூன்றாம் நூற்றாண்டிலே தாத்தாரி (Tartary) தேசத்தாருடைய இராசனாகிய சிங்கிஸ்கான் (Genghis khan)என்பவன் அத்தேசத்துக்கு வந்து முகம்மது மார்க்கத்தாராகிய பிரபுக்களுடனே யுத்தம்பண்ணி, ஜெயங்கொண்டு, மிகுந்த திரவியங்களை கொள்ளையிட்டுப் போனான்.

பதினான்காம் நூற்றாண்டிலே மேற்சொல்லிய தாத்தாரி ஜனங்களுடைய ஆண்டகையாகிய தைமூர் (Timur) அல்லது தாமர்லா (Tamerlan) என்பவனும் மிகுந்த வெள்ளம்போல இந்து தேசத்தில் பிரவேசித்து, யுத்தம் பண்ணி, வெட்டிச் சுட்டெரித்து, டில்லிப் பட்டினத்திலே சிம்மாசனத்தை ஸ்தாபித்து இராச்சிய பரிபாலனம் செய்ய தொடங்கினான்.

பதினேழாம் நூற்றாண்டிலே அவனுடைய சந்ததியானாகிய ஔரங்கசீப் (Aurangzeb) என்னும் இராசன் இராச்சிய பரிபாலனம் பண்ணி, இந்து தேசம் முழுவதையும் தனக்கு உட்படுத்தி ஆண்டான். அப்படித் தாத்தாரி சனங்களால் இந்து தேசத்திலே ஸ்தாபிக்கப்பட்ட இராச்சியம் மொகுல் (Mogul - Mughal) இராச்சியம் என்னப்பட்டது.

பதினெட்டாம் நூற்றாண்டிலே அல்லது கிறிஸ்து பிறந்து 1739 -ஆம் வருஷத்திலே பார்சு (Persia) தேசத்தை ஆண்ட இராசனாகிய நாதிர்ஷா (Nader Shah) என்பவன் மிகுந்த சேனைகளுடனே அத்தேசத்தில் பிரவேசித்து மிகுந்த திரவியங்களைக் கொள்ளையிட்டுக்கொண்டு போனான். இந்து நதிக்கு மேற்குத் திசையிலுள்ள நாடுகளையும் தன் சொந்தமாக்கினான். இப்படி மொகுல் இராச்சியத்துக்கு மிகுந்த நஷ்டமும் பலவீனமும் உண்டான பொழுது, அதிலுள்ள நாடுகளை ஆண்ட குறுநில மன்னர் இராயனுக்குக் கீழ்ப்படியாமல் அதிகதிகமாய் கலகம் செய்துவந்தபடியினாலே, அந்தேசத்திலே மிகுந்த பிரிவினை உண்டாயிற்று. அப்படியவர்கள் ஒருவரோடொருவர் யுத்தம் பண்ணிக்கொண்டு வந்த காலத்திலே, சிலர் தங்களுக்குத் துணையாக இங்கிலிஷ்காரரையும், சிலர் பிராஞ்சி (France) காரரையும் சேர்த்துக்கொண்டார்கள். அந்த இங்கிலிஷ்காரர், பிராஞ்சிக்காரர், ஒல்லாண்டுக்காரர் (Holland),பெர்த்துகீசக்காரர் (போர்த்துக்கீசியர்) முதலானவர்களும் வியாபாரம் பண்ணுகிறதற்கு அந்தந்த காலங்களிலே இந்து தேசத்துக்கு வந்திருந்தார்கள். இங்கிலிஷ்காரர் 1765 -ஆம் வருஷத்தில் பங்காள நாட்டிலேயும், பாகார்நாட்டிலேயும், உடிசியா நாட்டிலேயும், கருநாட்டிலேயும் குடியிருந்து அந்தந்த நாட்டு இராசாக்களுக்கு வரியைச் செலுத்தி சமாதானமாய் இருந்தார்கள். அந்தச் சமாதானம் சீக்கிரமாய் ஒழிந்தது. எப்படியென்றால், 1767 -ஆம் வருஷத்திலே மைசூர் தேசத்து இராசனாகிய ஐதர் அலி (Hyder Ali) என்பவன் பல முகாந்திரங்களினாலே அவர்களோடே யுத்தம் செய்யத் தொடங்கினான். அவன் பிராஞ்சிக்காரரிடத்திலே பல கல்விகளைப் படித்து, மைசூர் தேசத்தின் இராசாவின் சேனாதிபதியாயிருந்து, பின்பு தன்னுடைய இராசாவைத் தள்ளித் தானே இராசனாகி யுத்தத்தினாலெ தன்னுடைய இராச்சியத்தை விஸ்தாரமாக்கி வந்தான். மாராஷ்டரும் இங்கிலிஷ்காரரும்

சிநேகமாய் இருந்தார்கள். இருவருடனேயும் அவன் யுத்தம் பண்ணுகிறதற்கு காரணம் உண்டாயிற்று. மாராஷ்டரை பணத்தினாலே சம்பாதித்தான். இங்கிலிஷ்காரரோடே 1769 -ஆம் வருஷம் வரைக்கும் யுத்தம் செய்து, சென்னப் பட்டினம் வரைக்கும் வந்து செயங்கொண்டு, இங்கிலிஷ்காரரை தன் இஷ்டப்படிக்குச் சமாதானம் பண்ண செய்தான். 1771 -ஆம் வருஷத்திலே மறுபடியும் மாராஷ்டியரோடே யுத்தம்பண்ணி, அவர்களாலே முழுவதும் முறியடிக்கப்பட்டு மிகவும் பெலவீனமானான். ஆகிலும் கொஞ்சக் காலத்துக்குள்ளே அவன் மிகுந்த பிரயாசத்தினாலே மறுபடியும் பெலனடைந்தான். 1772 -ஆம் வருஷத்திலே மாராஷ்டருக்கும் இங்கிலிஷ்காரருக்கும் யுத்தம் (Rohilla War) உண்டாயிற்று. இங்கிலிஷ்காரர் அவர்களை செயித்து கங்கை நதிக்கு அப்பாலே போகத் துரத்தி, 1774 -ஆம் வருஷத்திலே ரோகில்லா (Rohilla) நாட்டைத் தங்கள் வசமாக்கினார்கள். 1778 -ஆம் வருஷத்திலே மறுபடியும் இங்கிலிஷ்காரருக்கும் மாராஷ்டருக்கும் யுத்தம் உண்டாயிற்று. அல்லாமலும் அக்காலத்திலே ஐரோப்பா கண்டத்திலே பிராஞ்சிக்காரருக்கும் இங்கிலிஷ்காரருக்கும் யுத்தம் ஆரம்பமானபடியினாலே ஐதர் அலி பிராஞ்சிக்காரர் ஒல்லாண்டுக்காரர் இவர்களுடைய துணையை நம்பி ஒரு லட்சம் சேனையோடே கருநாட்டிலே பிரவேசித்து இங்கிலிஷ்காரரை மிகவும் இறுகப்பிடித்தான். அப்பொழுது இங்கிலிஷ்காரருடைய சேனாதிபதியாகிய கூட்டென்பவன் (General Coote)அவனுக்கு எதிர்த்து அவனைச் ஜெயங்கொண்டான். ஆதலால் 1782 -ஆம் வருஷத்திலே ஐதர் அலி சமாதானத்தை விரும்பி, அதைப் பெறுகிறதற்கு முன்னே இறந்து போனான். அவனுக்குப் பின்பு அவனுடைய மகனான திப்பு சுல்தான் (Tipu Sultan) இராசாவானான். அவன் அதிக பராக்கிரமசாலியாகி இங்கிலிஷ்காரருக்கும் ஒல்லாண்டுக்காரருக்கும் அநேக தொந்தரவுகளைச் செய்து, கிரங்கனூர் முதலான கோட்டைகளை பிடித்து, 1789 -ஆம் வருஷத்திலே மலையாளத்து இராசாவோடே யுத்தம் பண்ணத் தொடங்கினான். இங்கிலிஷ்காரர் அப்படிச் செய்யக்கூடாது என்றார்கள். அதற்கு அவன் செவிகொடுத்து சிலமாதம் அமைதலாயிருந்தான். பின்பு அவன் மறுபடியும் அந்த இராசனோடே யுத்தம்பண்ணினபடியினாலே,

இங்கிலிஷ்காரர் நிசாமுடனேயும் மாராஷ்டருடனேயும் ஐக்கியமாகித் திப்புவுக்கு விரோதமாக வந்து, பங்கலூரைப் பிடித்தார்கள். லோர்ட். கொர்ன்வல்லிஸ் (Lord. Charles Cornwallis) என்பவரும் அபர்க்குரோம்பி (Sir George Abercrombie) என்பரும் சேனாதிபதிகளாய் இருந்தார்கள். அப்பொழுது உண்டான பெருவாரிக் காய்ச்சலினாலே இங்கிலிஷ்காரருடைய மிருகங்களில் அநேகம் மாண்டுபோனபடியினாலே அந்தச் சேனாதிபதிகள் பங்கலூரை விட்டுத் திரும்பினார்கள். பின்பு சாப்பாட்டுக்கு வேண்டியவைகளை மாராஷ்டர் கொடுத்தபடியினாலே, இங்கிலிஷ்காரர் திரும்பி பங்கலூருக்குப் போய், இராயக்கோட்டை முதலான பலத்த கோட்டைகளைப் பிடித்தார்கள். மாராஷ்டரும் இங்கிலிஷ்காரருக்கு உதவியாய் பல கோட்டைகளைப் பிடித்தார்கள். 1792 -ஆம் வருஷத்திலே இங்கிலிஷ்காரர் முதலானவர்களுடைய சேனை திப்புவினுடைய நகராகிய சீரங்கப்பட்டினத்துக்கு முன்பாக வந்து அதைப் பலவந்தமாய் பிடிக்க எத்தனம் பண்ணினபோது, திப்பு பயந்து சமாதானத்தை விரும்பி, லோர்ட். கொர்ன்வல்லிஸ் (Lord. Charles Cornwallis) கேட்டவைகளை எல்லாம் கொடுக்கிறேன் என்று சொல்லி, உடம்படிக்கைச் சீட்டை எழுதினான். அந்த உடன்படிக்கையின்படிக்கு அவன் தன் தேசத்தின் பாதியை இங்கிலிஷ்காரருக்கு விட்டு 150 இலட்சம் ரூபாய்களையும் செலுத்தினான். சிலவருஷம் அவன் அமைதலாயிருந்தபின்பு, இங்கிலிஷ்காரருக்கு மிகவும் பகையாய் மறுபடியும் இரகசியமாய் பிராஞ்சிக்காரருடைய சிநேகத்தைத் தேடி, இங்கிலிஷ்காரருடனே யுத்தம்பண்ண எத்தனம் பண்ணினான். களிக்காத்தாவிலுள்ள (கல்கத்தா) பிரதான துரை அதைக் கேள்விப்பட்டு, உடனே அவனிடத்திலே அதைக் குறித்து பேசும்படிக்குதானாபதிகளை அனுப்பினார். திப்பு அதற்குச் செவிகொடாதபடியினாலே, இங்கிலிஷ்காரருடைய சேனைகள் 1799 -ஆம் வருஷத்திலே மறுபடியும் மைசூர் இராச்சியத்திலே பிரவேசித்து, திப்புவினுடைய சேனைகளை அடிக்கடி முறியடித்து சிலமாசத்துக்குப்பின்பு மறுபடியும் சீரங்கப்பட்டினத்துக்கு முன்பாக வந்து, அதைப் பலபந்தமாய் பிடிக்க எத்தனம் பண்ணினார்கள். திப்பு சமாதானம் பண்ண வேண்டுமென்று கேட்டான். இங்கிலிஷ்காரருடைய சேனாதிபதியாகிய அர்ரிசென்பவர் (General George Harris)

கேட்டவைகளுக்கு அவன் உடனே செவிகொடாதபடியினாலே, இங்கிலிஷ்காரர் அந்தக் கோட்டையின் மதிலை தகர்த்து திப்புவினுடைய சேனை மிகவும் பராக்கிரமமாய் எதிர்த்து நின்றும், அதில் பிரவேசித்து வெட்டி அதைப் பிடித்தார்கள். யுத்தம் பண்ணுகையில், திப்பு இராசா கொலை செய்யப்பட்டான். அந்த நகரிலே இங்கிலிஷ்காரர் மிகுதியான திரவியத்தை வாங்கிக் கொண்டார்கள். அந்தச் சத்துரு இறந்தபோன பின்பு சில வருஷம் சமாதானமாய் இருந்தது. பின்பு 1803 -ஆம் வருஷத்திலே இங்கிலிஷ்காரருடைய சார்பிலே இருந்த மாராஷ்டருடைய பைஷ்வா (Peshwa) என்னப்பட்டவனுக்குக் கீழ்ப்படிந்துவந்த பிரபுக்களாகிய சிந்தியா (Scindia) என்பவனும் ஓல்க்கார் (Holkar) என்பவனும் அந்த பைஷ்வாவினுடைய அதிகாரத்தை இச்சித்து, அவனைத் தள்ளும்படி எத்தனம் பண்ணினார்கள். அப்பொழுது பைஷ்வாவானவன் இங்கிலிஷ்காரருடைய துணையை வேண்டினான். ஆதலால் இங்கிலிஷ்காரருடைய சேனைகள் புறப்பட்டு 1803 -ஆம் வருஷ த்திலே அசி (Assaye) ஊரினிடத்திலே சிந்தியாவினுடைய சேனையை முறிய அடித்து அவனைக் கீழ்ப்படுத்தி, கடக்கு நாட்டையும் மற்ற சில நாடுகளையும் தங்கள் வசமாக்கி, பின்பு ஓல்க்காருக்கு விரோதமாய் போய், அவனாலே சிலதரம் அடிக்கப்பட்டிருந்தபின், அவனைச் செயித்து, அநேகம் கோட்டைகளையும் பிடித்து, அவனையும் கீழ்ப்படுத்தி, சத்தூ ர் முதலான கோட்டைகளையும் பந்தல்கண்ட் (Bundelkhand) நாட்டையும் தங்கள் வசமாக்கிக் கொண்டார்கள். இந்தப் பிரகாரமாக மாராஷ்டரை ஆளுகிற நிசாம் என்னப்பட்ட நபாபும் தஞ்சையூர் இராசாவும் மதுரையிலும் திருநெல்வேலியிலும் உள்ள பாளயக்காரரும் மலையாளத்து இராசாவும் இங்கிலிஷ்காரருடைய அதிகாரத்துக்கு உட்படுத்தப்பட்டார்கள். ஆதலால் இப்பொழுது இங்கிலிஷ்காரரே இந்து தேசத்துக்கு எசமான்களாயிருந்து தங்களுக்குரிய நீதியின்படிக்கு ஆளுகை செய்து வருகிறார்கள்.

5. அசம் தேசம் (Assam):

89. அசம் தேசம் பங்காள நாட்டுக்குக் கிழக்கே சின்ன தேசமாய் இருக்கின்றது. அது ஏறக்குறைய 26 காதவழி நீளமும் 14 காதவழி அகலமும் உள்ளது.

90. அதின் எல்லைகளாவன : வடதிசைக்கு தீபேத்து தேசம், கிழக்குத் திசையின் எல்லை நன்றாய் தெரியாது. தென்றிசைக்கு பிர்மதேசத்தைச் சார்ந்த மேக்கிஸ் நாடு மேற்குத் திசைக்கு பங்காள நாடு இவைகளே.

91. ஒரு இராசா அத்தேசத்தை ஆளுகிறான். அவனும் குடிகளும் விக்கிரகாராதனைக்காரராய் இருக்கிறார்கள். திட்டமான மார்க்கம் அவர்களுக்கில்லை. அங்கே சில பிராமணர் உண்டென்று சொல்லுகிறார்கள்.

92. பிரம்மபுத்திர ஆறு அதின் வழியாய் ஓடி அதை இரண்டு பங்காகப் பிரிக்கிறது. ஒன்றிற்கு உடடிரிக்கோல் என்றும் ஒன்றிற்கு தெச்சனகோல் நாடு என்றும் பேர். அந்த ஆற்றிலே மாசுலி தீவும் உண்டு. பல பல சரக்குகளும், விருட்சத்துக் கனிகளும், பொன்னும், யானைகளும் மிகுதியாய் இருக்கின்றன.

93. அதின் நகரம் கெர்கொன் (Gargaon)பட்டினம். இராசா அங்கேயிருக்கிறான்.

6. பிர்ம தேசம் (Burmah) :

94. அசம் தேசத்துக்குத் தெற்கே பிர்ம தேசமுண்டு. அதன் நீளம் ஏறக்குறைய 300 காதவழியிருக்கும். அதின் அகலம் ஏறக்குறைய 150 காதவழியிருக்கும். அதற்கு ஆவா (Ava) என்றும் மியாவா என்றும் பேர்.

95. அதின் எல்லைகளாவன : வடதிசைக்கு அசம் (Assam) தேசமும் சீனா (China) தேசமும், கிழக்குத்திசைக்கு தொங்கின் (Tonkin) தேசமும் சீயம் (Siam)தேசமும், தென்றிசைக்கு மலக்க (Malacca) தேசமும் இந்து சமுத்திரமும்,

மேற்குத்திசைக்கு பங்காள கடலும் ஆகிய இவைகளே.

96. அத்தேசத்தாரும் விக்கிரகாராதனைக்காரராய் இருக்கிறார்கள். அவர்களுடைய மார்க்கம் பவுத்து மார்க்கம். குடிகளெல்லாரும் ஏறக்குறைய ஒன்றரைக் கோடி பேர். அவர்களை ஒரு இராசா தன் இஷ்டப்படி ஆளுகிறான்.

97. பிர்ம தேசம் நல்ல செழிப்புள்ளது. அதிலே அரிசி, சருக்கரை, பலவிதமான கனிகள், புகையிலை, பஞ்சி, பொன், வெள்ளி, இரற்றினங்கள், தந்தம் முதலானவைகளும் சம்பூரணமாய் உண்டாயிருக்கின்றன.

98. அந்தத் தேசம் பகுக்கப்பட்டிருக்கிற நாடுகளாவன :

1. ஆவா (Ava - Inwa) நாடு
2. மெக்கிஸ் நாடு
3. அரக்கான் (Arakan - Rakhine) நாடு
4. பைகோலி நாடு
5. மரத்தபான் நாடு

இவைகளே.முன்னே அவைகள் வேறு வேறான இராச்சியங்களாய் இருந்தன. அப்பொழுது ஆவா நாட்டின் இராசா வந்து, பலகாலங்களிலும் பண்ணிவந்த யுத்தங்களினாலே அவைகளைத் தனக்கு உட்படுத்தினான். அவன் உம்மிர்ப்பூரிலே வாசம் பண்ணுகிறான். ஆவா பட்டினமும் பைகோலி பட்டினமும், அரக்கான் பட்டினமும், மரத்தப்பான் பட்டினமும் விஸ்தாரமாய் இருக்கின்றன. இரங்கூன் (Rangoon – Yangon) பட்டினத்திலே மிகுந்த வியாபாரம் நடக்கிறது.

7. மலக்க தேசம் (Malacca) :

99. பிர்ம தேசத்தின் தென்திசையிலே மலக்க தேசமுண்டு. அதன் நீளம் ஏறக்குறைய 56 காதவழியிருக்கிறது. அதன் அகலம் 18 காதவழியிருக்கிறது. மூன்று பக்கங்களையும் சுற்றி சமுத்திரம் உண்டு. அதற்கு மலாயா என்றும் பேர்.

100. அதின் குடிகள் மலாய் பாஷைக்காரராய் இருக்கிறார்கள். முகம்மது மார்க்கமும் விக்கிரகாராதனை மார்க்கமும் அங்கே கலந்திருக்கின்றன. பூர்வீகத்திலே அந்தத் தேசம் இரண்டு மூன்று இராச்சியங்களாக பிரிக்கப்பட்டிருந்தது. பின்பு ஐரோப்பா தேசத்திலுள்ள ஒல்லாண்டு (Holland)

தேசத்தார் வியாபாரம் பண்ணுகிறதற்கு வந்து, மென்மேலும் அதைத் தங்களுக்குக் கீழ்ப்படுத்தினார்கள். 1795 -ஆம் வருஷத்திலே இங்கிலாண்டு தேசத்தார் வந்து, அதைக் கட்டிக்கொண்டு இதுவரைக்கும் ஆளுகிறார்கள். சீனா தேசத்தாரோடே வியாபாரம் பண்ணுகிறதற்கு மலக்க தேசம் மிகவும் துணையாய் இருக்கிறபடியினாலே, ஐரோப்பா கண்டத்தார் அதை மிகவும் இச்சித்தார்கள்.

மலக்கப் பட்டினம் உண்டு. பூர்வீகத்திலே அது மிகுந்த ஐசுவரியமுள்ள பட்டினமாய் இருந்தது.

8. சீயம் தேசம் (Siam) :

101. சீயம் தேசம் ஏறக்குறைய 60 காதவழி நீளமும், 22 காதவழி அகலமும் உள்ளது.

அதின் எல்லைகளாவன : வடதிசைக்கு ஆவா நாடு, கிழக்குத்திசைக்கு கம்போதிய தேசமும் லாவோஸ் நாடும், தென்றிசைக்கு சமுத்திரமும், மலக்க தேசமும், மேற்குத்திசைக்குப் பிர்ம தேசமும் ஆன இவைகளே.

102. குடிகள் சீனா தேசத்தாருக்கு ஒப்பானவர்கள். தன்னிஷ்டப்படி செய்கிற இராசா அவர்களை ஆளுகிறான். நிலங்கள் மிகவும் செழிப்பாய் இருக்கின்றன. குடிகள் மிகுதியில்லை.

சீயம் நகரும் உண்டு. அதிலே இராசாவிருக்கிறான். அதற்குத் தெற்கே பங்கோக் (Bangkok)என்னும் கோட்டையுண்டு.

9. தொங்கின் தேசம் (Tonkin - Vietnam) :

103. தொங்கின் தேசம் ஏறக்குறைய 80 காதவழி நீளமும் 32 காதவழி அகலமும் உள்ளது. அதின் எல்லைகளாவன :

வடதிசைக்கு சீனா தேசம், கிழக்குத் திசைக்கும் தென்றிசைக்கும் சீனா சமுத்திரம், மேற்குத் திசைக்கு பிர்ம தேசம், சீயம் தேசம் இவைகளே.

104. அதின் குடிகளும் சீனா தேசத்தாருக்கு

ஒப்பாயிருக்கிறார்கள். ஒரு இராசா அவர்களை ஆளுகிறான். அவர்களுடைய மார்க்கம் விக்கிரக ஆராதனையே.

105. அது மிகுந்த செழிப்பும் சவுக்கியமும் உள்ள தேசம். பல இரற்றினங்களும் மிகவும் விரைவாய் நடக்கிற யானைகளும் உண்டு.

106. தொங்கின் இராச்சியம் இப்பொழுது ஆறு நாடாக வகுக்கப்பட்டிருக்கின்றது.

அவையாவன:

1. தொங்கின் நாடு
2. கொச்சின் சீனா (Cochinchina - Quinan) நாடு
3. கம்போதியா (Cambodia) நாடு
4. சியம்பா நாடு
5. லாவொஸ் (Laos) நாடு
6. லாக்குதோன் நாடு

இவைகளே.

சில காலத்துக்கு முன்னே அந்த நாடுகள் வெவ்வேறான இராச்சியங்களாய் இருந்தன. அப்பொழுது தொங்கின் இராசா வந்து அவைகளைத் தன் வசமாக்கிக் கொண்டான்.

கெஷோ பட்டினம் பிரதானமானது.

மேற்சொல்லிய அசம், பிர்ம, மலக்க, சீயம், தொங்கின் தேசங்கள் கங்கை நதிகளுக்கு கிழக்கே இருக்கிறபடியினாலே ஐரோப்பா கண்டத்தார் அவைகளுக்கு கங்கைக்கு அப்புறமான இந்து தேசமென்றும், பங்காளம், டில்லி முதலிய தேசங்களுக்கு கங்கைக்கு இப்புறமான இந்து தேசமென்றும் பேர் சொல்லுகிறார்கள்.

10. சீனா தேசம் (China) :

107. சீனா தேசம் மிகவும் விஸ்தாரமானது. தீபெத்து தேசமும் தாத்தாரி தேசமும் அதைச் சேர்ந்தபடியால் அது இந்து தேசத்தினும் இரண்டனைத்தனையாக அதிக பெரிதாய் இருக்கின்றது. சீனா தேசந்தானே 145 காதவழி நீளமும் 126 காதவழி அகலமும் உள்ளது. அதின் வட அகல அளவு 20 -ஆம் வகுப்பு முதல் 40 -ஆம் வகுப்பு வரைக்கும் இருக்கின்றது. அதின் கிழக்கு நீள அளவு 98 -ஆம் வகுப்பு முதல் 123 -ஆம் வகுப்பு வரைக்கும் இருக்கின்றது.

108. அதின் எல்லைகளாவன : வடதிசைக்கு தாத்தாரி தேசமும், கிழக்குத் திசைக்கு பசிபிக் சமுத்திரமும், தென்றிசைக்கு சீனா சமுத்திரமும், மேற்குத் திசைக்கு தொங்கின் தேசமும் தீபேத்து மலைகளும் ஆனவைகளே.

109. அதிலுள்ள சனங்கள் ஏறக்குறைய 33 கோடி பேர் இருக்கிறார்கள். அவர்களை ஒரு இராயன் ஆளுகிறான். அவர்கள் விக்கிரகாராதனை செய்து, போ (Po) என்பவனை பிரதானமாய் வணங்குகிறார்கள். அவனுடைய மார்க்கம் பிர்ம தேசத்திலுள்ள பவுத்த மார்க்கத்துக்கு சற்றே ஒப்பாயிருக்கின்றது. ஆகிலும் அவர்கள் பல பல தேவர்கள் மேல் பக்தியாயிருந்து, பல பல மார்க்கமாய் நடக்கிறார்கள். அவர்கள் வீணான செய்கைகளை மிகவும் பற்றி வருகிறார்கள். மெய்யான தேவனை அறியாமல் இருக்கிறார்கள். அவர்களுடைய கோவில்களில் இருக்கிற சொரூபங்களும் அவைகளுக்குச் செய்கிற ஆராதனையும் பாப்பு (Pope) மார்க்கத்தார் செய்கிறதற்கு மிகவும் ஒப்பாயிருக்கின்றன. ஒரு திரைச்சேலைக்குப் பின்னாலே மரியாளுக்கு ஒப்பாய் பரிசுத்த தாயாகிய ஷின்மூவ் என்பவளுடைய சொரூபத்தை வைத்திருக்கிறார்கள். அவளுடைய கையில் ஒரு குழந்தைச் சொரூபம் இருக்கின்றது. அவளுடைய தலையைச் சுற்றி மகிமைக் கதிர்கள் செய்யப்பட்டிருக்கின்றன. அவளுக்குமுன்பாக விளக்குகளை எப்பொழுதும் எரியப் பண்ணுகிறார்கள். குடிகள் மிகவும் சாக்கிரதையாய் பூமியில் பயிரிடுகிறார்கள். உழாமலும் பயிரிடாமலும் இருக்கிற இடமில்லை. மற்றத் தொழில்களையும் செய்து வருகிறார்கள். சாதி வகுப்பு அவர்களுக்கில்லை. கல்விமான்கள் அதிக கனத்தைப் பெற்றுக்கொள்ளுகிறார்கள். எவனானாலும் கல்வியறிந்தவனானால் இராயனாலே உயர்த்தப்படுவான். எப்படியும் சீனா தேசத்தார் மிகவும் கபடம் உள்ளவர்களாய் இருக்கிறார்கள்.

110. அத்தேசத்திலே அநேக மலைகள் உண்டு. சில மலைகளின் சிகரத்திலிருந்து பல காலங்களிலே அக்கினி புறப்படுகின்றது. மிகுந்த பூமி சமனானதாய் இருக்கிறது. குடிகள் அதிக நிலங்களில் பயிரிடுகிறபடியினாலே காடுகள் நிறைய இல்லை. வீடு கட்டுகிறதற்கும் கருவிகளைச் செய்கிறதற்கும் வேண்டிய மரங்களை மாத்திரம் வளர்க்கிறார்கள். இரும்பு, ஈயம், செம்பு, பொன் முதலான பஞ்சலோகங்களும் உண்டு.

111. பல ஏரிகளும் உண்டு. தொங்கிதிந்த் (Dongting) ஊரிலே இருக்கிற ஏரி ஏறக்குறைய 30 காதவழி சுற்றளவாய் இருக்கிறது. மேலும் ஓவாங்கோ (Hwang-Ho) என்றும் கீய்ங்கு (Si-Kiang) என்றும் பேர் கொண்ட இரண்டு பெரிய நதிகளும் மற்றச் சின்ன நதிகளும் உண்டு. அல்லாமலும் ஒரு நதி மற்ற நதியுடனே இசைவாய் இருக்கும்படிக்கும் அதினாலே தேசத்தில் எங்கும் சலத்தின் வழியாய் வியாபாரம் பண்ணுகிறது எளிதாய் இருக்கும் படிக்கும் குடிகள் அநேக நீர்க்கால்களை உண்டுபண்ணினார்கள். அவைகளினாலே அத்தேசத்தாருக்கு மிகுந்த பிரயோசனம் உண்டாயிருக்கின்றது. சில நீர்க்கால்கள் நூறு காதவழி தூரமாய் இருக்கும்.

112. நலம் செழிப்பாய் இருக்கின்றது. குடிகளுக்கு எது வேண்டுமோ அது முளைக்கும். விசேஷமாய் தேயிலைச் செடி அங்கே விஸ்தாரமாய் இருக்கின்றது. குடிகள் அதின் இலைகளைக் காயப்போட்டு, பின்பு வெந்நீர் அவைகளின்மேல் வார்த்து, அந்த வெந்நீரை குடிக்கிறதற்குத் தகுதியாக்குகிறார்கள். அப்படிப்பட்ட தேயிலைகளை மற்றத் தேசத்தாருக்கு மிகுதியாய் விற்றுப் போடுகிறார்கள். சாதுவான மிருகங்களும் அல்லாமல் புலி, ரீனோசெரோத்து, கரடி, எருது முதலியவைகளும் உண்டு.

113. சீனா தேசம் 16 பெரிய நாடுகளாகப் பிரிக்கப்பட்டிருக்கின்றது. அவையாவன : பேட்சேலி நாடு, கீயஞ்ஞங் நாடு, கீயஞசீ நாடு, செக்கியஞ்நாடு, போச்சீன் நாடு, ஔக்குவஞ் நாடு, ஓகான் நாடு, சந்துன் நாடு, ஷன்சீ நாடு, ஷென்சீ நாடு, கன்சோ நாடு, செச்சுவீன் நாடு, கண்டொன் நாடு, குவஞ்சீ நாடு, இயுநன் நாடு, கோவைட்சூ நாடு இவைகளே.

அவைகளுக்குள்ளே 4400 பட்டினங்கள் மதில் சூழப்பட்டிருக்கின்றன என்று சொல்லுகிறார்கள். அவைகளில் பிரதானமானவைகளாவன :

பெக்கின் நகரம் - அதிலே இராயன் இருக்கிறான். அதின் குடிகள் ஏறக்குறைய 30 இலட்சம் பேர். சில தெருக்கள் 120 அடி அகலமும் 2 நாழிகைவழி நீளமும் உள்ளது.

நங்கின் பட்டினம் (Nanjing)- முன்னே நகராய் இருந்நது. அதின் சுற்றளவு ஏறக்குறைய 17 காதவழியிருக்கும்.

கண்டோன் பட்டினம (Guangdong - Canton) - அங்கே மிகுந்த வியாபாரம் நடக்கின்றது. ஐரோப்பா கண்டத்தாரும்

மற்றத் தேசத்தாரும் அங்கே போய் வியாபாரம் பண்ணுகிறார்கள்.

114. சீனா தேசத்தின் சரித்திரம் விஸ்தாரமாய் இருக்கின்றது. ஆனாலும் அது இராச்சியமாகத் தொடங்கின காலத்தை நன்றாயறியோம். பூர்வீகத்தில் உண்டான சலப்பிரளயமான பின்பு, உலகம் உண்டானது முதல் 1766 வருடம் வரைக்கும் சத்தியவரதன் என்னப்பட்ட நோவாவின் சந்ததியார் ஒரேதேசத்தில் குடியிருந்தார்கள். அக்காலத்திலே பாபேல் என்னும் இடத்திலே பராபரன் அவர்களை பற்பல திசைகளுக்குப் புறப்பட்டுபோகப்பண்ணினபொழுது, சிலர் கிழக்கிலே பிரயாணமாய்ப் போய் பின்பு சீனா என்னப்பட்ட தேசத்துக்கு வந்து குடியேறினார்கள். அப்பொழுது அவர்கள் பெருகி, 1940 -ஆம் வருஷத்திலே இயாவோ (Emperor Yao)என்னப்பட்ட இராயனாலே ஆண்டுகொள்ளப்பட்டார்கள். அக்காலத்திலே குடும்பம் உடையவர்கள் தங்கள் தங்கள் குடும்பங்களை ஆண்டார்கள் என்றும், அப்படி ஆண்ட குடும்பத் தலைவரில் ஒருவன் பிரதானியாய் இருந்து, இராசா எனப்பட்டான் என்றும் தோன்றுகின்றது. இராயர் அப்படி ஆண்டு கொண்டு வந்த காலத்திலே 3525 -ஆம் வருஷத்திலே கொங்பூட்சி (Kung fu tze - Confucius) என்பவன் இருந்தான். அவன் மிகுந்த விவேகம் உடையவனாய், இந்து தேசத்தாருக்கு மனுவென்னும் மகாமுனி செய்ததுபோல, சீனா தேசத்தாருக்கு நீதி சாஸ்திரத்தை உண்டுபண்ணினான். அவன் இறந்துபோன பின்பு, அத்தேசத்தாரில் அநேகர் அவனைத் தெய்வம் என்று எண்ணி, நமஸ்காரம் பண்ணினார்கள். மேலும் பல பல காலங்களிலே இராச்சிய பரிபாலனம் பண்ணுகிறதைக் குறித்து சீனா தேசத்தாருக்கு உள்ளே அநேகம் சண்டைகளும் உண்டாயின. அதினாலே அவர்கள் அடிக்கடி ஒரு இராயனைத் தள்ளி, மற்றொருவனை இராயனாக வைத்துக் கொண்டு வந்தார்கள். வடக்கிலிருக்கிற தாத்தாரி சனங்கள் உடனேயும் மிகவும் சண்டை பண்ணிக்கொண்டு வந்தார்கள். அப்படிப்பட்ட சண்டைகள் இராதபடிக்கும் அந்தத் துஷ்ட சனங்கள் சீனா தேசத்திலே பிரவேசித்துக் கொள்ளையிடாதபடிக்கும் கீயோவங்கீத்தீ என்னும் இராயன் 3791 -ஆம் வருஷத்திலே ஏறக்குறைய 140 காதவழி நீளமுமாய் 20 அடி உயரமுமாய் 10 அடி அகலமுமாக ஒரு மதிலை உண்டாக்கினான். அது வடதிசையிலே கிழக்கு முதல்

மேற்கு வரைக்கும் இருக்கின்றது. ஆகிலும் 16 நூற்றாண்டுகளான பின்பு, கிறிஸ்து பிறந்து 14 -ஆம் நூற்றாண்டிலே தீமுர் (Timur) என்பவன் மிகுந்த சேனைகளுடனே சீனா தேசத்தில் பிரவேசித்து, சண்டை பண்ணிக் கொள்ளையிட்டுப் போனான். 3 நூற்றாண்டுகளுக்குப் பின்பு, கிறிஸ்து பிறந்து 16 -ஆம் நூற்றாண்டிலே சீனா தேசத்தார் மஞ்சூர் தாத்தாரி சனங்களுடனே சண்டை பண்ணின பொழுது சீனா தேசத்தானாகிய இராயனைத் தள்ளி, மஞ்சூர் (Manchu) தாத்தாரி சனங்களுடைய பிரபுவை இராயனாக வைத்தார்கள். அதினாலே மஞ்சூர் தாத்தாரித் தேசம் சீனா தேசத்தைச் சேர்ந்தது. மேலும் அந்த இராயனுடைய சந்ததியார் இதுவரைக்கும் சீனா தேசத்தை ஆளுகை செய்து வருகிறார்கள்.

11. சீனா தேசத்தைச் சேர்ந்த தீபேத்து தேசம் (Thibet):

115. அதின் எல்லைகளாவன : வடதிசையிலே தாத்தாரி (Tartar) தேசம், கிழக்குத் திசையிலே சீனா (China) தேசம், தென்றிசையிலே பிர்ம (Burmah) தேசமும் இந்து (India) தேசமும், மேற்குத் திசையிலே இந்து தேசம் (India) இவைகளே. அது 150 காதவழி நீளமும் 50 காதவழி அகலமும் உள்ளது. அதின் வட அகல அளவு 27 -ஆம் வகுப்பு முதல் 35 -ஆம் வகுப்பு வரைக்கும் இருக்கின்றது. அதின் கிழக்கு நீள அளவு 75 -ஆம் வகுப்பு முதல் 101 -ஆம் வகுப்பு வரைக்கும் இருக்கின்றது.

116. அதின் குடிகள் சற்றே கறுப்பு வன்னம் (வண்ணம்) உள்ளவர்கள். அவர்களுடைய மார்க்கம் சன்னர் மதத்தாருக்கு அல்லது பாப்பு (போப்பு -Pope) மார்க்கத்தாருக்கு சற்றேறக்குறைய ஒப்பாயிருக்கிறது. மெய்யான தேவனை அவர்கள் அறியாமல் ஒரு மனிதனை பிரதான ஆசாரியனாக வைத்து அவனைத் தேவனென்று எண்ணி நமஸ்காரம் பண்ணுகிறார்கள். அந்தப் பிரதான ஆசாரியனுக்குத் தாலாயிலாமா (Dalai Lama) என்று பேர். அவன்தான் இராசாவைப்போல குடிகளை ஆளுகிறவனாயும் இருக்கிறான். சீனா தேசத்து இராயனும் அவனை நமஸ்காரம்

பண்ணுகிறான். ஆகிலும் அந்தத் தாலாயிலாமா அந்த இராயனுக்கு உட்பட்டிருந்து அவனுக்கு வரி செலுத்துகிறான். குடிகள் மிகவும் அவபத்தியாய் அவனையும் கோவில்களில் வைத்திருக்கிற மகா முனி என்னும் விக்கிரகத்தையும் நமஸ்கரிக்கிறார்கள்.

117. தீபேத்து தேசம் மிகுந்த மலைகளுள்ளது. அவ்விடத்திலிருந்து கங்கை நதி தோன்றி வருகின்றது. சில நதிகளுண்டு. சம்பு (Zangbo - Tsangpo) என்னப்பட்ட பிர்மபுத்திர (Brahmaputra) ஆறு பிரதானமானது.

118. தீபேத்து தேசம் சற்றே குளுமையான பூமி. மிகுந்த செழிப்புள்ள நிலமில்லை. கோதும்பை, வாற்கோதும்பை, நெல் உண்டாகும். பொன் மிகுதியாய் இருக்கின்றது. செம்பும் ஈயமும் உண்டு. புலி, சிங்கம் முதலான துஷ்ட மிருகங்கள் அங்கேயில்லை.

119. அத்தேசம் மூன்று பிரதான வகுப்பாக வகுக்கப்பட்டிருக்கின்றது. நாகரி என்னப்பட்ட மேல் தீபேத்து, நடுத் தீபேத்து, கீழ்த் தீபேத்து இவைகளே. அல்லாமலும் மேல் தீபேத்திலே மூன்று நாடுகளுண்டு. சங்கார நாடு புறங்கு நாடு, தாமோ நாடு இவைகளே. நடுத் தீபேத்திலேயும் மூன்று நாடுகளுண்டு. ஷங் நாடு, ஒங்க நாடு, சியங் நாடு இவைகளே. கீழ் தீபேத்திலேயும் மூன்று நாடுகளுண்டு. கெங்பொநாடு, கோகங்கோ நாடு, தமக்குப்போ நாடு இவைகளே. தமக்குப்போ என்பதற்கு புத்தரன் என்றும் பேர். அவைகளில் பிரதான பட்டினங்களாவன : இல்சா பட்டினம். அது தாலாயிலாமா என்பவனுடைய நகரம். சுலும்பு அல்லது லுபுரோம் பட்டினமும் உண்டு.

120. தீபேத்து தேசத்தின் சரித்திரம் நன்றாய் தெரியவில்லை. குடிகள் தாத்தாரி சனங்களாய் இருக்கிறார்கள். முன்னே அவர்களை ஒரு இராசா ஆண்டான். கிறிஸ்து பிறந்து 1620 -ஆம் வருஷத்திலே சங்பாஅன் (Tsangpa) என்பவன் இராசாவாய் இருந்தான். அவன் ரோமன் பாதிரிகள் தனக்கு அறிவித்த பாப்பு (போப்பு) மார்க்கத்தை நல்ல மார்க்கம் என்றெண்ணி தன் சென்ம மார்க்கத்தையும் தாலாயிலாமா என்னும்பிரதான ஆசாரியனையும் அற்பமாய் எண்ணிக்கொண்டு வந்தான். தாலாயிலாமா என்பவன் கோபம் கொண்டு,

வடக்கிலுள்ள தாத்தாரிப் பிரபுக்களில் ஒருவன் தன்னைக் காப்பாற்றும்படிக்கு வேண்டிக்கொண்டான். அந்தத் தாத்தாரி பிரபு மிகுந்த சேனைகளைக் கூட்டிக்கொண்டு, தீபேத்து தேசத்தில் பிரவேசித்து, சங்பாஅன் என்னும் இராசாவுடனே யுத்தம்பண்ணி, அவனைப் பிடித்துக் கொலை செய்து, அந்த தேசத்தை தாலாயிலாமாவுக்கு ஒப்புக்கொடுத்துப் போனான். இவ்விதமாய் பிரதான ஆசாரியனாகிய தாலாயிலாமா அத்தேசத்தின் பிரபுவானான். 1642 -ஆம் வருஷத்திலே தாலாயிலாமா தன்னையும் தன் தேசத்தையும் காப்பாற்றும்படிக்கு சீனா தேசத்தின் இராயனை வேண்டிக்கொண்டான். அவன் அப்படிச் செய்தான். அதுமுதல் தாலாயிலாமா அந்த இராயனுக்கு வரி செலுத்திக்கொண்டு வருகிறான். ஆதலால் தீபேத்து தேசம் இப்பொழுது சீனா தேசத்தைச் சேர்ந்திருக்கின்றது.

12. சீனா தேசத்தைச் சேர்ந்த தாத்தாரி தேசம் (Chinese Tartary) :

121. அதின் எல்லைகளாவன : வடதிசையிலே சீபேரியா தேசம், கிழக்குத் திசையிலே சபபார தீவும் தாத்தாரிக் கடலும், தென்றிசையிலே சீனா தேசமும் தீபேத்து தேசமும், மேற்குத் திசையிலே தாத்தாரி தேசமும் ஆனவைகளே.

122. அது 300 காதவழி நீளமும் 108 காதவழி அகலமும் உள்ளது. அதின் வட அகல அளவு 35 -ஆம் வகுப்பு முதல் 53 -ஆம் வகுப்பு வரைக்கும் இருக்கின்றது. அதின் கிழக்கு நீள அளவு 72 -ஆம் வகுப்பு முதல் 145 -ஆம் வகுப்பு வரைக்கும் இருக்கின்றது.

123. அத்தேசத்தார் மொகுல் தாத்தாரி சனங்கள் என்னப்படுகிறார்கள். அவர்கள் பல கோத்திரங்களாகப் பிரிக்கப்பட்டு, கூடாரங்களிலே குடியிருந்து, வருஷந்தோறும் கூடாரங்களோடும் சாமான்களோடும்கூட தேசத்திலே அலைந்து திரிந்து கொண்டு, பயிரிடாமல், ஆடுமாடு, ஒட்டகம் உடையவர்களாய் அந்த ஆடு மாடு ஒட்டகம் முதலிய செந்துக்களாலே பிழைக்கிறவர்களாய் இருக்கிறார்கள். படிப்பு அவர்களுக்கில்லை. யுத்தம் செய்கிறதற்கு அவர்கள்

கெட்டிக்காரராய் இருக்கிறார்கள். அவர்களில் அநேகர் தீபேத்து தேசத்தாருடைய மார்க்கமாய் தாலாயிலாமாவைத் தொழுதுகொள்ளுகிறார்கள். மற்ற அநேகர் சமண் மார்க்கத்தாராய் எல்லாரிலும் மேலான தேவன் ஒருவன் உண்டென்று நம்பிக்கொண்டும், அவருக்கு அநேக தேவர்கள் உட்பட்டிருக்கிறார்கள் என்றும் சொல்லி அவர்களை நம்பிக் கும்பிடுகிறார்கள்.

124. சீனா தாத்தாரி தேசத்தின் விஸ்தாரமான பங்கு ஒரே மலையின் மேலிருக்கிற சமனான பூமியாய் இருக்கின்றது. அதின் தென்றிசையிலும் வடதிசையிலும் இருக்கிற மலைகள் அந்தச் சமனான பூமியைத் தாங்குகிறது போலிருக்கின்றன. அதின் நடுவிலேயும் சின்ன மலைகள் எழும்பியிருக்கின்றன.

125. சில நதிகளுண்டு. ஆமூர் நதி பிரதானமானது. விஸ்தாரமான ஏரிகளுண்டு. பல்காஷ் (Balkhash) என்னப்பட்ட தென்கிஷ் ஏரி ஏறக்குறைய 15 காதவழி நீளமாயிருக்கின்றது.

126. அத்தேசம் உயரமாய் இருக்கிறபடியினாலே அது குளிர்ச்சியுள்ளது. ஆடு மாடு முதலியவைகள் மேய்கிறதற்கு விஸ்தாரமான புல்லுள்ள நிலங்களும் உண்டு. அவைகளில் காட்டுக் குதிரைகளும் காட்டுக் கழுதைகளும் அதிகமாய் இருக்கின்றன. பிரகாசமும் மெல்லிசுமான மயிரையுடைய வாலுள்ள காளைகளும் உண்டு.

127. அத்தேசம் குடிகளுக்கு உண்டான வகுப்புக்களின்படி வகுக்கப்படும். அதாவது மஞ்சூர் அல்லது மஞ்சூர் தாத்தாரி நாடு (Manchuriaa), மொங்குல் அல்லது மொகுல் நாடு (Mongolia), எலூத்து அல்லது கல்மூக்குத் (Aluth or Kalmuks)தாத்தாரி நாடு என்பவைகளே. மோகுல் தாத்தாரி நாட்டிலே குடிகள் திரிந்து அலைகிறபடியால் பட்டினங்கள் இல்லை. மஞசியூர் தாத்தாரி நாட்டிலே, இட்சின்யங் பட்டினம் பிரதானமானது. அதற்கு முகுடன் என்றும் பேர். அல்லாமலும் கஷ்கார், இயர்க்கந்து, துற்பான் முதலான ஊர்கள் உண்டு.

128. அத்தேசத்தாருடைய சரித்திரம் நன்றாய் தெரியவில்லை. அவர்கள் நோவாவினுடைய குமாரனாகிய யாப்பேத்தின் சந்ததியார். அவர்கள் மிகவும் துஷ்ட சனங்களானார்கள். கி.பி. 13 -ஆம் நூற்றாண்டிலே அவர்களுக்குப் பிரபுவாகிய சிங்கிஸ்கான் (Genghis Khan) என்னப்பட்டவன்

மிகுந்த சேனையுடனேகூட தனது தேசத்தின் எல்லைகளை விட்டு சீனா தேசத்தையும் இந்து தேசத்தையும் வடதேசத்தையும் கட்டிக்கொண்டு இறங்கினார்கள். 100 ஆண்டுகளுக்குப் பின்பு அவர்கள் சீனா தேசத்தை விட்டு துரத்தப்பட்டுப் போய், மறுபடியும் தங்கள் தேசத்திலே தங்கினார்கள். 17 -ஆம் நூற்றாண்டிலே தாத்தாரி தேசத்தார் மறுபடியும் சீனா தேசத்தில் பிரவேசித்து தங்கள் இராசா பட்டத்தை அங்கேதானே ஸ்தாபித்தார்கள். இவ்விதமாய் அந்த தாத்தாரி தேசம் சீனா தேசத்தைச் சேர்ந்திருக்கின்றது.

13. மற்றொரு இராச்சியத்துக்கு உட்பட்டிராததாத்தாரி தேசம் (Independent Tartary) :

129. அதின் எல்லைகளாவன : வடக்கிலே சீபேரிய தேசம் (Siberia), கிழக்குத் திசையிலே பார்சு தேசமும் (Persia) இந்துகவுர் மலைகளும் இந்து தேசத்தைச் சேர்ந்த காந்தார் நாடும் கபோல் நாடும்,மேற்குத் திசையிலே கஸ்பியக் (Caspian) கடலும், ஊரல் (Ural) நதியும் ஊரல் (Ural) மலைகளும் ஆனவைகளே.

அது 150 காதவழி நீளமும் 85 காதவழி அகலமும் உள்ளது. அதின் வட அகல அளவு 31 -ஆம் வகுப்பு முதல் 52 -ஆம் வகுப்பு வரைக்கும் இருக்கின்றது. அதின் கிழக்கு நீள அளவு 55 -ஆம் வகுப்பு முதல் 70 -ஆம் வகுப்பு வரைக்கும் உள்ளது.

130. அத்தேசத்தாரில் அநேக சனங்கள் மற்றத் தாத்தாரிகளைப் போல துஷ்டராய் நிலவரம் இல்லாமல் மாறி, சின்னக் குடிசைகளில் வாசம்பண்ணி, தங்கள் ஆடு, மாடு, குதிரை முதலிய மிருகங்களுக்கு எங்கே மேய்ச்சல் கிடைக்குமோ அங்கே போய் இறங்குகிறவர்களாய் இருக்கிறார்கள். அவர்கள் மூன்று கூட்டமாக மூன்று முதலாளிகளாலே ஆளப்படுகிறார்கள். மற்ற சனங்கள் பட்டினங்களிலேயும் கிராமங்களிலேயும் குடியிருக்கிறார்கள். அவர்கள் எல்லாருடைய மார்க்கமும்

முகம்மது மார்க்கமே.

131. அத்தேசத்திலே இம்மாஸ் என்னப்பட்ட பேலூர் மலைகளும் கவுரு மலைகளும் உண்டு. அவைகளுக்குள்ளே பொன், இரும்பு முதலியவைகள் அகப்படும்.

132. அமூ என்னப்பட்ட கீகூன் நதியும் சீர் என்னப்பட்ட சீகூன் நதியும் அல்லாமல் விஸ்தாரமான ஏரிகளும் உண்டு. அவைகளில் அரல் ஏரி, 20 காதவழி நீளமும், 7 காதவழி அகலமும் உள்ளது.

133. அத்தேசம் சம பூமியாய் இருக்கின்றது. நிலம் செழிப்புள்ளது. ஆடு மாடுகளுக்கான புல் ஒரு மனிதனுடைய நீளமளவாய் வளரும். அரிசியும் உண்டு.

134. அத்தேசம் மூன்று விஸ்தாரமான வகுப்புக்கள் உள்ளது. அவைகளில் ஒன்று கிர்கீசர் என்னப்பட்ட தாத்தாரிகளுடைய நாடு. இரண்டாவது, காரிசம நாடு. மூன்றாவது புகாரி நாடு. அதிலே உஸ்பேக்குத் தாத்தாரிகள் இருக்கிறார்கள். பிரதானமான பட்டினங்களாவன : சமர்க்கந்து பட்டினம். அது முன்னே தீமுர் என்பவன் இருந்த நகரம், பொக்கார பட்டினம், பல்க்கு பட்டினம் முதலியவைகளே.

135. அத்தேசத்தாருடைய பூர்வீக சரித்திரம் நன்றாய்த் தெரியாது. அவர்களும் யாப்பேத்தினுடைய சந்ததியார். கிறிஸ்து பிறந்து 13 -ஆம் நூற்றாண்டிலே மேற்சொல்லிய சிங்கிஸ்கான் என்பவனும் அவனுடைய சந்ததியாரும் அத்தேசத்திலிருந்து புறப்பட்டு வடக்கிலேயிருக்கிற தேசங்களையெல்லாம் தங்களுக்கு உட்படுத்தினார்கள். 14 -ஆம் நூற்றாண்டிலே தீமுர் என்பவன் சேனைகளோடே புறப்பட்டு, துருக்கை தேசத்தையும் கட்டிக்கொண்டான். அவனை எல்லாத் தாத்தாரி சனங்களும் இதுவரைக்கும் கனம் பண்ணி வருகிறார்கள். 17 -ஆம் நூற்றாண்டிலே மொகுல் தாத்தாரிகளும் மற்ற சில தாத்தாரிகளும் பிரிந்து, வெவ்வேறாய்ப் போனபடியினாலே அந்த இராச்சியம் இப்பொழுது சிறிதாய் இருக்கின்றது. அந்தந்தக் கூட்டங்களை தலைவர்கள் ஆளுகிறார்கள்.

14. சீபேரியா தேசம் (Siberia):

136. சீபேரியா தேசம் ஆசியா கண்டத்தின் வடக்கிலே விஸ்தாரமாய் இருக்கின்றது. அதின் எல்லைகளாவன : வடதிசையிலே வட சமுத்திரம் (North Sea), கிழக்குத் திசையிலே பாசிபிக்கு சமுத்திரம் (Pacific Ocean) என்னப்பட்ட கிழக்கு சமுத்திரம், தென்றிசையிலே தாத்தாரி (Tartary) தேசமும் பார்சு (Persia) தேசமும் துருக்கர் (Turkey) தேசமும் மேற்கு திசையிலே ஐரோப்பா கண்டத்திலுள்ள உருசியா தேசம் (Russia) இவைகளே.

137. அதின் நீளம் 530 காதவழியாய் இருக்கும். அதின் அகலம் 108 காதவழியாய் இருக்கும். அதின் வட அகல அளவு 50 -ஆம் வகுப்பு முதல் 78 -ஆம் வகுப்பு வரைக்கும் உள்ளது. அதின் கிழக்கு நீள அளவு 37 -ஆம் வகுப்பு முதல் 190 -ஆம் வகுப்பு வரைக்கும் இருக்கின்றது.

138. அத்தேசத்தின் குடிகள் பலவகையான சனங்களாய் இருக்கிறார்கள். சிலர் தாத்தாரி சனங்கள். அவர்களுக்கு முகம்மது மார்க்கம் உண்டு. சிலர் கோசாக்கு சனங்கள். சிலர் சமோயேதி சனங்கள். சிலர் ஒஸ்தியாக்கர் என்றும் சிலர் கொரியாக்கர் என்றும், சிலர் கல்மூக்கர் என்றும், சிலர் தொங்கூசர் என்றும், சிலர் கமட்சதாலர் என்றும் அழைக்கப்படுகிறார்கள். அவர்கள் எல்லாரும் துஷ்டராய் அஞ்ஞான மார்க்கத்திலே நடக்கிறவர்கள். அவர்களை ஐரோப்பா கண்டத்திலுள்ள உருசியா தேசத்தின் இராசன் ஆளுகிறான்.

139. அத்தேசத்திலே ஊரல் (Ural) மலைகளும் கவுக்காஸ் (Caucasus) மலைகளும் அல்த்தா (Altai) மலைகளும் உண்டு. பல மிருகங்களுள்ள காடுகளும் உண்டு. பொன், வெள்ளி, செம்பு, இரும்பு முதலியவைகளும், கந்தகம், பற்பல உப்பு வகைகள் முதலியவைகளும் சம்பூரணமாய் அகப்படும்.

140. சில விஸ்தாரமான ஆறுகளும் உண்டு. ஓபியாறு (Ob), யேனிசையாறு (Yenisei), அருகுன் (Argun) ஆறு பிரதானமானவை. சில விஸ்தாரமான ஏரிகளும் உண்டு. பைகோல் என்னப்பட்ட ஏரி (Lake Baikal) 35 காதவழி நீளமாயும் 5 காதவழி அகலமாயும் இருக்கின்றது.

141. அத்தேசத்தின் வடதிசை மிகவும் குளிர்ச்சியாய் இருக்கின்றது. அதினாலே அநேகவிதமான மரங்கள், தானியம், கீரைகள் முதலியவைகள் முளையாது. தென்றிசையிலே சற்றே சமகுண பூமியிருக்கின்றது. அங்கே பல பல கீரைகளும், கனி கொடுக்கிற மரங்களும் உண்டு. பலவிதமான காட்டு மிருகங்கள் பஞ்சுபோல மெல்லிதான மயிருள்ள தோலையும் மற்ற மயிருள்ள தோலையும் உடையவைகளாய் இருக்கின்றன. அந்தக் குளிர்ச்சியான தேசத்திலே தேகம் அனலடையும்படிக்கு சனங்கள் அப்படிப்பட்ட தோல்களால் வஸ்திரங்களைச் செய்து உடுத்திக்கொள்ளுகிறார்கள்.

142. அத்தேசம் இரண்டு பெரிய வகுப்பாக வகுக்கப்பட்டிருக்கிறது. மேற்குத் திசையிலே தோபொல்ஸ்க் நாடு (Tobolsk), கிழக்கிலே இர்க்குட்ஸ்க் (Irkutsk) நாடு இவைகளே. பின்னும் இவைகள் பல சின்ன சின்ன நாடுகளாக வகுக்கப்பட்டிருக்கின்றன. அவைகளாவன : கவுக்காசி நாடு, சாரத்தோப் நாடு, சிம்பிர்ஸ்க் நாடு, ஓர்மபுர்க் நாடு, உபா நாடு, காகான் நாடு, பேர்ம் நாடு, கமட்சட்கா நாடு முதலானவைகளே.

பிரதான பட்டினங்களாவன :

அஸ்திரகான் (Astrakhan) பட்டினம் - அது வொல்கா நதியின் அருகே இருக்கின்றது. அதிலே பலவிதமான கிறிஸ்தவர்கள் உண்டு. ஒரு இந்துக் கோவிலும் இருக்கிறது.

ஓரம்புர்கு (Orenburg) பட்டினம் - மிகவும் வியாபாரம் பண்ணுகிறவர்கள் உள்ளது.

தோபொல்ஸ்க் (Tobolsk) பட்டினம்- அங்கே துரைத்தனத்தார் இருக்கிறார்கள். அதினிடத்திற்கு உருசியா (ரஷ்யா) தேசத்திலிருந்து பாதகர் கடினமான வேலை செய்யும்படிக்கு அனுப்பப்படுவார்கள்.

இர்க்குட்ஸ்க் (Irkutsk) பட்டினம்- அதின் குடிகள் மிகவும் வியாபாரம் பண்ணுகிறவர்கள். மற்ற வியாபாரிகளும் அதின் வழியாய் சீனா தேசத்துக்குப் போகிறவர்களும் வருகிறவர்களுமாய் இருக்கிறார்கள்.

தொமஸ்கு (Tomsk) பட்டினம்,ஓகொட்ஸ்கு பட்டினம், பொல்கெடஸ்கொய் ஒஸ்துரோகு பட்டினம் - அந்தந்த பட்டினத்தார் விசேஷமாய் தோற்களைப் பதனிட்டு வியாபாரம் பண்ணுகிறார்கள்.

143. அத்தேசத்தாருடைய சரித்திரம் நன்றாய்த் தெரியாது. அவர்களும் யாப்பேத்தினுடைய சந்ததியார். கிறிஸ்து பிறந்து 15 -ஆம் நூற்றாண்டு முதல் உருசியா தேசத்தார் அத்தேசத்திலே பிரவேசித்து யுத்தம் பண்ணி அதை மென்மேலும் தங்களுக்கு உட்படுத்தினார்கள்.

15. ஆசியா கண்டத்தைச் சூழ்ந்திருக்கிற தீவுகளைக் குறித்துச் சொல்லியது (Island Nations of Asia):

144. கிழக்கு சமுத்திரத்திலே வடக்கிலே குரில (Kuril) தீவுகள் உண்டு. அவைகள் ஏறக்குறைய 20 சின்னத் தீவுகள் உள்ளவைகள். அவைகளில் சில தீவுகளிடத்திலே மனிதரில்லை. வட திசையின் தீவுகள் உருசியா தேசத்தின் ராசனுக்கு உட்பட்டிருக்கின்றன. குடிகள் அஞ்ஞானிகளாய் இருக்கிறார்கள். வேட்டையாடுகிறதும் மீன் பிடிக்கிறதும் அவர்களுடைய தொழில்.

145. அவைகளினருகே ஆலையுத்தி தீவுகள் உண்டு. அவற்றினுள் ஏறக்குறைய 40 சின்னத் தீவுகள் அடங்கியிருக்கின்றன. குடிகள் பூமியிலே இயல்பாய் முளைக்கிற கீரைகளையும் சமுத்திர செந்துக்களையும் சாப்பிட்டு பிழைக்கிறார்கள். அந்தச்செந்துக்களுடைய மாமிசத்தை பச்சையாயும் சாப்பிடுவார்கள். அவர்களுக்குள்ளே இராசாவும் பிரபுவும் நீதி சாஸ்திரியும் இல்லை. ஒரு துன்பம் அவர்களுக்கு உண்டானால் அவர்கள் தங்களைத் தாமே கொலை செய்வார்கள்.

146. குறில் தீவுகளுக்கு தென்றிசையிலே இயாப்பான் (Japan) தீவுகள் உண்டு. அவைகளில் அநேக சின்னத் தீவுகளும் அடங்கியிருக்கின்றன. அவையெல்லாம் ஒரே இராச்சியமாக ஒரு இராசாவினால் ஆளப்படுகின்றன. அவனையல்லாமல் தேவ ஆராதனைக்கேற்ற காரியங்களை நடத்துகிற ஒரு

ராசாவும் உண்டு. அவனை சனங்கள் ஒரு தேவனைப் போல வணங்குகிறார்கள். குடிகளெல்லாரும் மிகவும் அவபத்தியான விக்கிரகாராதனைக்காரராய் இருக்கிறார்கள். ஆகிலும் அவர்கள் சுத்தமாயிருக்கவும், ஒருவருக்கொருவர் உபசாரம் செய்யவும், சிறியவர்கள் பெரியவர்களுக்குக் கீழ்ப்படியவும், நல்ல தொழில்களைச் செய்யவும், வியாபாரம் பண்ணவும் பழக்கப்படுகிறார்கள்.

அந்த தீவுகளிலே அநேக மலைகள் உண்டு. அவைகளில் சில அக்கினியைக் கக்கும். பாதி வருஷம் மிகவும் குளிர்ச்சியாயும் பாதி வருஷம் மிகவும் உட்டிணமாயும் (உஷ்ணமாயும்) இருக்கின்றது. ஒல்லாண்டு காரர் (Holland) அங்கே வியாபாரம் பண்ணுகிறார்கள். சில காலத்திற்கு முன்னே உரோமன் சபையாராகிய இயேசுவித்தர் அங்கே பாப்பு (போப்பு) மார்க்கத்தைப் பிரசித்தம் பண்ணின பொழுது, இராசாவும் குடிகளும் அதை ஏற்றுக்கொண்டார்கள். சில காலத்துக்குப் பின்பு, இயேசுவித்தருடைய நடக்கையினாலே இராசா முதலானவர்களும் பாப்பு மார்க்கத்தைத் தள்ளி, இயேசுவித்தரை துரத்தி, முன்போல அஞ்ஞான மார்க்கத்திலே நடந்து வருகிறார்கள்.

147. அவைகளுக்குத் தெற்கே சீனா தேசத்துக்கு எதிராக பொருமோசா (Formosa) தீவுண்டு. அது மிகவும் செழிப்புள்ளது. ஒருபங்கு சீனா தேசத்தாருக்கு உட்பட்டிருக்கிறது.

148. அதற்குக் கிழக்கே இலாதுரோன் தீவுகள் உண்டு. அவைகளின் குடிகள் அதிகமாய் களவு செய்கிறவர்கள் ஆனதால் கள்ளர் என்று அருத்தம் கொள்ளுகிற இலாதுரோன் என்னும் பேர் அந்தத் தீவுகளுக்கு உண்டாயிற்று. அன்சன் துரை பூமியைச் சுற்றி யாத்திரையாய் போன பொழுது, அந்தத் தீவுகளில் ஒன்றாகிய தினியன் தீவுக்கு வந்து, தனக்கும் தன் சனங்களுக்கும் வேண்டிய போசன பதார்த்தங்களை பெற்றுக் கொண்டான்.

149. பொர்மோசா தீவுக்குத் தெற்கே பிலிப்பீன் (பிலிப்பைன்ஸ் - Philippines) தீவுகள் உண்டு. அவற்றினுள் ஏறக்குறைய 1000 தீவுகள் இருக்கின்றன. அவைகளில் மனில்லா (Manila) என்றும் லூக்கோனியா (Luconia) என்றும் பேர் கொண்ட தீவு பிரதானமானது. அது 40 காதவழி

நீளமும் 20 காதவழி அகலமும் உள்ளது. சீனா தேசத்தாரும் போர்த்துக்கல் தேசத்தாரும் வன்னம் (வண்ணம்) பூசுகிற சனங்களும் குடிகளாய் இருக்கிறார்கள். இஸ்பானியா (Spanish) தேசத்தானாகிய மகெல்லான் (மெகல்லன் - Ferdinand Magellan) என்பவன் பூமியைச் சுற்றி பிரயாணமாய் போய் அந்தத் தீவுகளை முதலாவது கண்டபடியினாலும் பின்பு இஸ்பானியா தேசத்தார் இராசனாகிய பிலிப்பு என்பவனுடைய கட்டளையின்படி அவைகளைக் கட்டிக்கொண்ட படியினாலும் அவைகள் இஸ்பானியா தேசத்தின் ராசாவுக்கு உட்பட்டிருக்கின்றன. அவைகளின் நிலம் மிகுந்த செழிப்புள்ளது. சீவனுக்கு வேண்டியதெல்லாம் சம்பூரணமாய் கிடைக்கும். ஆகிலும் பயங்கரமான பூமியதிர்தலும் இடிமுழக்கங்களும் அக்கினியைக் கக்குகிற மலைகளும் உண்டு. அந்தத் தீவுகள் அநேகம் முகம்மது மார்க்கத்தராகிய பிரபுக்களால் ஆளப்படுகின்றன. அவர்கள் மனில்லாவில் இருக்கிற இஸ்பானிய துரைகளுக்கு வரி செலுத்துகிறார்கள்.

150. அவைகளுக்குத் தெற்கே மொலுக்கா தீவுகள் உண்டு. பகியான், மகியான், மோத்தீர், தெர்நாட்டி, தீதோர் என்ற அவ்வைந்து தீவுகளும் அவைகளே. அவைகளிடத்திலே கிராம்புகளும், சாதிப்பூக்களும், சாதிக்காய்களும், சாகோ தானியமும் சம்பூரணமாய் முளைக்கும். மற்ற தானியம் அகப்படாது. அந்தத் தீவுகள் மூன்று இராசாக்களாலே ஆளப்பட்டு வருகின்றன. அவர்கள் ஒல்லாண்டு தேசத்தாருக்கு உட்பட்டிருக்கிறார்கள்.

151. அவைகளின் அருகே பந்த தீவுகளும் உண்டு. அவைகளும் ஒல்லாண்டு தேசத்தாருக்கு உட்பட்டிருக்கின்றன. சாதிக்காய் சம்பூரணமாய் இருக்கிறது.

152. அம்போயீனா தீவு சரக்குத் தீவுகளில் பிரதானமானது. அதைச் சுற்றி 7 காதவழி இருக்கும். அங்கே ஒல்லாண்டு தேசத்தின் துரைகள் ஆளுகை செய்கிறார்கள். அந்தத் தீவில் அநேகர் கிறிஸ்தவர்களாய் இருக்கிறார்கள்.

153. மேற்சொல்லிய தீவுகளுக்கு தெற்கே சேகேபேஸ் தீவுகள் உண்டு. அதற்கு மக்கசார் என்றும் பேர். அது 20 காதவழி நீளமும் 50 காதவழி அகலமும் உள்ளது. மிளகும், அபினியும் விஸ்தாரமாய் முளைக்கும். விஷமுள்ள செந்துக்களும் மிகவும்

உண்டு. ஆதலால் குடிகள் பரண் கட்டி வாசம் பண்ணுகிறார்கள். ஏணிகளின் வழியாய் அவைகளில் ஏறி இராத்திரியிலே அந்தப் பொல்லாத பூச்சிகள் உள்ளே வராதபடிக்கு அந்த ஏணிகளைத் தூக்கி எடுத்து வைப்பார்கள். ஒல்லாண்டு தேசத்தார் அங்கேயொரு கோட்டை உண்டாக்கியிருக்கிறார்கள். மற்ற தேசத்தை மூன்று இராசாக்கள் ஆளுகிறார்கள்.

154. சேலேபேஸ் தீவுக்குக் கிழக்கே கிலோலோத் தீவுண்டு. அங்கே நெல்லும், சாகோ தானியமும் முளைக்கும். குடிகள் மிகவும் துஷ்டராய் இருக்கிறார்கள்.

155. அதற்குத் தெற்கே சேரம் தீவு உண்டு. ஒல்லாண்டு தேசத்தார் அங்கே ஒரு கோட்டையை உண்டு பண்ணியிருக்கிறார்கள்.

156. அதற்கு மேற்கே சுந்த தீவுகள் (Greater Sunda Islands) உண்டு. அவைகளில் பொருநேயோ (Borneo) தீவும் சுமத்திரா (Sumatra) தீவும்இயாவா (Java) தீவும் பிரதானமானவைகள். அவைகளில் பொருநேயோ தீவு 80 காதவழி நீளமும் 70 காதவழி அகலமும் உள்ளது. அதிலே அரிசி, சருக்கரை, மிளகு, கற்பூரம், பஞ்சு, பல விருட்சத்துக் கனிகள், பொன், வயிரம் (வைரம்), இரற்றினங்களும் உண்டு. மிகுந்த நீளமான கைகளையுடைய குரங்குகளும் உண்டு. அவைகள் மனிதரைப் போல நடக்கின்றன. கடலோரத்தில் இருக்கிற குடிகளை முகம்மது மார்க்கத்தாராகிய பிரபுக்கள் ஆளுகிறார்கள்.

சுமத்திரா தீவு பொருனேயோ தீவுக்குத் தெற்கேயிருக்கிறது. அது 100 காதவழி நீளமும் 10 காதவழி அகலமும் உள்ளது. அதிலே மிகுந்த பொன்னும், மிளகும் உண்டு. இங்கிலாண்டுக்காரர் அதிலே இரண்டு ஸ்தலங்களை உடையவர்களாய் இருக்கிறார்கள். கடலோரத்தில் இருக்கிற குடிகளை அச்சீன்இராசா ஆளுகிறான். நடுவிலிருக்கிற சனங்கள் மற்ற அஞ்ஞான பிரபுக்களாலே ஆளப்படுகிறார்கள். அந்தத் தீவிலே ஒருபங்கு காசியா நாடு. அதிலிருக்கிற சனங்கள் துஷ்டமும் வீரமும் உள்ளவர்கள். யுத்த காலத்திலே அவர்கள் சிறையாகப் பிடித்த சத்துருக்களை கொலை செய்து அவர்களுடைய சரீரங்களைச் சாப்பிடுகிறார்கள்.

இயாவா (Java) தீவு ஒல்லாண்டு தேசத்தாருடையது. அதின் பிரதானமான பட்டினம் பத்தாவியா (Batavia) என்பது.

அங்கே ஒல்லாண்டு (Holland) துரை இருக்கிறார். பலவிதமான தேசத்தார் அதிலே குடியிருக்கிறார்கள். அந்தத் தீவின் சனங்கள் விக்கிரகாராதனைக்காரர்.

157. சுந்தத் தீவுகளுக்கு வடக்கே அண்டமன் தீவுகளும், நீக்கோபார் தீவுகளும் (Andaman and Nicobar Islands) உண்டு. கப்பல் யாத்திரையாய் போகிறவர்கள் அங்கே நிறுத்தி பல பல கனிகளையும் மற்றும் வேண்டிய பதார்த்தங்களையும் வாங்கிக் கொண்டு போவார்கள்.

158. அங்கே சமீபமாய் பூலோ பெனங்கு தீவு (Pulau Pinang) உண்டு. அது இங்கிலிஷ்காரராகிய கம்பெனியாருக்கு உட்பட்டிருக்கிறது. சீனா தேசத்துக்குப் போகிற கப்பற்காரர் அங்கே நின்று வேண்டிய தண்ணீர் முதலானவைகளை வாங்கிக் கொண்டு போவார்கள்.

159. நீக்கோபார் தீவுகளுக்கு மேற்கே இலங்கை தீவு உண்டு. அது எல்லாத் தீவுகளிலும் முக்கியமான தீவு என்று எண்ணப்பட்டிருக்கின்றது. அதின் நீளம் 25 காதவழியும் அதின அகலம் 20 காதவழியும் இருக்கும். அநேகவிதமான விருட்சத்துக் கனிகளை அல்லாமல், மிளகு, வெடிலுப்பு (வெடி உப்பு) பஞ்சு, தந்தம், பட்டு, புகையிலை, கருங்காலி மரம், கஸ்தூ ரி, பளிங்கு,ஈயம், இரும்பு,எகு (எ.ஃ.கு), தாம்பிரம் (தாமிரம்), கருவப்பட்டை, பொன், வெள்ளி, எல்லாவிதமான இரற்றினங்களும் உண்டு. வயிர (வைர) இரற்றினம் மாத்திரம் இல்லை. யானை, பன்றி, எருது முதலிய மிருகங்கள் உண்டு. அந்தத் தீவின் மையத்திலே மலைகள் உண்டு. அங்கே கண்டி நகரம். அது இராசா பட்டினமாய் இருக்கிறது. குடிகளுக்கு சிங்கிலிசர் (Sinhalese) என்று பேர். துலுக்கர், தமிழர், போர்த்துக்கல் தேசத்தார், ஒல்லாண்டு தேசத்தார், இங்கிலிஷ்காரரும் அந்தத் தீவிலே குடியிருக்கிறார்கள். முற்காலத்திலே கண்டி நகரத்திலுள்ள இராசா அந்தத் தீவை ஆண்டான். 17 -ஆம் நூற்றாண்டிலே போர்த்துக்கல் தேசத்தார் வந்து அந்த இராசாவுடனே யுத்தம் பண்ணினார்கள். அப்பொழுது அவன் ஒல்லாண்டு தேசத்தாரைத் தனக்கு உதவி செய்யும்படிக்கு அழைத்தான். அவர்கள் வந்து போர்த்துக்கல் தேசத்தாரைத் துரத்தி, பின்பு தாங்களே அந்தத் தீவை கட்டிக் கொண்டார்கள். 18 -ஆம் நூற்றாண்டிலே இங்கிலாண்டு தேசத்தார் ஒல்லாண்டு

தேசத்தாரோடே யுத்தம் பண்ணின காலத்திலே, இலங்கைத் தீவுக்கு வந்து ஒல்லாண்டு தேசத்தாரைத் துரத்தி அந்தத் தீவை கட்டிக் கொண்டிருக்கிறார்கள். 1817 -ஆம் வருஷத்திலே கண்டி நகரிலுள்ள இராசா தன் குடிகளுக்கு மிகுந்த குரூரம் செய்துகொண்டுவந்தபடியினாலும், இங்கிலாண்டு தேசத்தாருக்கு மிகவும் விரோதம் செய்தபடியினாலும் இங்கிலிஷ்காரர் அவனுடனே யுத்தம் பண்ணி, அவனைப் பிடித்து இந்து தேசத்திலுள்ள கோட்டைகளில் ஒன்றில் கொண்டுபோய் சிறையாக வைத்து தீவு முழுவதையும் தங்கள் வசமாக்கி, இதுவரைக்கும் ஆளுகை செய்து வருகிறார்கள்.

160. இந்து தேசத்துக்கு மேற்கே இந்து சமுத்திரத்திலே மலைத் தீவுகளும், இலக்கத் தீவுகளும் (இலட்சத் தீவுகள்) உண்டு. அவைகள் அநேக சின்னத் தீவுகள் உள்ளவைகள். செழிப்புள்ள நிலம் மிகுதியில்லை. கற்பாறையே அதிகமாய் இருக்கின்றது. ஐரோப்பா கண்டத்திலிருந்து வருகிற கப்பல்கள் சில காலங்களில் அந்தத் தீவுகளின் வழியாய் இந்து தேசத்துக்கு வரும்.

ஆசியா கண்டத்தைக் குறித்துச் சொன்னது முற்றும்.

2. ஐரோப்பா

ஐரோப்பா கண்டத்தைக் குறித்துச் சொல்லியது

161. ஐரோப்பா கண்டம் எல்லாக் கண்டங்களிலும் சிறிதாய் இருக்கின்றது. அங்கே சத்திய வேதம் அதிகப் பிரஸ்தாபமாகி, மனிதர்களுக்குத் தெளிந்த புத்தியையும் செம்மையான அறிவையும் நீதியுள்ள மார்க்கத்தையும் கொடுத்து, அறியாமையினாலே வருகிற அவபத்திகளையும், கொடூரமான ஆளுகையையும், அடிமைத்தனத்திற்கு உரிய பொல்லாங்குகளையும் நீக்கி, மனிதர்களுடைய புத்தியை விஸ்தாரம் ஆக்குகிறதற்கு ஏதுவானபடியினாலும், அவர்கள் அதை ஏற்றுக்கொண்டு சகலவிதமான கல்விகளிலேயும் சூத்திரங்களிலேயும் செம்மையான ஆளுகையிலேயும் நல்லொழுக்கங்களிலேயும் மென்மேலும் தேறினவர்கள் ஆனபடியினாலும் ஐரோப்பா கண்டம் எல்லாக்கண்டங்களிலும் அதிகக் கனமாயிருக்கின்றது. துருக்கர் தேசம் தவிர ஐரோப்பா கண்டத்திலுள்ள மற்ற தேசங்கள் எல்லாம் கிறிஸ்து மார்க்கத்துக்கு உட்பட்டிருக்கின்றன. அவைகள் கிரேக்கை சபையும், பாப்பு (போப்பு) மார்க்க சபையும், சுவிசேஷ மார்க்க சபையும் ஆகிய மூன்று வகுப்பாய் இருக்கின்றன.

அத்தேசங்களிலே கிரேக்க (Greek) பாஷையும், லத்தீன் (Latin) பாஷையும், தைத்தோனி பாஷையும் செல்த்தர் பாஷையும், சிலாவோனி (Slavonic) பாஷையும், உங்காரி (Hungarian) பாஷையுமாகிய ஆறு பிரதான பாஷைகள் உண்டு. அவைகளும் பல வகுப்பாக்கப்பட்டிருக்கின்றன. இங்கிலிஸ், பிராஞ்சி (பிரெஞ்சு), பொர்த்துக்கல், இஸ்பானிய, இத்தலிய பாஷைகள் இலத்தீன் பாஷையில் அடங்கியிருக்கின்றன.

எல்லாரும் வெள்ளைக்காரராய் இருக்கிறார்கள்.

ஐரோப்பா கண்டம் அநேக மலைகளும், ஏரிகளும், ஆறுகளும், காடுகளும், மிகுந்த செழிப்புள்ள நிலங்களும் உள்ளது. அவைகளைக் குறித்து அந்தந்தத் தேசங்களிடத்தில் விபரம் சொல்லப்படும்.

162. ஐரோப்பா கண்டத்தின் வட அகல அளவு 36 -ஆம் வகுப்பு முதல் 72 -ஆம் வகுப்பு வரைக்கும் உள்ளது. அதின நீள அளவு மேற்கிலே 10 -ஆம் வகுப்பு முதல் கிழக்கிலே 65 -ஆம் வகுப்பு வரைக்கும் உள்ளது.

அதின் எல்லைகளாவன : வடக்கிலே வட சமுத்திரம், கிழக்கிலே ஆசியா கண்டம், தெற்கிலே அதை ஆப்பிரிக்கா கண்டத்திலிருந்து பிரிக்கிற மெதித்தெரானியக் கடல் (மெடிட்டரினியன் கடல்) , மேற்கிலே அதை அமேரிக்கா கண்டத்திலிருந்து பிரிக்கிற அத்துலந்தி சமுத்திரம் (அட்லாண்டிக் சமுத்திரம்) இவைகளே. அது ஏறக்குறைய 300 காதம் நீளமுமாய் 250 காத அகலமுமாய் இருக்கின்றது.

163. அதில் அடங்கிய தேசங்களாவன :

1. நொர்வை தேசம் (நார்வே - Norway)
2. சுவேதன் சேதம் (ஸ்வீடன் - Sweden)
3. உருசிய தேசம் (ரஷ்யா - Russia)
4. பொருசிய தேசம் (புருசியா - Prussia)
5. தென்மார்க்கு தேசம் (டென்மார்க் - Denmark)
6. அல்மன்னிய தேசம் (Alemania - Germany)

அதிலே அன்னோவர், சக்குசோனி (Saxony), விர்தம்பொர்கு, பவாரியா (Bavaria), ஔஸ்திரியா முதலானவைகள் அடங்கிருக்கின்றன.

7. உங்காரி தேசம் (Hungary)
8. பொகேமிய தேசம் (Bohemia)
9. மொராவிய தேசம் (Moravia)
10. பொலோனிய தேசம் (Polonia - Poland)
11. நெடர்லாந்து தேசம் (Nederland - Netherlands)
12. எல்வேத்திய தேசம் (Helvetia - Switzerland)
13. பிராஞ்சி தேசம் (France)
14. இஸ்பானிய தேசம் (Spain)
15. பொர்த்துக்கல் தேசம் (Portugal)
16. இத்தாலிய தேசம் (Italy)

அதிலே லொம்பர்தியா, வேனிஸ், மந்துவா, சாவொய், பீயேமொங், சேனோவா, பர்மா, துஸ்கானி, ரோமை, நாப்பல்ஸ் முதலான நாடுகள் அடங்கியிருக்கின்றன.

17. துருக்கை (Turkey) தேசம்

இவைகளே.

ஐரோப்பா கண்டத்தைச் சேர்ந்த தீவுகளாவன:

வட சமுத்திரத்தில் (North Sea) உள்ளவைகள :

- பெரிய பிரிட்டானியா (Great Britain)
- ஐர்லந்து (Ireland)
- ஐசிலந்து (Iceland) அது தென்மார்க்கு தேசத்தைச் சேர்ந்தது.

மேற்கண்ட அனைத்தும் ஒரே இராச்சியமாம்.

பல்டிக்கு (Baltic) கடலில் உள்ளவைகள் :

- சேலந்து (Zealand)
- பூணன் (Funen)
- ஆல்சன் (Alsen)
- பல்ஸடர் (Falster)
- லாலந்து (Lolland)
- லங்குலந்து (Langeland)
- பேமர்ன்
- மோவன் (Mon)
- பொர்னோல்ம் (Bornholm)

மேற்கண்டவை அனைத்தும் தென்மார்க்கு தேசத்தைச் சேர்ந்தன.

- கோத்துலந்து (Gotland)
- ஓலந்து (Oland)
- ஆலந்து (Aland)
- ருகன் (Rugen)

மேற்கண்டவை சுவேதன் தேசத்தைச் சேர்ந்தன.

- ஒசல் (Osel)
- தாகோ

இவை உருசிய தேசத்தைச் சேர்ந்தன.

- உசுடோம் (Usedom)
- வொல்லின் (Wolin)

இவை பொருசிய தேசத்தைச் சேர்ந்தன.

மெதித்தெரானியக் கடலில் (Mediterranean Sea) உள்ளவைகள் :

- ஈவீசா
- மாயோர்க்கா (Majorca)

- மினோர்க்கா

இவை மூன்றும் ஸ்பானிய தேசத்தைச் சேர்ந்தன.

கொர்சிக்கா - இது பிராஞ்சி தேசத்தைச் சேர்ந்தது.

சருட்னியா - இது தானாய் ஒரு இராச்சியம்

சிசிலி - இது நாப்பல்ஸ் இராச்சியத்தைச் சேர்ந்தது.

- செர்கியோ
- கொர்பு (Corfu)
- கெப்பலோனியா (Kefalonia)
- சாண்டி
- மவுரா
- பக்குசோ (Paxoi)
- தியக்கி

இவை இயோனியன் தீவுகள் (Ionian Islands) என்னப்படும்.

கண்டியா (Candia), ரோத்ஸ் (Rhodes), லெம்னோஸ், தெனெடொஸ், மித்திலேனி, சியோ (Chios), சாமொஸ் (Samos) பட்டிமொஸ் முதலானவைகளும் கிரேக்க தேசத்தைச் சேர்ந்து துருக்கை தேசத்துக்கு உட்பட்டிருக்கின்றன.

164. ஐரோப்பா கண்டத்தைச் சேர்ந்த கடல்களாவன : மெதித்தெரானியக் (Mediterranean) கடல், பல்டிக்கு (Baltic) கடல், கறுப்புக்கடல் (Black Sea), வெள்ளைக்கடல் (White Sea) இவைகளே. கண்டியா தீவுக்குக் (Candia Island) கிழக்கே இருக்கிற மெதித்தெரானியக் கடல், லிவாண்ட் (Levant) என்று சொல்லப்படும். அந்தத் தீவுக்கு வடக்கே இருக்கிற கடல் ஆர்க்கிப்பெலகு (Archipelago) என்று சொல்லப்படும்.

165. ஐரோப்பா கண்டத்திலுள்ள பிரதான நதிகளாவன : உருசிய தேசத்திலுள்ள வொல்கா (Volga) நதியும், தினிப்பர் (Dnieper) நதியும், அல்மன்னிய தேசத்திலுள்ள தனூபு (Danube) நதியும், ஏல்பு (Elbe) நதியும், பிராஞ்சி தேசத்திலுள்ள ரைன் (Rhine) நதியும், பொர்த்துக்கல் தேசத்திலுள்ள தாகூஸ் (Tagus) நதியும், இங்கிலாந்து தேசத்திலுள்ள தேமிஸ் (Thames) நதியும் ஆனவைகளே.

166. ஐரோப்பா கண்டத்திலுள்ள பிரதான மலைகளாவன : இத்தலிய (Italy) தேசத்தையும், அல்மன்னி (Alemania)

, பிராஞ்சி (France) தேசங்களையும் பிரிக்கிற அல்பிஸ் (Alps) என்னும் மலைகளும், பிராஞ்சி (France) தேசத்தையும் இஸ்பானிய (Spain) தேசத்தையும் பிரிக்கிற பிரினீஸ் (Pyrenees) என்னும் மலைகளும், நொர்வை (Norway) தேசத்தையும் சுவேதன் (Sweden) தேசத்தையும் பிரிக்கிற தோபர்ப்பெல்ட் மலையும் உங்காரி (Hungary) தேசத்தின் வடக்கேயும் கிழக்கேயும் இருக்கிற கர்ப்பாத்திய (Carpathians) மலைகளும் ஆனவைகளே.

மேற்சொல்லிய தேசங்களின் விபரமாவது :

1. நொர்வை தேசம் (Norway) :

167. நொர்வை தேசத்தின் வட அகல அளவு 58 -ஆம் வகுப்பு முதல் 71 -ஆம் வகுப்பு வரைக்கும் உள்ளது. அதின் கிழக்கு நீள அளவு 5 -ஆம் வகுப்பு முதல் 25 -ஆம் வகுப்பு வரைக்கும் உள்ளது. அது ஏறக்குறைய 110 காத நீளமாயும் 15 காத அகலமாயும் இருக்கும்.

168. அதின் எல்லையாவது : வடக்கிலேயும் மேற்கிலேயும் வட சமுத்திரமும் (North Sea), தெற்கிலே பல்டிக்கு (Baltic) கடலும், கிழக்கிலே சுவேதன் (Sweden) தேசமும் உண்டு.

அது நான்கு வகுப்பாக வகுக்கப்படும். கிறிஸ்தியானா (Christiania - Kristiania), கிறிஸ்தியான்சண்டு (Kristiansand), பெர்கன் (Bergen), துரோண்டைம் (Trondheim) இவைகளே. துரோண்டைம் என்னும் நாடு நோர்த்தலாண்டு (Nordland), லப்புலாண்டு (Lapland) என்ற இவ்விரண்டு வகுப்புள்ளது.

169. அது மிகுந்த மலையுள்ள தேசம். தொடர்ச்சியாயிருக்கிற மலைகளில், தோபர்ப்பெல்ட் என்னும் மலை அதிக பெரிதாய் இருக்கின்றது. அவைகளில் பொன், வெள்ளி, செம்பு. இரும்பு முதலானவைகளும் அகப்படும்.

170. அந்தத் தேசத்திலே அதிக நதிகள் உண்டு. குலோமன் (Glomma), திராம்மி (Drammens) என்ற இவைகள் பிரதானமானவைகள். அநேக ஏரிகளும் உண்டு. அவைகளில் மியோஸ் (Mjosa) என்பது 9 காதவழி நீளமாய் இருக்கின்றது.

171. நொர்வை தேசம் தென்றிசையிலே கொஞ்சம் குளிர்ச்சியுள்ளது. வடக்கிலே மிகுந்த குளிர்ச்சி உள்ளது. வடமுனையிலே சூன் (ஜூன்) ,சூலாய் (ஜுலை) மாசங்களில் சூரியன் அஸ்தமியாது. மற்ற உஷ்ணமுள்ள மாசங்களிலேயும் வானத்தின் பிரகாசத்தினாலே அவர்கள் பாதி இராத்திரிலேயும் விளக்கில்லாமல் வாசிக்கவும் எழுதவும் செய்வார்கள். அங்கே பயிர் நிலம் மிகுதியாக இல்லை. புல் மிகவும் இருக்கிறது. ஆகையால் ஆடு, மாடுகள் அதிகமாய் இருக்கின்றன. கப்பல்கள் முதலானவைகளைச் செய்யும்படிக்கேற்ற பலவிதமான காட்டு மரங்கள் உண்டு. அவைகளினாலே சனங்கள் மிகவும் வியாபாரம் பண்ணி, ஆஸ்திகளைச் சேர்க்கிறார்கள். குதிரைகளும், மான், கரடி, கோணாய் (ஓநாய்) முதலானவைகளும் உண்டு. லேமின் என்னப்பட்ட மூஞ்சூறுகள் எண்ணக்கூடாத கூட்டமாய் அடிக்கடி மலைகளிலிருந்து சமுத்திரத்துக்கு நேரான வழியிலே இருக்கிற பயிர் வகைகளை எல்லாம் தின்றுபோட்டு, பின்பு ஒன்றையொன்று தின்னும். அநேக விதமான மச்சங்களும் உண்டு. அவைகளாலும் சனங்கள் வியாபாரம் பண்ணுகிறார்கள். ஒருவிதமான மச்சம் ஆறு அடி நீளமாய் பயங்கரமான வடிவும் குரூரமும் உள்ளதாய் இருக்கிறபடியினால் அதை சமுத்திரப்பிசாசு என்று சொல்லுகிறார்கள். சமுத்திரத் தேள் என்னப்பட்ட மீனும் உண்டு. அதுவும் மிகுந்த அவலெட்சணமான வடிவு உள்ளது. அதின் தலை நாலு அடி நீளமான உடலைப் பார்க்கிலும் அதிக பெரிதாய் இருக்கிறது.

172. அத்தேசத்திலே மிகுந்த குடிகளில்லை. அவர்களின் தொகை ஏறக்குறைய 7 இலட்சம் உண்டு. அவர்கள் குளிர்ச்சியான தேசத்திலிருந்து தங்கள் பிழைப்புக்காக மிகுந்த வேலைகளைச் செய்யவேண்டியபடியினாலே அவர்கள் சொஸ்தமும் பெலனுமான தேகங்கள் உள்ளவர்கள். அவர்களில் அநேகர் பெரிய வயதை அடைந்திருக்கிறார்கள். 100 வயசுள்ளவரும் வேலை செய்வர்.

173. அத்தேசத்திலுள்ள பிரதான பட்டினங்களாவன :

கிறிஸ்தியானா (Christiania - Kristiania) நகரம் - அதிலே பெரிய நியாயாதிபதியினுடைய அரண்மனை உண்டு. ஏறக்குறைய 6000 குடிகள் உண்டு.

பேர்கன் (Bergen) பட்டினம் - மிகவும் வியாபாரம்

பண்ணுகிற குடிகள் உள்ளது. அதிலே ஏறக்குறைய 20,000 குடிகள் உண்டு.

துரோண்டைம் (Trondheim) பட்டினம் - அதிலே ஏறக்குறைய 8,000 குடிகள் உண்டு.

174. அதின் சரித்திரமாவது : ஆதியிலே யாப்பேத்தினுடைய சந்ததியார் நொர்வை தேசத்திலே குடியேறினார்கள். கிறிஸ்து பிறந்து ஏறக்குறைய 9 -ஆம் நூற்றாண்டுவரைக்கும் அவர்கள் 10 அல்லது 12 சின்னப் பிரபுக்களாலே ஆண்டுகொள்ளப்பட்டார்கள். பின்பு அவர்களில் ஒருவன் மற்றவர்களை தனக்கு உட்படுத்தி தானே இராசாவாக அந்தத் தேசத்தை ஆளுகை செய்துகொண்டு வந்தான். 14 -ஆம் நூற்றாண்டிலே இராசாவான ஆகன் என்பவன் தென்மார்க்குத் தேசத்தின் இராசாவினுடைய குமாரத்தியை விவாகம் பண்ணினான். அதினாலே 1380 -ஆம் வருஷத்திலே நொர்வை தேசம் தென்மார்க்கு தேசத்தோடே சேர்க்கப்பட்டது. 1815 -ஆம் வருஷத்திலே நொர்வை தேசம் சுவேதன் தேசத்தோடே சேர்க்கப்பட்டது. ஆனதால் சவேதன் தேசத்தின் இராசாவினாலே அது ஆளப்பட்டு வருகின்றது. முன்னே அத்தேசத்தாரும் விக்கிரகங்களை கும்பிட்டுக்கொண்டு வந்தார்கள். பின்பு அவர்கள் அவைகளைத் தள்ளி கிறிஸ்து சபை சீர்திருத்தம் அடைந்த காலத்திலே தென்மார்க்கு தேசத்தாரைப்போல கிறிஸ்துவின் சுவிசேஷத்தை அணைத்துக் கொண்டு, கிறிஸ்து சபையார் ஆனார்கள்.

2. சுவேதன் தேசம் (Sweden):

175. சுவேதன் என்னும் தேசத்தின் வட அகல அளவு 56 -ஆம் வகுப்புக்கும் 70 -ஆம் வகுப்புக்கும் நடுவானது. அதின் கிழக்கு நீள அளவு 12 -ஆம் வகுப்புக்கும் 30 -ஆம் வகுப்புக்கும் நடுவானது. அது ஏறக்குறைய 97 காதவழி நீளமும் 60 காதவழி அகலமும் உள்ளது.

அதின் எல்லைகளாவன:வடக்கிலே வட சமுத்திரமும் (North Sea), கிழக்கிலே உருசிய (Russia) தேசமும், தெற்கிலே பல்டிக்கு (Baltic) சமுத்திரமும், மேற்கிலே நொர்வை (Norway) தேசமுமான இவைகளே.

அந்த இராச்சியம் ஐந்து பெரிய பங்காக பகுக்கப்படும்.

அவையாவன :

சுவேதன் நாடு (Sweden)
கோட்லந்து நாடு (Gotland)
நொர்த்துலந்து நாடு (Northland)
லப்புலந்து நாடு (Lapland)
நொர்வை நாடு (Norway)
இவைகளே.

முன்னே அதைச் சேர்ந்திருந்த வின்லந்து நாடு இப்பொழுது உருசிய தேசத்தைச் சேர்ந்திருக்கின்றது. அவைகள் மறுபடியும் அநேக சின்ன நாடுகளாக வகுக்கப்பட்டிருக்கின்றன. அவைகளில் ஏறக்குறைய 23 இலட்சம் குடிகள் உண்டு.

176. அந்த தேசம் அநேக மலைகளும் காடுகளும் உள்ளது. அந்த மலைகளில் இருந்து பலவிதமான கல்லுகளை வெட்டியெடுக்கிறார்கள். சிலேட்டென்னும் கல்லும் இரும்பும் அகப்படும்.

ஏரிகளும் அநேகம் உண்டு. வென்னர் (Vanern) என்னப்பட்ட ஏரி 10 காதவழி நீளமும் 5 காதவழி அகலமும் உள்ளது. அதிலே பல தீவுகளும் உண்டு. 24 ஆறுகள் அதனிடத்திற்கு ஓடுகின்றன. மேலார் (Malar) என்னப்பட்ட ஏரி 7 காதவழி நீளமும் 3 காதவழி அகலமும் உள்ளது. அதிலே ஏறக்குறைய 1290 தீவுகள் உண்டு. அவைகளில் சில மிகுந்த செழிப்புள்ள நிலமுள்ளது.

ஆறுகளில் தால் என்னப்பட்ட ஆறு (Dal River) பிரதானமானது. அது நொர்வை மலைகளில் பிறந்து 26 காதவழியோடி, ப்பொட்நியா கடலில் (Gulf of Bothnia) சேர்கிறது. குற்றாலத்தில் இருக்கிற அருவியைப் போல அங்கேயும் ஒரு அருவியுண்டு.

அத்தேசத்திலுள்ள சில பெரிய ஆறுகளை சம்பந்தம் பண்ணி கப்பல்களாலே வெகுவாய் வியாபாரம் பண்ணும்படிக்கு அவர்கள் பல வாய்க்கால்களை வெட்டியிருக்கிறார்கள். அப்படி வென்னர் (Vanern) ஏரியும், வட சமுத்திரமும் சம்பந்தமாக்கப்பட்டிருக்கின்றன. அந்த வாய்க்கால் சொல்லக்கூடாத பிரயாசத்தோடே கன்மலைகளின் வழியாய் வெட்டப்பட்டு, ஒரு நாழிகை வழி தூரமாயும் 36 அடி அகலமாயும் 50 அடி ஆழமாயும் இருக்கின்றது.

வெள்ளியும், ஈயமும், இரும்பும், கொஞ்சம் பொன்னும் மலைகளுக்கு உள்ளே அகப்படும். அவைகளை எடுக்கிறதற்குப் பூமிக்குள்ளே அதிக விஸ்தாரமான கேணிகள் உண்டாக்கப்பட்டிருக்கின்றன. பாலூனூருக்கு கிட்டவிருக்கிற செம்புள்ள கேணியிலிருந்து இப்பொழுது 1000 வருஷக்காலமாய் செம்பை எடுக்கிறார்கள். அந்தக் கேணி 1080 அடி ஆழமாய் இருக்கின்றது. 1200 பேர்கள் அதில் வேலை செய்கிறார்கள். தாபெர் என்னப்பட்ட மலை முழுவதும் இரும்புள்ளது. அந்த லோகங்களை உருக்கும்படிக்கு அநேகம் வீடுகளும் உலைகளும் கட்டப்பட்டிருக்கின்றன. இந்த வேலைகளை எல்லாம் செய்யும்படிக்கு ஏறக்குறைய 26,000 பேர் வைக்கப்பட்டிருக்கிறார்கள்.

அதிக செழிப்புள்ள நிலமில்லை. ஆகிலும் குடிகளுடைய சாக்கிரதையினாலே மிகுந்த கோதும்பை, வாற்கோதும்பை, பயறு முதலானவைகள் உண்டாயிருக்கின்றன. புகையிலை மிகுதியாய் இருக்கின்றது. கோணாய் (ஓநாய்), கரடி, நரி முதலானவைகளும் உண்டு.

177. அதிலேயிருக்கிற பிரதான பட்டினங்களாவன :

இஸ்டொக்கொல்ம் (Stockholm) நகரம் - அங்கே இராசாவிருக்கிறான். அது ஏழு சின்னத் தீவுகளாய் இருக்கின்றது. அநேகம் வீடுகள் கருங்கல்லாலும் மற்ற வீடுகள் மரத்தாலும் செய்யப்பட்டிருக்கின்றன. அது மிகவும் வியாபாரம் பண்ணுகிறவர்கள் உள்ளது. ஏறக்குறைய 85,000 குடிகள் அதிலிருக்கிறார்கள்.

உப்புசால் (Uppsala) பட்டினம் - அது முன்னே நகரமாய் இருந்தது. அங்கே ஒரு பெரிய சாஸ்திரப்பள்ளிக்கூடம் உண்டு.

கோத்தன்புருகு (Gothenburg) - அதிலேயும் மிகுதியாக வியாபாரம் நடக்கின்றது. ஏறக்குறைய 25,000 குடிகளுண்டு.

கர்ல்ஸ்குரோனா (Karlskrona) - அங்கே அத்தேசத்தின் யுத்தக் கப்பல்கள் தங்கும். அதற்காக இருக்கிற கப்பல் துறை 100 பெரிய கப்பல்கள் இருக்கிறதற்குத் தகுதியுள்ளது. ஏறக்குறைய 12,000 குடிகளுண்டு.

அத்தேசத்திலே பிரதானமாக மூன்று சாஸ்திரப்பள்ளிக்கூடங்கள் உண்டு. முதலாவது, முன்

சொல்லப்பட்ட உப்புசால் ஊரிலே உண்டு. அதிலே ஏறக்குறைய 500 பேர் படிக்கிறார்கள். இரண்டாவது, உலண்டுஊரிலே உண்டு. அதிலே ஏறக்குறைய 300 வாலிபர் படிக்கிறார்கள். மூன்றாவது, ஆபோ ஊரிலே உண்டு. அதிலேயும் ஏறக்குறைய 300 பேர் படிக்கிறார்கள். அல்லாமலும் அத்தேசத்திலே சிறிதாக 12 சாஸ்திரப்பள்ளிக்கூடங்கள் உண்டு. அதுவும் அல்லாமல் பட்டினங்கள்தோறும் பொது பள்ளிக்கூடம் ஒவ்வொன்றுண்டு. பிள்ளைகள் 11 வயது வரைக்கும் அவைகளில் படிப்பார்கள். அவைகளிலிருந்து சின்னச் சாஸ்திரப்பள்ளிக்கூடங்களில் போய், 16 வயது வரைக்கும் இருந்து பின்பு பெரிய சாஸ்திரப்பள்ளிக்கூடத்துக்குப் போவார்கள். அந்தப் பெரிய சாஸ்திரப்பள்ளிக்கூடங்களில் அடிக்கடி பெரிய சாஸ்திரிகள் தோன்றி வருகிறார்கள். விசேஷமாக பூமியிலுள்ள சீவசெந்துக்கள் (ஜீவஜந்துக்கள்) முதலான வஸ்துக்களைக் குறித்தும் அந்தந்த உடல்களின் தன்மைகளைக் குறித்தும், பொன் முதலானவைகளை உருக்குகிறதைக் குறித்தும் லிந்தேயுஸ் என்பவனும் பெர்க்மன் என்பனும் மற்றும் சில பேர்களும் சாஸ்திரங்களை எழுதினார்கள்.

178. அத்தேசத்தாருடைய ஆதிச் சரித்திரம் மிகவும் மலைவுள்ளது. அவர்களும் யாப்பேத்தின் சந்ததியார். அவர்களும் விக்கிரக ஆராதனை செய்துகொண்டு, பின்பு 9 -ஆம் நூற்றாண்டிலே பாப்பு (போப்பு) மார்க்கத்தை அணைத்துக் கொண்டார்கள். ஒரு இராசா அவர்களை ஆண்டான். அவனுக்குள்ளிருந்த கர்த்தாக்களும் பாப்பு (போப்பு) மார்க்கத்தின் கண்காணிகளும் லவுகீக மேன்மைக்காகவும் ஆஸ்திகளுக்காகவும் அடிக்கடி சண்டை செய்து, அத்தேசத்திலே பிரிவினைகள் உண்டு பண்ணினார்கள். அப்படியிருக்கும் காலத்திலே தென்மார்க்குத் தேசத்தின் இராசா அந்தத் தேசத்தை அடிக்கடி தனக்கு உட்படுத்தி ஆண்டான். 1364 -ஆம் வருஷத்திலே தென்மார்க்கு தேசத்தின் இராசனாகிய வல்டமார் (King Valdemar IV of Denmark)இ என்பவனுடைய மகளாகிய மார்கரேத்தாள் (Margaret I) தென்மார்க்கு நொர்வை சுவேதன் எனற இம்மூன்று தேசங்களையும் ஆளுகை செய்து வந்தாள். பலவித குரூரமான நடக்கைகள் உண்டானபின்பு, சுவேதன் தேசத்து இராசாக்களுடைய வம்சத்தானாகிய குஸ்தாவுஸ்வாசா

(Prince Gustav Vasa) என்பவன் 1521 -ஆம் வருஷத்திலே அந்நிய தேசத்தாருடைய ஆளுகையைத் தள்ளி அவர்களோடே மிகவும் யுத்தம்பண்ணி, செயங்கொண்டு, சுவேதன் தேசத்திலே தானே இராசாவானான். அத்தருணத்திலே லுத்தர் என்பனாலே தோன்றிய சுவிசேஷ மார்க்கம் பிரசித்தம் ஆயிற்று. அப்பொழுது 1545 -ஆம் வருஷத்திலே அந்த இராசா பாப்பு மார்க்கத்தை தள்ளி சுவிசேஷ மார்க்கத்தை அணைத்துக்கொண்டு, அதைத் தன் தேசத்திலே ஏற்படுத்தினான். அவனுக்குப் பின் வந்த இராசாக்கள் பலவிதமாய் அந்தத் தேசத்தை ஆண்டுகொண்டு, மற்ற தேசத்தாரோடே யுத்தம்பண்ணினார்கள். 1792 -ஆம் வருஷத்திலே நாலாம் குஸ்தாவுஸ் அடொல்புஸ் (Gustav IV Adolf or Gustav IV Adolph) என்பவன் சிம்மாசனத்தில் ஏறினான். அவன் அந்த தேசத்தை ஆளுகை செய்து வருகையில், உருசியா, பொருசியா, பிராஞ்சி, தென்மார்க்கு என்னும் தேசத்தாரோடே யுத்தம் பண்ணி, பின்பு தன் தேசத்தின் கர்த்தாக்களோடே ஐக்கியம் இல்லாமல் விரோதிக்கப்பட்டு, 1809 -ஆம் வருஷத்திலே சிம்மாசனத்திலிருந்து தள்ளப்பட்டு, தன் தேசத்தைவிட்டு அல்மன்னிய தேசத்துக்குப் போய் திரிந்தலைகிறான். அவன் போன பின்பு 1811 -ஆம் வருஷத்திலே அத்தேசத்தின் கர்த்தாக்கள் பிராஞ்சி தேசத்தின் இராசனாகிய நாப்போலியொன் பொனபார்ட் (Napoleon Bonaparte) என்பவனுடைய சேனாபதியாகிய பெருனாடோட் (Bernadotte) என்பவனைத் தங்களுக்கு இராசாவாக அழைத்துக்கொண்டுபோய் சிம்மாசனத்தில் வைத்தார்கள். அவன் கருல்யோவான் (Karl XIV Johan) என்னும் பேரைக் கொண்டு இதுவரைக்கும் ஆளுகை செய்து வருகிறான். அந்த யுத்த காலத்திலே சுவேதன் தேசத்தைச் சேர்ந்திருந்த பின்லந்து நாடு அத்தேசத்தை விட்டுப் பிரித்து உருசிய தேசத்தோடே சேர்க்கப்பட்டது.

3. உருசிய தேசம் (Russia):

179. உருசிய தேசம் எல்லாத் தேசங்களிலும் அதிக விஸ்தாரமான தேசம். ஆசியா கண்டத்தில் முன்குறிக்கப்பட்ட விஸ்தாரமான சீபேரியா (Siberia) நாடும் அதைச் சேர்ந்திருக்கிறது. ஆகையால் உருசிய தேசம் ஐரோப்பா கண்டத்திலுள்ள உருசிய

தேசம் என்றும் ஆசியா கண்டத்திலுள்ள உருசிய தேசமென்றும் இரண்டு வகைப்படும். ஐரோப்பா கண்டத்திலுள்ள பங்கின் வட அகல அளவு 43 -ஆம் வகுப்புக்கும் 72 -ஆம் வகுப்புக்கும், அதின் கிழக்கு நீள அளவு 21 -ஆம் வகுப்புக்கும் 65 -ஆம் வகுப்புக்கும் நடுவானது. அதின் நீளம் 196 காதவழி, அதின் அகலம் 185 காதவழி. அவ்விரண்டு பங்கும் உட்பட அதின் நீளம் 675 காதவழியாயும் அதின் அகலம் 232 காதவழியாயும் இருக்கும்.

பூர்வீகத்திலே உருசியர் என்பவர்கள் அத்தேசத்திலே குடியிருந்தபடியினாலே அதற்கு உருசிய என்று பேர் உண்டாயிற்று.

அதின் எல்லையாவது : வடக்கிலே வட சமுத்திரமும் (North Sea) , கிழக்கிலே காரா (Kara) நதியும் ஊரால் (Ural) மலைகளும் வொல்கா (Volga) நதியும், தெற்கிலே கறுப்புக் கடலும் (Black Sea) துருக்கர் (Turkey) தேசமும், மேற்கிலே பொருசிய (Prussia) தேசமும் பல்டிக்கு (Baltic) கடலும் சுவேதன் (Sweden) தேசமும் ஆனவைகளே.

உருசிய தேசமெல்லாம் 50 துரைத்தனங்களாக வகுக்கப்பட்டிருக்கின்றது. அவைகளும் அவைகளில் உள்ள பிரதான பட்டினங்களும் ஆவன : (துரைத்தனம் - அதிலுள்ள பிரதான பட்டினம்)

அருகங்கல் - அருகங்கல் (Arkhangelsk)
பிராட்சலாவு - பிராட்சலாவு (Bratslav)
கவுக்காசியா (Caucasia) - அஸ்திராகான் (Astrakhan)
கூர்லந்து - மீத்தவு
சுத்தாநோஸ்லாவு - கெர்சோன்
இர்க்குட்ஸ்கு - இர்க்குட்ஸ்கு
கலுகா - கலுகா
காசான - காசான
கிராக்கொவ் - கிராக்கொவ்
தீயெல் - தீயெல்
கொலலிவானி - தம்மிஸ்க்
கொஸதிரோமா - கொஸதிரோமா
குர்ஸகு - குர்ஸகு
மோயிலெவ் - மோயிலெவ்

மின்ஸக் - மின்ஸக்
மொஸ்காவு - மொஸ்காவு (Moscow)
நொவுக்குரோட் - நொவுக்குரோட்
திஸ்னைநொவுக்குரோட் - திஸ்னைநொவுக்குரோட்
நொவுக்குரோட்சீவெர்ஸ்க் - நொவுக்குரோட்சீவெர்ஸ்க்
ஒலோநெட்ஸ் - ஒலோநெட்ஸ்
ஒரெல் - ஒரெல்
என்சா - என்சா
பெர்ம் - பெர்ம்
பேத்துருஸ்புருகு - பேத்துருஸ்புருகு (Petersburg)
போடோலியா (Podolia) - கம்மினியொக்
பிஸ்கோலி - பிஸ்கோலி
இரேவல் - இரேவல்
ரியாசான் - ரியாசான்
ரிகா - ரிகா (Riga)
சரத்தொல் - சரத்தொல்
சிம்பிர்ஸ்க் - சிம்பிர்ஸ்க்
சிலோனிம் - சிலோனிம்
சிமோலென்ஸ்க் - சிமோலென்ஸ்க்
தமபொவ் - தமபொவ்
தவுரிதா - கபார்
தொபொல்ஸ்க் - தொபொல்ஸ்க்
ஷெர்னிக்கொல் - ஷெர்னிக்கொல்
தூலா - தூலா
துவேர் - துவேர்
உப்பா - ஒரென்புர்கு
லியெட்க - லியெட்க
பிலனா - பிலனா
விலாடிமீர் - விலாடிமீர்
பொலினியா - லுக்கோ
கோலொக்தா - கோலொக்தா
போரேநெட்ஸ் - போரேநெட்ஸ்
பொர்ஸநெசன்ஸ் - பெர்ஸநெசன்ஸ்
பீபுர்கு - பீபுர்கு
யாரோசலாவு - யாரோசலாவு

இவையல்லாமல் சில வருஷத்துக்கு முன்னே சுவேதன் தேசத்தைச் சேர்ந்திருந்த பின்லந்து என்னும் நாடும், தெற்கேயிருக்கிற போலோனிய இராச்சியத்திலொரு பங்கும், கஸ்பியக் கடலைச் சேர்ந்த தேசத்தில் ஒரு பெரிய பங்கும், முன்னே துருக்கர் தேசத்தைச் சேர்ந்திருந்த பெசாரபிய (Bessarabia) நாடும், மொல்தாலிய நாட்டில் ஒரு பங்கும் உருசிய தேசத்தோடே சேர்க்கப்பட்டிருக்கின்றன.

180. உருசிய தேசத்திலே அதிக மலைகள் இல்லை. பேத்துருஸ்புர்க் (Petersburg) நகருக்கும் மொஸ்காவ் (Moscow) பட்டினத்துக்கும் மத்தியிலே வல்தே (Valdai) மலைகளும், கிழக்கின் எல்லையிலே ஊரால் (Ural) மலைகளும் உண்டு. சில பெரிய ஏரிகளும் உண்டு. ஒலோநெட்ச் என்னும் நாட்டிலே ஒநேகா (Onega) என்னப்பட்ட ஏரி ஏறக்குறைய 15 காதவழி நீளமாயும் 3 காதவழி அகலமாயும் இருக்கும். லிபொர்கு நாட்டிலே லாடோவா என்னப்பட்ட ஏரி ஏறக்குறைய 18 காதவழி நீளமாயும் 7 காதவழி அகலமாயும் இருக்கும்.

அநேக நதிகளும் உண்டு. அவைகளில் பிரதானமானவைகளாவன :

வொல்கா (Volga) நதி - அது கிழக்கேயும் தெற்கேயும் ஏறக்குறைய 300 காதவழி தூரமாய் ஓடி கடைசியிலே 70 பிரிவினைகளாகி கஸ்பியக் கடலிலே விழுகிறது. அது வியாபாரம் பண்ணும்படிக்கு மிகவும் தகுதியாய் இருக்கிறது. டொன் (Don) நதி - அதற்கு தாநாயிஸ் என்றும் பேர். அது தெற்கே 40 காதவழி ஓடி கறுப்புக்கடலைச் சார்ந்து, ஆசோவ் கடலிலே (Sea of Azov) விழுகிறது. தினிப்பர் (Dniepr) நதி - அது கறுப்புக் கடலிலே விழுகிறது. திலீனா நதி - அது மேற்கே ஓடி ரீகா பட்டினத்திற்குச் சமீபமாய் பல்டிக்குக் கடலிலே விழுகிறது. துவினா (Dvina) நதி - அது வடக்கே ஓடி அருகங்கல் (Arkhangelsk) பட்டினத்துக்குச் சமீபமாய் வெள்ளைக் கடலிலே (White Sea) விழுகிறது. நேவா (Neva) நதி - அது பேத்துருஸ்புர்கு (Petersburg) நகருக்குச் சமீபமாய் பின்லந்தை சேர்ந்த கடலிலே விழுகிறது.

181. உருசிய தேசம் மிகவும் விஸ்தாரமானபடியினாலே வடக்குத் திசையிலுள்ள நாடுகளுக்கு அதிக குளிர்ச்சியும் தென்றிசையிலுள்ள நாடுகளுக்கு உஷ்ணமும் உண்டாயிருக்கிறது.

அந்தக் குளிர்ச்சி மிகுதியாய் இருக்கிறபடியினாலே சலம் (தண்ணீர்) ஆறு மாதத்துக்கு அதிகமாகவும் கல்லைப்போல உறைந்திருக்கும். அந்தக் காலத்திலே சனங்கள் வெளியே நடக்கும் பொழுது, குளிர்ச்சியினாலே கண்களிலிருந்து நீர் உகுக்கப்படும் (வெளிவரும்) . அந்த நீர் கண்ணின் மயிரிலிருந்து விழுகையில் அந்த மயிரிடத்திலேயே உறைந்ததாகி சிறு கல்லுகளைப்போல அங்கேதானே தொங்கும். வீடுகளுக்குள்ளே அனல் உண்டாகும்படிக்கு அவர்கள் அந்த அறைகளிலே சிறு உலைகளை உண்டாக்கி, அவைகளைச் சுடுவார்கள். குளிர்ச்சியுள்ள காலத்திலே பூமியும் கெட்டியாக்கப்படுகிறபடியினாலே கீரை முதலானவைகள் முளையாது. அதற்குப் பதிலாக உட்டிண (உஷ்ண) தேசங்களில் சீக்கிரமாய் கெட்டுப்போகிற இறைச்சி முதலான பதார்த்தங்களை அநேக காலமாய் கேடில்லாமல் காத்துக் கொள்வார்கள். குளிர்ச்சியுள்ள காலத்திலே உறைந்த மழை மிகுதியாய்ப் பெய்யும். அது ஐந்து ஆறு அடி அளவாய் பூமியின்மேலே கிடக்கும். உட்டிண (உஷ்ண) காலம் வருகிறபொழுதுஅந்த உறைந்த மழை உருகி நிலங்களுக்கு எருப்போல புஷ்டியைக் கொடுக்கும். ஆதலால் தானியம் மிகுதியாய் விளையும். அல்லாமலும் பெரிய மரங்களுள்ள காடுகள் அதிக விஸ்தாரமாய் இருக்கின்றன. அந்த காடுகளில் கரடி, கோணாய், நரி முதலான துஷ்ட மிருகங்களும் உண்டு. அவைகளின் தோல்களினாலே சனங்கள் தங்களுக்கு வஸ்திரங்களைச் செய்வார்கள். அத்தேசத்தின் குதிரை, ஆடுமாடுகளும் சிறிதாய் இருக்கின்றன. பலவகையான மீன்களும் மிகுதியாய் இருக்கின்றன.

182. சுபாவத்தாலும் சூத்திரத்தாலும் பல ஆச்சரியமான விசேஷங்கள் அத்தேசத்தில் உண்டு. என்னவென்றால், தீனிப்பர் (Dniepr) என்னும் நதி 13 அருவிகள் உள்ளது. அல்லாமலும் அத்தேசத்திற்குச் சமீபமாக வடசமுத்திரத்திலே சில நாழிகை வழி தூரமாயும் அதிக உயரமாயும் இருக்கிற பனிக்கட்டியாகிய ஐஸ் என்னப்பட்ட துண்டங்கள் மிதந்து வருகின்றன. மேலும் 1740 -ஆம் வருஷத்திலே இராச ஸ்தீரியாகிய அன்னாள் (Anna Ioannovna) என்பவள் நேவா (Neva) என்னும் நதியின் ஓரத்திலே ஐஸ் என்னப்பட்ட துண்டங்களாலே ஒரு பெரிய

அரண்மனையைக் கட்டினாள். உறைந்த சலத்தை (ஜலத்தை) அவர்கள் கருங்கல்லைப்போல வெட்டி 52 அடி நீளமும் 16 அடி அகலமும் 20 அடி உயரமும் சுவர் 3 அடி கனதியுமான வீட்டைக் கட்டினார்கள். அதற்குள்ளே வேண்டிய போசனப்பலகை, நாற்காலி, கட்டில் முதலான சாமான்களை அப்படிப்பட்ட சலத்தினாலே செய்து வைத்தார்கள். அதுவுமல்லாமல் அந்த அரண்மனைக்கு முன்பாக பல கோபுரங்களையும் சொரூபங்களையும் பெரிய பீரங்கிகளையும் அப்படிப்பட்ட சலத்தினாலே செய்து வைத்தார்கள். அந்தப் பீரங்கிகளைச் சோதிக்கும்படிக்கு அவைகளில் குண்டு போட்டுச் சுட்டார்கள். அந்தக் குண்டு இரு அங்குலம் கனதியான பலகையை உருவிப் போயிற்று. அந்தப் பீரங்கிக்கு ஒரு சேதமும் வரவில்லை. ராத்திரி காலங்களிலே அந்த அரண்மனையிலே மற்ற வீடுகளிலே வைக்கிறதுபோல விளக்குகளை வைத்தார்கள். அந்தப் பிரகாசம் அந்த சலத்தின்மேல் விழுந்து மிகவும் நேர்த்தியாய் தோன்றிற்று. அல்லாமலும் வாலியு என்னும் நதியின் ஓரத்திலே பூமிக்குள்ளே தோண்டுகிற பொழுது, அந்தத் திசையிலே உயிரோடே அகப்படாத ரினோட்செரோஸ் என்னப்பட்ட காண்டா மிருகத்தை மயிருள்ள தோலோடே சேதமில்லாமல் கண்டுபிடித்தார்கள். அது இப்பொழுது பேத்துருஸ்புர்கு நகரிலே பல விசேஷமான பதார்த்தங்களைச் சேகரிக்கப்படுகிற சாலையிலே இருக்கிறது. அல்லாமலும் உருசியர்கள் மணிகளின்மேல் மிகவும் பிரியமாய் இருக்கிறார்கள். மொஸ்காவ் பட்டினத்திலேயிருக்கிற மணி நாலு இலட்சத்து முப்பத்திராயிரம் இராத்தல் செம்பினால் செய்யப்பட்டிருக்கிறது. அது 19 அடி உயரமும் 23 அங்குலம் கனதியும் 21 முழம் சுற்றளவும் உள்ளது.

183. ஐரோப்பா கண்டத்திலுள்ள உருசிய தேசத்திலே ஏறக்குறைய 2 கோடி குடிகளுண்டு. உருசிய தேசத்தார் பலத்த தேகம் உள்ளவர்கள். எந்த வருத்தமான வேலையைச் செய்தாலும் சீக்கிரமாய் இளைப்படையாமல் பொறுமையோடும் சாக்கிரதையோடும் வேலை செய்வார்கள். அவர்கள் வெள்ளைக்காரர். அவர்களை ஆளுகிற இராசா இட்சாரென்றும் (Tzar or Czar) , அவுத்தோக்கிராத்தோர் என்றும் சொல்லப்படுவான். அவன் தன் சுய இஷ்டப்படிக்குச் செங்கோலை செலுத்துகிறான். அவன் சொல்லுகிற கட்டளை எத்தனை அநியாயமும் குரூரமாய்

இருந்தாலும் ஒருவரும் ஒரு வார்த்தையையும் அவனுக்கு விரோதமாய் பேசக்கூடாது. அவர்களுடைய நீதி சாஸ்திரம் மிகவும் குறைவாய் இருக்கிறது. அநேக அநியாயங்கள் நடக்கின்றன. குடிகள் பலவிதமான தொழில்களை செய்வார்கள். பளிங்கைப் போலிருக்கிற ஐசிங்கிலாஸ் என்னும் பதார்த்தமும் எண்ணெயும் சவுக்காரமும் விஸ்தாரமாய் செய்து வருகிறார்கள். சேலைகளையும்,பட்டையும், காகிதத்தையும், புகையிலைகளையும், கம்பளங்களையும், தொப்பிகளையும், தோல்களையும் எத்தனம் பண்ணிக் கொள்ளுகிறார்கள். உருசிய தோல் எங்கும் பேர் பெற்றது. தானியத்தாலும், சேலைகளாலும், தோல்களினாலும், இரும்பினாலும், செம்பினாலும், தார் என்னப்பட்ட பிசினாலும், எண்ணெயினாலும், பலவிதமான மருந்துகளினாலும், காட்டு மரங்களாலும், தேனினாலும், மாடுகளினாலும் அவர்கள் நாலு திசைகளிலேயும் வியாபாரம் பண்ணுகிறார்கள். அவர்களுடைய விசுவாசப் பிரமாணம் கிரேக்கை சபையின்படி இருக்கிறது. தேவ ஆவியானவர் குமாரனிடத்தில் இருந்தல்ல. பிதாவினிடத்திலிருந்து மாத்திரம் புறப்படுகிறார் என்று ஏற்படுத்தியிருக்கிறதினாலே அவர்கள் உரோமான (ரோமன்) சபையில் இருந்து பிரிந்திருக்கிறார்கள். உரோமை புரியிலுள்ள பாப்பு (ரோமாபுரியிலுள்ள போப்பு) கிறிஸ்து சபைக்குத் தலைவன் அல்லவென்று பற்றிக்கொள்ளுகிறார்கள். சோரூப வணக்கத்தை அவர்கள் ஒத்துக்கொள்ளுகிறதில்லை. ஆகிலும் அவர்கள் மரியாள் முதலான பரிசுத்தவான்களுடைய சொரூபங்களைக் கோவில்களிலே வைத்து அவர்களை மத்தியஸ்தர்கள் என்றெண்ணி வணங்கி வருகிறார்கள். அவர்களுடைய கண்காணிகள் கலியாணம் (திருமணம்) பண்ணக் கூடாது. அவர்களுக்கு உட்பட்டிருக்கிற குருக்கள் கலியாணம் பண்ணலாம். அநேக விக்கிரக ஆராதனைக் காரர்களும் முகம்மது மார்க்கத்தாரும் உள்ள தேசங்கள் உருசிய தேசத்தைச் சேர்ந்திருக்கின்றன. அவரவர்கள் தங்கள் இஷ்டப்படிக்குத் தேவாராதனைகளைச் செய்வார்கள். வேதப்புத்தகம் அந்தத் தேசத்தாருக்குள்ளே வழக்கமாய் இராததினாலே கிறிஸ்து மார்க்கம் போதகருக்கும், மற்றச் சனங்களுக்கும் தெரியாமல் இருக்கிறது. 1812 -ஆம் வருஷத்திலேபேத்துருஸ்புர்கு (Petersburg) நகரிலே அலேக்குசந்தர்

என்னும் இராசாவினுடைய உத்தரவின்படிக்கு சத்தியவேதசங்கம் உண்டாக்கப்பட்டது. அந்த சங்கத்தார் வேத புத்தக்தை அத்தேசத்திலுள்ள பலவித பாஷைக்காரருடைய பாஷை களிலே அச்சடித்து சில பாஷைகளில் அதைப் புதிதாய் திருப்பி அச்சடித்து மிகவும் சாக்கிரதையாய் தேசத்தில் எங்கும் பிரசித்தம் பண்ணி வருகிறார்கள். அதினாலே சனங்களுக்கு வெளிச்சம் உண்டாகி வருகின்றது. முன்னே அத்தேசத்திலே கல்விகள் தெரியாது. போன நூற்றாண்டில்பேதுரு என்னப்பட்ட இராசாவினாலும் கத்தரீனா என்னப்பட்ட இராச ஸ்திரீயினாலும் மொஸ்காவ் பட்டினத்திலேயும் பேத்துருஸ்புர்கு நகரிலேயும் பெரிய சாஸ்திரப்பள்ளிக்கூடங்களும் அங்கங்கே சிறு பள்ளிக்கூடங்களும் உண்டாக்கப்பட்டிருக்கின்றன. அத்தேசத்தாருடைய பாஷை சிலாவொனிய பாஷையின் ஒருவகை. அதற்கு 36 எழுத்துக்கள் உண்டு. அவைகள் கிரேக்க பாஷையின் எழுத்துக்களுக்கு சற்று ஏறக்குறைய ஒப்பாயிருக்கின்றன.

184. அதிலே பிரதானமான பட்டினங்களாவன :

பேத்துருஸ்புர்கு (Petersburg) நகரம் - அது நேவா என்னும் நதியின் இரு பக்கங்களிலேயும் உண்டாக்கப்பட்டிருக்கிறது. அங்கே இராசாவிருக்கிறான். அது ஏறக்குறைய 4 நாழிகைவழி நீளமாயும் அவ்வளவு அகலமாயும் இருக்கிறது. 1703 -ஆம் வருஷத்திலே அவ்விடத்திலே மீன் பிடிக்கிறவர்களுடைய சில குடிசைகள் மாத்திரம் இருந்தன. அது முதலில் அத்தனை பெரிதாயும் அநேக அலங்காரமான அரண்மனைகளும் 35 பெரிய கோவில்களும் மற்றும் பல விசேஷங்களும் உள்ளதாயும் இருக்கிறது. ஏறக்குறைய 2,20,000 குடிகளுண்டு. அவர்கள் மிகவும் வியாபாரம் பண்ணுகிறவர்கள். சமுத்திரத்தின் பக்கத்திலே குரோன்ஸ்டாட் (Kronstadt) என்னும் கோட்டையிருக்கிறது. அதினாலே அந்த நகரம் காக்கப்படுகின்றது.

மொஸ்காவு (Moscow) பட்டினம் - முன்னே நகரமாய் இருந்தது. மொஸ்காவு என்னும் ஆற்றினாலே அதற்குப் பேர் உண்டாயிற்று. அது மகா பெரிய பட்டினம். 1812 -ஆம் வருஷ த்திலே பிராஞ்சி தேசத்து இராசனாகிய பொனப்பார்ட் என்பவன் அங்கே யுத்தம் பண்ணுகிறதற்கு அநேக சேனைகளுடனே வந்தபொழுது உருசியர் அந்த சத்துருக்களுக்கு இடம்

கொடாதபடிக்குத் தாங்களே அதை முழுவதும் சுட்டெரித்தார்கள். அதற்கு முன்னே அந்தப் பட்டினம் ஏறக்குறைய 1இ காதவழி சுற்றளவு உள்ளதாய் இருந்தது. அதிலே 1600 கோவில்களும் மடங்களும் 43 பெரிய அரண்மனைகளும் இருந்தன. ஏறக்குறைய 6000 கடைகள் இருந்தன. அதின் மத்தியிலே கிரெம்லீன் (Kremlin) என்னப்பட்ட பெரிய சதுரம் உண்டாயிருந்தது. அதிலே இராசாவினுடைய பெரிய அரண்மனையும் பிரதான கோவிலும் 4 சிறு கோவில்களும் பெரிய சாஸ்திரப்பள்ளிக்கூடமும் மற்றும் முக்கியமான வீடுகளும் இருந்தன. அந்தக் கோவில்கள் பொன்னாலும், வெள்ளியாலும் பூசப்பட்ட உயரமான கோபுரங்கள் உள்ளவைகளாய் இருந்தன. அவைகளுக்குள்ளே பொன்னாலும், வெள்ளியினாலும், இரற்றினங்களாலும் அலங்காரம் செய்யப்பட்ட அநேக சொரூபங்கள் வைக்கப்பட்டிருந்தன. பிரதான கோவில் மாத்திரம் பொன்னால் பூசியிருக்கிற செம்பினால் மூடப்பட்ட 9 கோபுரங்கள் உள்ளது. 2800 இராத்தல் நிறையுள்ள ஒரு வெள்ளி விளக்குத்தண்டு அங்கேயுண்டு. அல்லாமலும் ஏறக்குறைய 8000 திக்கற்ற பிள்ளைகளை அடக்கிக்கொள்ளும் தரும வீடும் அங்கேயிருந்தது. இப்பொழுது அந்தப் பட்டினம் மறுபடியும் உண்டாக்கப்பட்டிருக்கிறது.

அருகங்கற்பட்டினம் (Arkhangelsk) -அது வெள்ளைக் கடலோரத்திலே திவீனா என்னும் நதியின் வாயினிடத்தில் செய்யப்பட்டிருக்கிறது. பேத்துருஸ்புர்கு நகர் உண்டாக்கப்படுகிறதற்கு முன்னே அது மிகவும் வியாபாரம் பண்ணுகிறவர்கள் உள்ளதாய் இருந்தது. இன்னும் அதில் வியாபாரம் பண்ணுகிறார்கள்.

ரீகா (Riga) பட்டினம் - அங்கேயும் மிகுந்த வியாபாரம் நடக்கின்றது. அதில் ஏறக்குறைய 25,000 குடிகளுண்டு. அங்கே சமீபமாய் இருக்கிற தீனா என்னும் நதியின்மேலே மிதக்கிற ஒரு பெரியபாலம் இருக்கிறது. அது 2600 அடி நீளமும் 40 அடி அகலமும் உள்ளது. குளிர்ச்சிக் காலம் வருகிறபொழுது, அதைத் தூக்கியெடுத்து வைத்து, உட்டிண (உஷ்ண) காலம் வருகிற பொழுது அதை மறுபடியும் நதியின்மேலே போடுவார்கள்.

185. அந்தத் தேசத்தின் பூர்வீக சரித்திரத்தைக் குறித்து நிச்சயமான அறிவில்லை. தெற்கேயிருந்து

யாப்பேத்தின் சந்ததியார் வடக்கிலே சென்று, மென்மேலும் அந்தத் தேசத்தையும் நிரப்பினார்கள் என்று தோன்றுகிறது. கிறிஸ்து பிறந்து 10 -ஆம் நூற்றாண்டிலே ஒல்கா (Olga of Kiev) என்னப்பட்ட இராச ஸ்திரீ கொனஸ்தந்தீனபுரியிலே (Constantinople) ஞானஸ்நானம் பெற்றாள். பின்பு கிரேக்கை தேசத்தின் கண்காணியாகிய போத்தியுஸ் என்பவன் உருசியருக்கு ஞானஸ்நானம் கொடுக்கும்படிக்கு போதகரை அங்கே அனுப்பினான். அப்படி ஞானஸ்நானம் பெற்ற சபைகளை சிலகாலம் அளவும் கிரேக்கை தேசத்துக் கண்காணிகளே விசாரணை செய்து, பின்பு அந்த விசாரணையை உருசிய தேசத்துக் கண்காணிகளுக்கு ஒப்புக்கொடுத்தார்கள். 1450 -ஆம் வருஷம் வரைக்கும் உருசிய தேசத்தின் பிரபுக்கள் சிறியவர்களாய் இருந்து, தாத்தாரி சனங்களாலே அடிக்கடி கீழ்ப்படுத்தப்பட்டார்கள். அப்பொழுது யோவான்பாசிலிடிஸ் என்னும் பிரபு அந்தத் தாத்தாரிகளை ஜெயித்து 40 வருஷமளவும் பெரியவனாக ஆண்டான். அவனுடைய பேரனாகிய யோவான் பாசிலோவிட்ஸ் என்பவன் தாத்தாரிகளோடே அதிகமாய் யுத்தம் பண்ணி, காசான் அஸ்திர்கான் என்னும் தேசங்களைக் கட்டிக்கொண்டு, உருசிய தேசத்தோடே சேர்த்தான்.

அவனுக்குப் பின்பு மிகவும் குரூரமான இராசாக்கள் அத்தேசத்தை ஆண்டுகொண்டு, சனங்களுக்குள்ளே அநேகம் கலகங்கள் உண்டாகிறதற்கு ஏதுவாயிருந்தார்கள். 1597 -ஆம் வருஷத்திலே போரிஸ்கொதொனொவ் (Boris Godunov) என்பவன் இராச ஆசனத்திலே நியாயமாய் அமர வேண்டிய திமேட்டிரியுஸ் (Dmitry) என்பவனை இரகசியமாய் கொலை செய்து, தானே இராச ஆசனத்திலே ஏறினான்.பின்பு ஒரு சன்னியாசி தன்னை திமேட்டிரியுஸ் (False Dmitry I) என்று சொல்லி சேனைகளைக் கூட்டிக்கொண்டு அந்த கொதொனொவ் என்பவனைத் தள்ளி இராசாவானான். கொஞ்ச நாளுக்குப் பின்பு அந்த வஞ்சனை வெளிப்படுத்தப்பட்டது. அப்பொழுது அவனையும் கொலை செய்தார்கள். அதின் பின்பு சமீபமாய் இருந்த பொலோனிய தேசத்தாரும் சுவேதன் தேசத்தாரும் உருசியரை மிகவும் வருத்தப்படுத்தினார்கள்.ஒருகாலத்திலே அவர்கள் பொலோனியருக்கும் ஒருகாலத்திலே சுவேதனருக்கும் இரையானார்கள். 1613 -ஆம் வருஷத்திலே பொலோனியருடைய

இராசாவாகிய ஊலாடிஸ்லாவு (Wladyslaw) என்பவன் உருசியருக்கு மிகுந்த அநியாயம் செய்தபொழுது, அவர்கள் தைரியங்கொண்டு, பொலோனியரை தங்கள் தேசத்திலிருந்து துரத்தினார்கள். அப்பொழுது மிசாயேல் (Michael) என்பவன் அவர்களை 33 வருஷம் ஆண்டு கொண்டான். அவனுடைய மகனாகிய அலேக்குசியுஸ் (Alexis of Russia) என்பவன் மிகுந்த புத்தியோடும் பராக்கிரமத்தோடும் ஆளுகை செய்கையில் தனக்கு விரோதமாய் இருந்த சுவேதனருக்கும் துருக்கருக்கும் இடங்கொடாமல் அவர்கள் பேசாமலிருக்கும்படி செய்து, பயிர் செய்கிறவர்களுக்குத் துணையாயிருந்து, கல்விகளையும் தொழில்களையும் பிரஸ்தாபமாக்கி, நீதி சாஸ்திரத்தையும் ஏற்படுத்தி, தன் தேசத்திலே எழும்பின கலகக்காரரைக் கீழ்ப்படுத்தினான்.

1667 -ஆம் வருஷத்திலே அவனுடைய மகனாகிய தேயோடோருஸ் (Feodor) என்பவன் 7 வருஷம் ஆளுகை செய்து, சாகிறதற்குக் கிடக்கையில், தன் சகோதரர்களையும் மந்திரிமார்களையும் அழைத்து, என் அண்ணனாகிய ஈவான் (Ivan) பெலவீனம் உள்ளவனானபடியினாலே இந்தப் பெரிய இராச்சியத்தை நன்றாய் ஆளுகை செய்ய மாட்டான். ஆகையால் என் தம்பியாகிய பேதுருவை (Peter) நீங்கள் தெரிந்து கொண்டு இராச ஆசனத்திலே ஏறப்பண்ணும்படிக்கு யோசனை சொல்லுகிறேன் என்று மரித்தான். அவனுடைய நல்ல யோசனைக்கு அவனுடைய சகோதரியாகிய சோபியாள் (Sophia) என்பவள் செவிகொடாமல், பல துற்போதனைகளைக் கொடுத்தபடியினாலே அந்தத் தேசத்திலே மிகுந்த கலகங்களும் துன்பங்களும் உண்டாயின. ஆதலால் 1682 -ஆம் வருஷத்திலே ஈவான் பேதுரு சோபியாள் என்ற மூன்று பேருங்கூட ஆளுகை செய்தார்கள். அப்படியும் சமாதானம் உண்டாகவில்லை. சில காலத்துக்குப் பின்பு சோபியாள் என்பவள் தள்ளப்பட்டாள். ஈவான் என்பவன் சாந்தமுள்ளவன் ஆனபடியினாலே அவனும் மிகுந்த விரோதம் செய்யவில்லை. ஆகையால் 1696 -ஆம் வருஷத்திலே பேதுரு (Peter the Great) என்பவன் தானே சுயாதிபதியாக ஆண்டான். அவன் மிகுந்த புத்திசாலியாய் இருந்து மற்ற தேசத்து ஆளுகை வகைகளை அறியும்படிக்கு அல்மன்னிய தேசத்தாரையும் ஒல்லந்து தேசத்தாரையும்

இஸ்கொட்லந்தரையும் இத்தாலியரையும் சேர்த்துக்கொண்டதும் அல்லாமல், விபரமான காரியங்களையும் அறியும்படிக்குத் தன் இராச்சியத்துக் காரியங்களை தன் சேனாதிபதியாகிய கொர்டன் என்பவனுடைய கையிலே விட்டு, மற்ற இராசாக்களிடத்திலே தான் அனுப்பின தானாதிபதிகளுக்குத் தானே ஊழியக்காரனாகி, ஒல்லந்து இங்கிலாந்து முதலான தேசங்களுக்குப் போய், பல இடங்களிலே மற்றொரு வேலைக்காரனைப்போல வேலை செய்து, தரையிலேயும் சமுத்திரத்திலேயும் நாலு திசைகளுக்கும் பிரயாணம்போய், தச்சனாகவும் வேலை செய்து, இப்படிக்கு அநேகம் காரியங்களைக் குறித்து நல்ல அறிவையடைந்து கொண்டு, பின்பு திரும்பி வந்து, தன் தேசத்தை அதிகமான புத்தியோடே ஆண்டான். சூழயிருக்கிற சுவேதனர் முதலான தேசத்தாரோடும் அவன் அடிக்கடி யுத்தம் பண்ணுகிற பொழுது, அடிக்கடி முறிய அடிக்கப்பட்டான். அதினாலே அதிக தைரியத்தையும் அறிவையும் கொண்டு, பின்பு அவர்களைச் செயித்தான். பொலோனிய தேசத்து இராசனாகிய அவுகுஸ்துஸ் (Augustus) என்பவனுக்கு உண்மையான சிநேகிதன் ஆனான். புண்ணியமில்லாத மகிமையை அவன் எண்ணிக்கொள்ளவில்லை.

ஆதலால், கத்தரீனாள் (Catherine) என்னப்பட்ட ஒரு ஸ்திரீ தாழ்ந்தவளாய் இருந்தும், புத்தியும் தைரியமும் உள்ளவளாய் இருந்தபடியினாலே, அவளையே கலியாணம் பண்ணினான். அவனுடைய காலத்திலே அத்தேசத்தின் சத்துருக்கள் பேசாமல் இருக்கும்படி செய்துவந்தான். கல்விகளும் வியாபாரத் தொழிலும் மற்றத் தொழில்களும் அத்தேசத்திலே மிகுதியாய் வளர்ந்தன. இப்படி அவன் அந்தத் தேசத்துக்குப் புறம்பான மகிமையைக் கொடுத்தபின்பு 1724 -ஆம் வருஷத்திலே தன்னுடைய மனைவியாகிய கத்தரீனாளை இராச ஸ்திரீயாக முடிசூட்டி, 1725 -ஆம் வருஷத்திலே மரித்தான். கத்தரீனா என்பவள் அப்பொழுது இராச ஆளுகை செய்து, 1727 -ஆம் வருஷத்திலே இறந்து போனாள். அப்பொழுது அவளுடைய பேரனாகிய இரண்டாம் பேதுரு (Peter II) என்பவன் சிம்மாசனத்தில் ஏறினான். அவன் ஆளுகை செய்கையில், அந்த இராச்சியத்திலே பல கலகங்கள் நடந்தன. 1730 -ஆம் வருஷத்திலே அவன் இறந்துபோனான். அப்பொழுது அத்தேசத்தின் பெரியோர்கள் ஈவானுடைய இரண்டாம் குமாரத்தியாகிய அன்னாள் (Anna)

என்பவளை இராச ஆசனத்திலே ஏறப்பண்ணினார்கள். அவள் மகிமையோடே சில வருஷம் ஆளுகை செய்தபின்பு 1740 -ஆம் வருஷத்திலே இறந்து போனாள். அப்பொழுது இராச ஆசனத்தின்மேலே ஏறத்தக்கவனைக் குறித்துப் பல சண்டைகள் உண்டான பின்பு, கத்தரீனாளுடைய மகளாகிய எலிசபெத் (Elizabeth) என்பவளை இராச ஆசனத்திலே ஏற்றினார்கள். அவள் மிகுந்த புத்தியோடும் தைரியத்தோடும் ஆளுகை செய்கையில், அவள் குடிகளுக்குப் பல நல்ல நியாயங்களைக் கொடுத்து, சுவேதனரோடே யுத்தம் செய்து, அவர்களைச் செயித்தபின்பு அவர்களோடே சமாதானம் பண்ணி, அந்த இராச ஆசனத்திலே ஏறத்தக்கவர்களையும் தன்னுடைய இராச ஆசனத்திலே ஏறத்தக்கவர்களையும் குறித்து ஒழுங்குபண்ணித் தன்னுடைய வம்சத்தார் ஆளுகை செய்யும்படியாய் தன் அக்காளுடைய மகனாகிய ஒல்ஸ்டன் கொத்தொர்ப் (Holstein Gottorp) என்னும் பிரபுவை தன்னுடைய சுதந்தரவாளி என்று கூறி, அவனுக்கு உருசிய தேசத்தின் பெரிய பிரவுவென்று பேர் கொடுத்து, தன்னுடைய இடத்திலே வரவழைத்தாள். அவனும் வந்து சுதந்தர நியாயப்படிக்கு தனக்கு வரவேண்டிய சுவேதனருடைய இராச்சியத்தை விட்டு, கிரேக்கை சபையின் மார்க்கத்தை அணைத்துக்கொண்டு, அல்மன்னிய தேசத்திலுள்ள கத்தரீனாள் என்னப்பட்ட இராச ஸ்திரீயை கலியாணம் பண்ணி, உருசிய தேசத்திலே தரித்தான். அத்தருணத்திலே அந்த எலிசபெத் என்பவள் இடைவிடாத மகிமையோடே ஆளுகை செய்கையில், இங்கிலந்து தேசத்தின் இராசா அவளோடே உடம்படிக்கை பண்ணும்படிக்குத் தேடினான். அதை அவள் பல முகாந்தரங்களினால் மறுத்து, பொருசிய தேசத்து இராசனுக்கு விரோதமாக அவுஸ்திரிய (Austria) தேசத்து இராசனோடே 1756 -ஆம் வருஷத்திலே உடம்படிக்கை பண்ணி, மிகுந்த கெட்டிக்காரனாகிய அந்தப் பொருசிய தேசத்தின் இராசனுக்கு மிகுந்த வருத்தம் செய்தாள். 1762 -ஆம் வருஷத்திலே அவள் இறந்துபோனபடியினாலே அந்த இராசனுக்கு இலகு உண்டாயிற்று. அவள் இறந்துபோன பின்பு, மேற்சொல்லிய பெரிய பிரபுவாகிய ஒல்ஸ்டைன் கொத்தொர்ப் (Holstein Gottorp) என்பவன் மூன்றாம் பேதுருவென்று (Peter III) பேரெடுத்து, இராச ஆசனத்தில் ஏறினான். அவன் பொருசிய (Prussia)

தேசத்தின் இராசனுக்குச் சிநேகிதனாகி, அவனோடே சமாதானம் பண்ணினபின்பு, குடிகளுக்கும் பெரியோர்களுக்கும் விரோதமான பல காரியங்களைச் செய்யப் பார்த்தபடியினாலே அவர்கள் கோபங்கொண்டு, அவனைக் காவலிலே வைத்தார்கள். அவன் அந்த வருஷத்திலே அங்கே இறந்து போனான். அப்பொழுது அவனுடைய மனைவியாகிய இரண்டாம் கத்தரீனாள் (Catherine II) என்பவள் இராச ஆசனத்தில் ஏறினாள். அத்தருணத்திலே பொலோனிய தேசத்திலே இராசா இறந்துபொனபடியினாலே, அத்தேசத்திலே ஆளுகை செய்யத்தக்கவனைக் குறித்து சனங்களுக்குள்ளே அதிக கலகங்கள் உண்டாயின. கத்தரீனாள் அதைப் பார்த்து, அவர்களுக்குள்ளே அமைதல் உண்டாகும்படியாகவும் பொனியத்தொவுஸ்கி என்னப்பட்ட பிரபுவை இராசனாக்கும்படியாகவும் தன்னுடைய சேனைகளை அங்கே அனுப்பினாள். அவர்களுக்கு உதவி செய்ததினாலே, துருக்கர் தேசத்து இராசன் மிகவும் கோபங்கொண்டு, உருசியரோடே யுத்தம்பண்ணும்படிக்கு மிகுந்த சேனைகளை அனுப்பினான். அவர்கள் உருசிய தேசத்தில் பிரவேசித்து கிராமங்களையும் பட்டினங்களையும் சுட்டெரித்து, குடிகளை சிறையாகக் கொண்டுபோய் மற்றும் அநேக குரூரமான துன்பங்களை செய்தார்கள். அப்பொழுது உருசியருடைய சேனாபதியாகிய கலட்சீன் என்னும் பிரபு மிகுந்த சேனையோடே அவர்களுக்கு விரோதித்து, அவர்களை முறிய அடித்தான். 1774 -ஆம் வருஷம் வரைக்கும் அவ்விரண்டு இராச்சியத்தாரும் தரையிலேயும் சமுத்திரத்திலேயும் கடினமான யுத்தம்பண்ணி, அநேக ஆயிரம் பேர்களை கொலை செய்தார்கள். உருசியர்கள் எங்கும் செயங்கொண்டார்கள். கடைசியிலே மேற்சொல்லிய வருஷத்திலே துருக்கர் மிகவும் பெலவீனமானபடியினாலே, அவர்கள் அடங்கிச் சமாதானம் பண்ணினார்கள். கறுப்புக்கடலிலே தடையில்லாமல் கப்பல் யாத்திரையாய்ப் போய்வரும்படிக்கும், துருக்கை தேசத்தாரோடே எங்கும் தடையில்லாமல் வியாபாரம் பண்ணும்படிக்கும் உடம்படிக்கை பண்ணப்பட்டது. அதினாலே உருசிய தேசத்துக்கு மிகுந்த பிரயோசனம் உண்டாயிற்று. அத்தருணத்திலே பேத்துருஸ்புர்கு நகரிலே மிகுந்த கலகம் உண்டாயிற்று. எப்படியென்றால், புகட்செப்பு என்னப்பட்ட ஒரு மனிதன் தோன்றி, மூன்றாம் பேதுரு என்னப்பட்ட

இராசா இறந்துபோகவில்லை. அவர் இறந்து போனார் என்று வஞ்சனையாய் சொன்னார்கள். நானே அந்த பேதுரு என்று சொல்லி, அநேக சனங்களைக் கூட்டிக்கொண்டு, கத்தரீனாளோடே யுத்தம்பண்ண வந்தான். கத்தரீனாளுடைய சேனைகள் அவனுக்கு விரோதித்து, 1775 -ஆம் வருஷத்திலே அவனைப் பிடித்து, ஒரு கூட்டிலே அடைத்து, மொஸ்காவு பட்டினத்திற்கு கொண்டுபோய், அவனைச் சிரச்சேதம் பண்ணினார்கள். துருக்கர் சமாதானம் பண்ணியிருந்தும் உருசியர் துருக்கர் தேசத்தைச் சேர்ந்த மொல்தாலியா, வல்கியா, பெசாராபியா நாடுகளில் வியாபாரத்துக்காக தங்கள் துரைகளை வைக்க வேண்டுமென்று கேட்டுக்கொண்டபடியினாலும், துருக்கருடைய இராசா அதற்குச் சம்மதியாமல் இருந்தபடியினாலும் அவ்விரு இராச்சியத்தாருக்கும் எப்பொழுதும் விரோதம் உண்டாயிருந்தது. 1781 -ஆம் வருஷத்திலே துருக்கருடைய இராசா சம்மதித்தான். ஆகிலும் உருசியர் பின்னும் பலவிதமான காரியங்களைக் கேட்டுக்கொண்டபடியினாலும், அவுஸ்திரிய தேசத்து இராசாவும் உருசியருக்குத் துணையாய் இருந்தபடியினாலும் அம்மூன்று இராச்சியத்தாருக்கும் பயங்கரமான சண்டை உண்டாகிறதற்கே ஏதுவாய் இருந்தது. அப்படிச் செய்கிறதற்கு முன்னே 1784 -ஆம் வருஷத்திலே மறுபடியும் சமாதானம் பண்ணினார்கள். அந்தச் சமாதான உடன்படிக்கையின்படிக்கு கிரிமிய நாடும், தாபான் தீவும், கூபான் நாட்டில் ஒருபங்கும், உருசிய தேசத்தைச் சேர்ந்தன. துருக்கராலே பறித்துக்கொள்ளப்பட்ட கிரேக்கருடைய ஆஸ்திகளையெல்லாம் திரும்ப வாங்கிக்கொள்ளும்படிக்கு உருசியர் யோசித்து அந்தச் சண்டைகளை எல்லாம் செய்தார்கள். மேற்சொல்லியபடி சமாதானமாகி மூன்று வருஷத்திற்குப் பின்பு துருக்கருடைய இராசா உருசியருக்கு விரோதமாக மறுபடியும் யுத்தம் பண்ண வந்தான். அவுஸ்திரிய தேசத்து இராசாவும் உருசியரோடே ஐக்கியமாய் யுத்தத்துக்குப் பங்காளியானான். 1790 -ஆம் வருஷம் வரைக்கும் யுத்தம் செய்தார்கள். உருசியருக்கு செயம் உண்டாயிற்று. துருக்கர் மென்மேலும் மெலிந்துபொய் தினிஸ்தர் என்னும் நதி வரைக்கும் உள்ள தேசத்தை உருசியருக்கு விட்டுவிட்டார்கள். உருசியர் அவ்வளவு தேசத்தைச் சேர்த்துக்கொள்ளுகிறதற்கு இங்கிலந்து, பொருசிய தேசங்களின் இராசாக்களும்

சம்மதித்தார்கள். அந்த யுத்தம் நடக்கையில் சுவேதனருடைய இராசா முன்னே உருசியராலே அடைந்த நஷ்டத்தையும், அவர்கள் மென்மேலும் பெருமையையடைகிறதையும் நினைத்துக்கொண்டு, உருசியருக்கு விரோதமாய் யுத்தம்பண்ண வந்தான். பின்லந்து நாட்டிலே யுத்தம்பண்ணினார்கள். அவ்விருவருடைய வல்லமையும் சமமாய் இருந்தது. ஆதலால் இரண்டு பேரும் 1760 -ஆம் வருஷத்திலே சமாதானம் பண்ணிக் கொண்டார்கள். இரண்டு இடங்களிலேயும் உருசியருக்குச் சமாதானம் உண்டானபடியினாலே, கத்தரீனாள் தன்னுடைய தேசத்துக்கு உறுதியுண்டாகும்படிக்கு வேண்டியவைகளைச் செய்துவந்தாள். அக்காலத்திலே பிராஞ்சி தேசத்திலே மிகுந்த கலகம் உண்டாயிற்று. அந்தத தேசத்தார் தங்கள் இராசாவையும் அவனுடைய மனைவியையும் மற்றும் அநேக பெரியோர்களையும் கொலை செய்தார்கள். அவர்களுக்குத் தடை செய்யும்படியாக இங்கிலந்து, சுவேதன், பொருசிய, அவுஸ்திரிய தேசங்களின் இராசாக்கள் கூடிக்கொண்டு, பிராஞ்சி தேசத்துக்கு விரோதமாய் யுத்தம்பண்ணப் போனார்கள். கத்தரீனாளும் அவர்களைச் சேர்ந்து, உதவிக்காக 12 யுத்த கப்பல்களை அனுப்பி, அதிகமான உதவியைச் செய்வேனென்று வாக்குத்தத்தம் பண்ணியிருந்தும், அவர்களை வஞ்சித்து, அவர்கள் அங்கே யுத்தம் பண்ணிக்கொண்டு வருகையில் தனக்கு விரோதம் செய்யமாட்டார்கள் என்று எண்ணிய பொலோனிய தேசத்தின்மேலே இச்சை வைத்து, அதினொரு பங்கைத் தன் தேசத்தோடே சேர்த்துக்கொண்டாள். அதுவும் அல்லாமல் பொலோனிய தேசத்தைச் சேர்ந்த கூர்லந்து என்னும் நாட்டையும், சேமிகலிய நாட்டையும் பல தந்திரமான நடக்கைகளினாலே உருசிய தேசத்தோடே ஐக்கியப்படுத்தினாள். இத்தனை பெருமையும் போதாது என்று அவள் எண்ணி, பார்சு (Persia) தேசத்தின் சில நாடுகளைப் பறித்துக்கொள்ளும்படியாக அந்தத் தேசத்து இராசனோடே யுத்தம்பண்ணத் தொடங்கினாள். இரு இராச்சியத்தாருடைய சேனைகளும் யுத்தம் பண்ணினார்கள். ஒருநாள் உருசியருக்கும் ஒருநாள் பார்சருக்கும் செயம் உண்டாயிற்று. இப்படி நடக்கையில் 1796 -ஆம் வருஷ த்திலே கத்தரீனாள் இறந்துபோனாள். அதினாலே யுத்தம் நின்றது. அந்த இராச ஸ்திரீ மிகுந்த புத்தியும் தைரியமும்

உள்ளவளாய் இருந்து, தன்னுடைய தேசத்துக்குப் பலவிதமான பிரயோசனங்களை உண்டுபண்ணினாள். இதன்றி, அவள் மிகுந்த வஞ்சனைகளையும் பொறாமைகளையும் அகந்தைகளையும் குரூரமான செய்கைகளையும் நடப்பித்ததினாலே, அவளுக்கு நீங்காத அவகீர்த்தி உண்டாயிற்று.

அவளுக்குப் பின்பு, அவளுடைய மகனாகிய முதலாம் பவுல் (Paul I) என்பவன் இராச ஆசனத்தில் ஏறினவுடனே அதிக சாந்த குணம் உள்ளவனாய் பார்சு தேசத்தாரோடே சமாதானம் பண்ணினான். பொலோனிய தேசத்துக்காக உண்மையாய் யுத்தம் பண்ணிக்கொண்டு பின்பு உருசியராலே பிடிக்கப்பட்டு காவலில் வைக்கப்பட்டிருந்த பொலோனிய சேனாதிபதியாகிய கொஷியுஸ்கோ என்பவனை விடுதலையாக்கிப் பொலோனிய தேசத்தின் இராச ஆசனத்திலிருந்து தள்ளப்பட்ட இராசனுக்கு அநேக நன்மைகளைச் செய்து, அந்தத் தேசத்திலிருந்து துரத்தப்பட்ட அநேக பொலோனியருக்கு நிலங்களைத் திரும்பக் கொடுத்தான். 1799 -ஆம் வருஷத்திலே அவனும் பிராஞ்சி தேசத்தாருக்கு விரோதமாக, அவுஸ்திரிய, இங்கிலந்து முதலான தேசத்து இராசாக்களோடே ஐக்கியம் பண்ணி, யுத்தத்துக்கு மிகுந்த சேனையை அனுப்பினான். அவர்கள் செயங்கொண்டு பிராஞ்சி தேசத்துக்குப் போகையில், அவனுடைய மனசு சடுதியாய் வேறுபட அவன் தன்னுடைய சேனையை திரும்ப வரவழைத்து, இங்கிலிஸ்காரருக்கு விரோதமாகி அவர்களை ஒடுக்கும்படிக்குப் பிராஞ்சி தேசத்தாரோடே ஐக்கியம் பண்ணி, அவர்களோடேகூட அநேக யுத்த கப்பல்களை அனுப்பினான். 1800 -ஆம் வருஷம் பங்குனி மாதத்திலே அவன் சடுதியாய் இறந்து போனான். பின்பு அவனுடைய மகனாகிய அலேக்குசந்தர் (Alexander I) இராசாவாகக் கூறப்பட்டு, சாந்தமாய் ஆளுகை செய்யத் தொடங்கி, இங்கிலிஷ்காரரோடே சமாதானம் பண்ணி, உருசிய தேசத்தில் பிடிக்கப்பட்டிருந்த இங்கிலிஷ் கப்பல்களை அவர்களிடத்தில் விட்டு, பிராஞ்சி தேசத்துக்கு விரோதமான இராச சங்கத்தாரோடே கூடிக்கொண்டு, பிராஞ்சருடைய இராசாவுடனே யுத்தம் பண்ணி வருகையில், 1812 -ஆம் வருஷத்திலே மொஸ்காவு பட்டினம் வரைக்கும் எதிர்த்துவந்த அவனை பராபரனுடைய விசேஷமான துணையினாலே செயித்து தேசத்துக்குப் புறம்பே துரத்தி, மற்ற இராச

சங்கத்தாரோடேகூட பிராஞ்சி தேசம் வரைக்கும் அவனுக்குப் பின்தொடர்ந்து, அதின் நகராகிய பரிசிலே (பாரிஸ்) பிரவேசித்து, நப்போலியோன் பொனப்பார்த்து (Napoleon Bonaparte) என்பவனை இராச ஆசனத்தில் இருந்து தள்ளி, ஒரு தீவிலே சிறையாய் இருக்கச்செய்து, பிராஞ்சி தேசத்தாருடைய இடும்பான குணத்தைத் தாழ்த்தினதும் அல்லாமல், தன்னுடைய தேசத்திலே கல்விகளும் தொழில்களும் திவ்விய வசனமும் மிகவும் வளரும்படிக்கு சாக்கிரதையாய் இருந்து, சத்திய வேத சங்கத்தாருக்கு மிகுந்த துணை செய்து, மற்றும் உருசியருக்கு நன்மையான விசேஷங்களை நடப்பித்துக்கொண்டு வருகையில், 1826 -ஆம் வருஷத்திலே தன்னுடைய தேசத்தில் கண்காணிப்பு செய்யும் பொருட்டாக பிரயாணமாய்ப் போகுங்காலத்திலே, சுரம் கண்டு இறந்து போனான். எல்லாரும் அவனைக் குறித்து துக்கப்பட்டார்கள். அப்பொழுது அவனுடைய சகோதரனுமாய் பொருசிய தேசத்து இராசனுடைய குமாரத்தியை விவாகம் பண்ணிக்கொண்டவனுமாய் இருக்கிற நிக்கொலாசு (Nicolas I) என்பவன் இராச ஆசனத்தில் ஏறி இப்பொழுது ஆளுகை செய்து வருகிறான்.

4. பொருசிய (Prussia) தேசத்தைக் குறித்துச் சொல்லியது :

186. பொருசிய என்பதற்கு உருசியாவுக்குச் சமீபமானது என்று அர்த்தமாம். முன்னே அது சிறு தேசமாய் இருந்தது. பின்பு மார்க்குப்பிரந்தன்புர்க் (Margraviate of Brandenburg) என்னும் நாடும், சிலேசிய நாடும் (Province of Silesia) , பொலோனிய (Polonia) சக்குசோனிய (Province of Saxony) என்னப்பட்ட தேசங்களின் சில பங்குகளும், வெஸ்ட்பாலிய தேசத்தின் ஒருபங்கும் (Province of Westphalia) , ரைன் நதிக்கு அருகேயுள்ள நாடும் (Grand Duchy of the Lower Rhine) அதினோடே சேர்க்கப்பட்ட பின்பு அது பெரிய இராச்சியம் ஆயிற்று.

அதின் எல்லைகளாவன : வடக்கிலே பல்டிக்கு (Baltic) கடலும் உருசிய (Russia) தேசமும், கிழக்கிலே உருசிய (Russia) தேசமும், தெற்கிலே பொலோனிய (Polonia) தேசமும்

அவுஸ்திரிய (Austria) தேசமும், மேற்கிலே ரைன் (Rhine) நதியும் ஒலந்து (Holland) தேசமும் ஆனவைகளே.

அதின் வட அகல அளவு 50 -ஆம் வகுப்பு முதல் 57 -ஆம் வகுப்பு வரைக்கும் உள்ளது. அதின் கிழக்கு நீள அளவு 8 -ஆம் வகுப்பு முதல் 22 -ஆம் வகுப்பு வரைக்கும் உள்ளது.

187. அத்தேசம் 11 வகுப்பாக வகுக்கப்படும். அவையாவன :

1. கிழக்குப் பொருசிய நாடு (East Prussia)
2. மேற்குப் பொருசிய நாடு (West Prussia)
3. தென் பொருசிய நாடு
4. புதிய கிழக்குப் பொருசிய நாடு
5. மார்க்குப்பிரந்தன்புர்கு நாடு (Province of Brandenburg - Margraviate of Brandenburg)
6. மகுடேபுர்கு நாடு (Province of Magdeburg)
7. பொம்மேராணியநாடு (Pomerania)
8. சிலேசிய நாடு (Silesia)
9. சக்குசோனி இராச்சியத்தில் ஒருபங்கு (Province of Saxony)
10. வெஸ்ட்பாலிய தேசத்தில் ஒருபங்கு (Province of Westphalia)
11. ரைன் நதிக்கு அருகேயுள்ள நாடுகள் (Grand Duchy of the Lower Rhine)

இவைகளே.

188. பொருசிய தேசம் மலைகள் இல்லாமல் சமபூமியாய் இருக்கிறது. சில காதவழி தூரமான காடுகள் உண்டு. அவைகளில் வீடு முதலானவைகளைச் செய்கிறதற்குத் தகுதியான பெரிய மரங்கள் உண்டு.

189. பிரதானமான நதிகளாவன : மேமல், விஸ்டுலா (Vistula) , பிரேகல் (Pregel) , வூடர் (Oder) , எல்பு (Elbe) முதலானவைகளே. விஸ்தாரமான ஏரிகளும் உண்டு. ஸ்பெர்லிங் ஏரி, மானர் ஏரி முதலானவைகளே. கிழக்குப் பொருசிய நாட்டிலே மாத்திரம் 300 சிறு ஏரிகள் உண்டு. அல்லாமலும் நெட்ஸ் என்னும் நதியையும் விஸ்டுலா என்னும் நதியையும் வியாபாரத்துக்காக இணைக்கும்படிக்கு பிரீதிரிக் வாய்க்கால் என்றும் பிரொம்பெர்க் (Bromberger) வாய்க்கால் என்றும்

இரண்டு வாய்க்கால்கள் உண்டுபண்ணப்பட்டிருக்கின்றன.

190. அந்தத் தேசத்திலே பஞ்சலோகங்கள் மிகுதியில்லை. இரும்பு அகப்படும். அம்பர் என்னப்பட்ட நேர்த்தியான கல்லையும் பூமியிலிருந்து எடுக்கிறார்கள். பல தானியங்களும், சடம்பும் (சணலும்) , புகையிலையும், அநேகவித மரத்துக் கனிகளும், பலவிதமான மரங்களும் சம்பூரணமாய் உண்டாகின்றன. காட்டு மாடுகளும், நரிகளும், கோணாய்களும் (ஓநாய்களும்) , கரடிகளும், குதிரை, ஆடுமாடு முதலானவைகளும் உண்டு.

191. பிரதான பட்டினங்களாவன :

பெர்லீன் (Berlin) நகரம் - அங்கே இராசா வாசமாய் இருக்கிறான். அது இஸ்பிரே (Spree) என்னும் நதியினிடத்தில்இருக்கிறது. இராசாவினுடைய அரண்மனை மகா நேர்த்தியான வீடு. 26 பெரிய கோவில்கள் கட்டப்பட்டிருக்கின்றன. கொஞ்சங்குறைய பட்டினம் முழுமையும் மிகவும் நேர்த்தியாய் செய்யப்பட்டிருக்கிறது. அதைச் சூழ மதில் கட்டப்பட்டிருக்கிறது. ஏறக்குறைய 1,50,000 குடிகள் உண்டு. பட்டு, பஞ்சு முதலானதை நெய்கிறவர்கள் மிகுதியாய் இருக்கிறார்கள். பளிங்கினாலே பலவிதமான பாத்திரங்களைச் செய்கிறவர்களும் உண்டு. மற்றும் பலவித தொழில்கள் அங்கே நடந்து வருகின்றன. ஒரு பெரிய சாஸ்திரப்பள்ளிக்கூடமும் சத்திய வேத சங்கமும் அஞ்ஞானிகளுக்குள்ளே சுவிசேஷத்தைப் பிரசித்தம் பண்ணுதற்கேதுவான மிசியோன் பள்ளிக்கூடமும் மிசியோன் சங்கமும் உண்டு.

பொட்ஸ்டம் (Potsdam) பட்டினம் - அது பெர்லீன் நகருக்குச் சமீபமாய் இருக்கிறது. அது மிகவும் அழகுள்ளது. அங்கேயும் இராச அரண்மனையும் நேர்த்தியான பூஞ்சோலையும் உண்டு.

கேனிஸ்பெர்கு (Königsberg) பட்டினம் - அது பிரேகல் (Pregel) என்னும் நதியினிடத்தில் இருக்கின்றது. முன்னே அது இராசாவினுடைய நகராய் இருந்தது. குடிகள் மிகவும் வியாபாரம் செய்கிறவர்கள். ஒரு பெரிய சாஸ்திரப்பள்ளிக்கூடம் உண்டு. அதிலே ஏறக்குறைய 40 சாஸ்திரிகள் போதிக்கிறார்கள். பிரீதிரிக்புர்க் (Fort Friedrichsburg) என்னப்பட்ட கோட்டையும் அங்கேயுண்டு.

தண்ட்சிக்கு பட்டினம் (Danzig) - அது பல்டிக்கு

கடலுக்குச் சமீபமாய் விஸ்டுலா (Vistula) என்னும் நதியினிடத்தில் உண்டாக்கப்பட்டிருக்கின்றது. அது நேர்த்தியான பெரிய பட்டினம். அதின் வீடுகள் 5 தட்டுக்கள் உள்ளது. அநேக குடிகள் வியாபாரம் செய்கிறவர்கள். ஏறக்குறைய 80,000 குடிகள் உண்டு.

மரியன்வெர்டர் (Marienwerder) பட்டினம் - அது விஸ்டுலா (Vistula) என்னும் நதிக்குச் சமீபமாய் இருக்கிறது. மேற்கு பொருசிய நாட்டின் துரைத்தனத்தார் அங்கேயிருக்கிறார்கள். பொருசிய தேசத்திலுள்ள எல்லாக் கோவில்களிலும் பெரிய கோவில் அங்கேயிருக்கிறது. அது 320 அடி நீளமுள்ளது.

எல்பிங்கு (Elbing) பட்டினம் - அது ஏறக்குறைய 16,000 குடிகள் உள்ளது. அவர்கள் மிகவும் வியாபாரம் செய்கிறவர்கள்.

போசன் (Posen) பட்டினம் - தென் பொருசியா நாட்டின் துரைத்தனத்தார் அங்கேயிருக்கிறார்கள். உரோமன் சபை பிஷோப்பும், சாஸ்திரப்பள்ளிக்கூடமும் அங்கே உண்டு.

பிரேஸ்லவு (Breslau) பட்டினம்- அது சிலேசிய (Silesia) நாட்டிலே வூடர் (Oder) என்னும் நதியினிடத்தில் இருக்கிறது. ஏறக்குறைய 10,000 குடிகள் உண்டு. அநேக உரோமன் சபையார் இருக்கிறார்கள். ஒரு பெரிய சாஸ்திரப்பள்ளிக்கூடம் உண்டு.

திரேவேஸ், எஸ்லாஷப்பெல், கொலோங், கோபிலெனஸ், கிலேவே - இந்தப் பட்டினங்கள் ரைன் நதிக்கு அருகேயுள்ள நாட்டிலே பிரதானமானவைகள்.

முணஸ்டர், திசல்டோர்ப்பு, பாதர்பொர்ன் - இந்தப் பட்டினங்கள் வெஸ்ட்பாலிய (Westphalia) தேசத்திலிருந்து எடுக்கப்பட்ட பங்கிலே பிரதானமானவைகள்.

பிராங்கிபுர்த்துபட்டினம் Frankfurt (Oder) - அது ஓடர் நதியினிடத்தில் உள்ளது. அங்கேயும் ஒரு பெரிய சாஸ்திரப்பள்ளிக்கூடம் உண்டு.

192. பொருசிய தேசத்தைக் குறித்துப் பூர்வீக சரித்திரம் தெரியாது. ஆதியிலே அதில் குடியேறினவர்கள் இஸ்லவோனியர். 1227 -ஆம் வருஷம் வரைக்கும் அவர்கள் விக்கிரக ஆராதனைக்காராராய் இருந்து தங்கள் சுய இராசாவை உடையவர்களாய் சமீபமாயிருக்கிற பொலோனிய தேசத்தின்

இராசனோடே பல பல காலங்களில் யுத்தம் செய்துகொண்டு வந்தார்கள். அப்பொழுது மற்றவர்களைப் பலபந்தமாய் பாப்பு (போப்பு) மார்க்கத்திலே திருப்ப வேண்டுமென்று உடம்படிக்கை பட்டிருந்த அல்மன்னிய தேசத்துப் பராக்கிரமசாலிகள், அந்த பொருசியரை கத்தியினாலே கிறிஸ்து மார்க்கத்தில் பிரவேசிக்கப் பண்ண வேண்டுமென்று தீர்மானம்பண்ணி, அந்தத் தேசத்தில் பிரவேசித்து, தங்களுக்கு மிகவும் விரோதம் செய்துவந்த பொருசியரோடே அநேக வருஷம் குரூரமான யுத்தம் பண்ணி,கொஞ்சம் குறைய குடிகள் எல்லாரையும் வெட்டி, பின்பு அல்மன்னிய தேசத்திலிருந்து சனங்களை அங்கே குடியேற்றினார்கள். பொலோனிய தேசத்து இராசனாகிய நாலாம் காசிமிர் என்பவன் பொருசியருக்கு உதவி செய்தான். மிகுந்த இரத்தம் சிந்தப்பட்டபின்பு, 1446 -ஆம் வருஷத்திலே அந்த இராசாவும் அந்த பராக்கிரமசாலிகளும் சமாதானம் பண்ணினார்கள். அவர்கள் அந்த தேசத்தைக் கட்டிக்கொண்டு, அந்த இராசாவுக்கு அடிமையாய் இருந்தார்கள். அடிமையில் நின்று நீங்கும்படிக்கு அவர்கள் மறுபடியும் யுத்தம்பண்ணி வந்தார்கள். அது சித்திக்கவில்லை. பின்பு 1525 -ஆம் வருஷத்திலே அந்த பராக்கிரமசாலிகளுக்கு எசமானாகிய பிரந்தன்புர்கு நாட்டிலே ஆளுகை செய்த அல்பெர்ட் (Albert) என்னப்பட்ட பிரபு அவர்களுடைய மார்க்கத்தை விட்டு லுத்தர் என்பவர் போதித்தபடி சுவிசேஷத்தைப் பற்றிக்கொண்டு, பொலோனிய தேசத்து இராசனோடே சமாதானம் பண்ணி, பொலோனியருக்குக் கீழாகப் பொருசிய நாட்டை ஆண்டான். இப்படிக்கு அந்த பராக்கிரமசாலிகளுடைய ஆளுகை முடிந்தது. 1657 -ஆம் வருஷத்திலே பிரந்தன்புர்கு (Brandenburg) நாட்டிலே பிரபுவாகிய பிரீதிரிக் வில்லியம் (Frederick William) என்பவனுக்கு அந்தப் பொருசிய நாடு உறுதியாக்கப்பட்டதும் அல்லாமல் பொலோனிய இராசாவுக்குக் கீழிராதபடிக்கு அந்தப் பிரபு பொருசிய தேசத்தைச் சுயாதீனமாகப் பற்றிக்கொள்ளும்படி தீர்மானம் பண்ணப்பட்டது. அதுமுதல் சனங்கள் உரோமன் சபையை விட்டுத் தங்கள் பிரபுவைப்போல சுவிசேஷத்தைப்பற்றிக் கொண்டார்கள். அவன் இறந்துபோன பின்பு அவனுடைய மகனாகிய பிரீதிரிக் (Frederick I of Prussia) என்பவன் ஆளுகை செய்து, 1701 -ஆம் வருஷத்திலே இராசாவாக்கப்பட்டான். 1713 -ஆம் வருஷத்திலே

அவனுடைய மகனாகிய பிரீதிரிக் வில்லியம் (Frederick William I Of Prussia) ஆண்டான். அவன் புத்திசாலியாய் இருந்து, மிகுந்த ஆஸ்தியைச் சேர்த்துக்கொண்டான். அவன் இறந்துபோன பொழுது, தன் பொக்கிஷ சாலையிலே ஏறக்குறைய 5 கோடியே 60 இலட்சம் (5,60,00,000) ரூபாய் வைத்தான். 1740 -ஆம் வருஷத்திலே அவனுடைய மகனாகிய இரண்டாம் பிரீதிரிக் (Frederick II) என்பவன் அந்தப் பொக்கிஷத்தையும் இராச ஆசனத்தையும் சுதந்தரித்துக் கொண்டு, பிராஞ்சி, அவுஸ்திரிய, உருசிய, சுவேதன, இங்கிலந்து என்னும் தேசங்களின் இராசாக்களோடே 7 வருஷமளவும் யுத்தம் செய்து, அவர்களாலே அநேகதரம் அடிக்கப்பட்டும், அநேகதரம் அவர்களை செயித்தும், மிகுந்த புத்தியோடும் விரைவோடும் தைரியத்தோடும் நடந்து நிலைகொண்டு, கடைசியிலே அவர்களோடே சமாதானம் பண்ணி, தன்னுடைய இராச்சியத்திற்கு மிகுந்த பெருமை உண்டாகும்படிக்கு ஏதுவுண்டாயிருந்தபடியினாலே அவன் பெரிய பிரீதிரிக் (Frederick the Great) என்னும் பேரையடைந்தான். யுத்த வித்தையிலே அவன் கெட்டிக்காரனாய் இருந்ததும் அல்லாமல், அவன் புலவனாயும் கல்விமானாயும் நீதிசாஸ்திரத்தை உண்டாக்கினவனாயும் இருந்து, தன்னுடைய தேசத்திலுள்ள குடிகள் வாழ்ந்து கொள்ளும்படிக்கு பல தொழிற்சாலைகளை ஸ்தாபித்து, அநேக தருமங்களைச் செய்துகொண்டு வந்தான். அப்படியிருந்தும், பிராஞ்சி தேசத்தில் தோன்றிய வொல்டேர் என்னப்பட்ட அவிசுவாசியினுடைய கெட்ட யோசனைகளுக்கு மிகவும் இடங்கொடுத்தபடியினாலே, அவன் தானும் அருமையான சுவிசேஷத்தைக் தள்ளினதும் அல்லாமல், தன்னுடைய தேசத்தாருக்குள்ளும் அவிசுவாசம் பெருகும்படிக்கு ஏதுவாயிருந்தான். அதினாலே அந்தத் தேசத்தார் மென்மேலும் துன்மார்க்கர் ஆனார்கள். சாகிற காலத்திலே அவன் அதைக் கண்டு, மிகுந்த மனஸ்தாபத்தைக் காண்பித்தான். ஆகிலும் அநேக நன்மைகள் தோன்றும்படிக்குக் கர்த்தர் அந்த அவிசுவாசத்துக்கு இடம் கொடுத்தார். எப்படியென்றால், முன்னே அக்கியானத்தினாலும் (அஞ்ஞானத்தினாலும்) பாப்பு மார்க்கத்தினாலும் தேவபத்திக்கு (தேவபக்திக்கு) விரோதமாயிருந்த பல வம்பான நடக்கைகள் அறுக்கப்பட்டன. முன்னேயிருந்த வழக்கத்தின்படி சனங்கள் இராசாவுக்கு

முன்பாக வரும்பொழுது, தெய்வ வணக்கமாய் அவனுக்கு முன்பாக முழங்காற்படியிட்டு தங்கள் விண்ணப்பங்களை சொல்லுவார்கள். 1783 -ஆம் வருஷத்திலே இராசாவானவன்,இது தகாது. பராபரனுக்கு முன்பாக மாத்திரம் அப்படி முழங்காற்படியிட வேண்டும் என்றெண்ணி, அந்த வழக்கத்தை நிறுத்தினான். 1786 -ஆம் வருஷத்திலே அவன் இறந்துபோனான். அப்பொழுது அவனுடைய சகோதரனின் மகனாகிய இரண்டாம் பிரீதிரிக் வில்லியம் (Frederick William II) என்பவன் இராச ஆசனத்திலேறி தன்னுடைய சிறிய தகப்பன் பிரசித்தம் பண்ணின அவிசுவாசத்தினாலே சனங்களுக்குள்ளே உண்டான பொல்லாப்புக்களுக்கு தடைசெய்யும்படியாகத் தேவாராதனையையும் பள்ளிக்கூடங்களையும் குறித்து தகுதியான பல பிரமாணங்களைக் கொடுத்து, ஒருவரோடொருவர் கத்தி முதலான ஆயதங்களினாலே சண்டை பண்ணுதற்கு போர் சேவகருக்குள்ளே இருந்த வாடிக்கையை நிறுத்தி, தேசத்துக்கு நன்மையான மற்ற ஒழுங்குகளையும் செய்து வந்தான். ஆகிலும் செல்வத்துக்கும் சிற்றின்பத்துக்கும் அதிகமாய் இடங்கொடுத்தபடியினாலே அவனுடைய நல்ல நடக்கை அசுத்தமாக்கப்பட்டது. பிராஞ்சி தேசத்தோடு மிகவும் யுத்தம் பண்ணினான். 1797 -ஆம் வருஷத்திலே அவன் இறந்துபோனபின்பு அவனுடைய மகனாகிய மூன்றாம் பிரீதிரிக் வில்லியம் (Frederick William III)இராசாவாக ஆளுகை செய்யத்தொடங்கி இன்னும் ஆளுகை செய்து வருகிறான். உருசியரோடும், அவுஸ்தியரோடும், சுவேதனரோடும், இங்கிலிஷ்காரரோடும்கூட அவனும் பிராஞ்சி தேசத்தாருடைய இராசாவாகிய பொனபார்த் (Napoleon Bonaparte) என்பவனுக்கு விரோதமாய் அநேக வருஷம் யுத்தம் பண்ணினான். ஒருகாலத்திலே பிராஞ்சி தேசத்தார் அந்தத் தேசம் முழுவதையும் கட்டிக் கொண்டிருந்தார்கள்.

பின்பு 1814 -ஆம் வருஷத்திலே அந்த இராசாக்கள் கருத்தாவினுடைய அனுக்கிரகத்தினாலே பிராஞ்சி தேசத்தாரை செயங்கொண்டு, அவர்களுடைய இராசாவைப் பிடித்து அவன் உயிர் இருக்குமளவும் எல்பா (Elba) என்னும் தீவிலே சிறையாக வைத்தார்கள். அதினாலே உண்டான சமாதானம் சீக்கிரமாய் கலக்கப்பட்டது. எப்படியென்றால், அந்தப் பொனப்பார்த் என்பவன் தன்னுடைய சிறையிருப்பாகிய தீவை

விட்டு மறுபடியும் பிராஞ்சிக்காரருக்கு இராசனான பொழுது பொருசியரும் இங்கிலிஷ்காரரும் வாத்தர்லோ (Waterloo) என்னும் இடத்திலே அவனுடைய சேனையோடே கொடிய யுத்தம் பண்ணி அவர்களை முறியடித்து அவனைச் சிறையாக சாண்ட் எலேனா (Saint Helena) தீவுக்கு அனுப்பி பத்திரப்படுத்தினார்கள். அப்பொழுது சமாதானம் உண்டாயிற்று. பொருசியருடைய இராசா தன்னுடைய குடிகளைத் தகப்பன்போல விசாரித்துக்கொண்டு தானும் தேவபக்தியாய் நடக்கிறதும் அல்லாமல் குடிகளுக்கும் அஞ்ஞான தேசத்தாருக்கும் திவ்விய வசனம் தெரியும் பொருட்டாக பலவிதமான உதவிகளைச் செய்துகொண்டு வருகிறான்.

5. தென்மார்க்கு (Denmark) தேசத்தைக் குறித்துச் சொல்லியது :

193. தென்மார்க்கு தேசத்தினுடைய எல்லையாவது : வடக்கிலே இஸ்காகெராக் (Skagerrak) கடல், கிழக்கிலே பல்டிக்கு (Baltic) கடல், தெற்கிலே அல்மன்னிய (Alemania) தேசம், மேற்கிலே அல்மன்னிய கடல் இவைகளே.

அதின் வட அகல அளவு 53 -ஆம் வகுப்பு முதல் 57 -ஆம் வகுப்பு வரைக்கும் உள்ளது. அதின் கிழக்கு நீள அளவு 8 -ஆம் வகுப்பு முதல் 13 -ஆம் வகுப்பு வரைக்கும் உள்ளது.

அது ஆறு பங்காக வகுக்கப்படும். அவையாவன :

1. வடயுட்லந்து (North Jutland)
2. தென்யுட்லந்து (South Jutland)
3. சிலேஸ்விக்கு நாடு (Schleswig)
4. ஹூல்ஸ்தைன் நாடு (Holstein)
5. தீவாகிய பூனன் (Funen Island)
6. தீவாகிய சேலந்து (Zealand Island)

இவைகளே.

வடசமுத்திரத்திலுள்ள ஐஸ்லண்டு (Iceland) தீவும் கிரேன்லண்டு (Greenland) தீவும் அதைச் சேர்ந்திருக்கின்றன.

தென்மார்க்கு தேசத்திலே ஒன்றரை கோடி குடிகள் இருக்கிறார்கள்.

194. பெரிய மலைகள் அங்கேயில்லை. பெரிய ஏரிகளுமில்லை. அநேக சின்ன ஏரிகள் உண்டு. கூடன் (Guden) என்னும் நதியும் ஐதார் (Eider) என்னும்

நதியும் பிரதானமானவைகள். ஐதார் நதியையும் பல்டிக்குக் கடலையும் ஐக்கியப்படுத்தும்படிக்கு இருகாதவழி நீளமான வாய்க்காலை கட்டினார்கள். அது கீல் (Kiel) பட்டினத்துக்குச் சமீபமானபடியினாலே அதற்குக் கீல்வாய்க்கால் (Kiel Canal) என்று பேருண்டாயிற்று.

195. தென்மார்க்கு தேசம் அதிக செழிப்பு உள்ளதல்ல. ஆகிலும் பல தானியங்களும், ஆடுமாடுகளுக்குப் புல்லும், பலவித மரங்களும் தகுதியாயிருக்கும். தானியத்தாலும் ஆடுமாடுகளாலும் வியாபாரம் பண்ணுகிறார்கள்.

196. பிரதானமான பட்டினங்களாவன :

கொப்பனாகன் (Copenhagen) நகரம்- அது சேலந்து (Zealand) தீவிலேயுள்ளது. அங்கே இராசா வாசமாய் இருக்கிறான். அது 12 -ஆம் நூற்றாண்டிலே மீன் பிடிக்கிறவர்களுடைய சிறு ஊராய் இருந்தது. இப்பொழுது அது நேர்த்தியான பெரிய பட்டினமாயிற்று, 20 கோவில்கள் அதிலுண்டு. ஏறக்குறைய ஒரு இலட்சம் குடிகள் அதிலே வாசமாய் இருக்கிறார்கள். கப்பல்கள் தங்குகிறதற்கு அது நல்ல இடந்தான். ஆகிலும் குடிகள் அதிகமாய் வியாபாரம் பண்ணுகிறதில்லை. அதைக் காப்பாற்றுகிறதற்கு சிறிதான கோட்டைகள் அதைச் சூழவிருக்கின்றன.

ஒடன்செய் (Odense) பட்டினம்- அது பூனன் (Funen) தீவிலே பிரதானமானது. அதிலே 4 கோவில்களும் இராசாவினுடைய அரண்மனையும் 5000 குடிகளும் உண்டு.

சிலேஸ்விக்கு (Schleswig) பட்டினம் - அது சிலேஸ்விக்கு நாட்டிலே பிரதானமானது. அது நேர்த்தியாய் உண்டாக்கப்பட்டிருக்கிறது. ஏறக்குறைய 6000 குடிகளுண்டு.

எல்சினோர் (Elsinore) பட்டினம்- அது சேலந்து (Zealand) தீவிலே உள்ளது. ஏறக்குறைய 5000 குடிகள் உண்டு. அவர்கள் மிகவும் வியாபாரம் பண்ணுகிறவர்கள். ஒரு கோட்டை அதைக் காப்பாற்றுகிறது. எந்தக் கப்பலும் அங்கேயிருக்கிற சுந்த் (Sund) என்னப்பட்ட வாய்க்காலின் வழியாய் வருகிற பொழுது அங்கே தீர்வை செலுத்த வேண்டும்.

கொப்பனாகன் (Copenhagen) நகரிலேயும், கீல் (Kiel) பட்டினத்திலேயும் பெரிய சாஸ்திரப்பள்ளிக்கூடங்கள் உண்டு.

197. அத்தேசத்தின் சரித்திரமாவது : பூர்வீகத்திலே

ஸ்கண்டினாவியர் (Scandinavian) என்றும் சக்குசர் என்றும் கிம்பிரியர் (Cimbri) என்றும் சொல்லப்பட்ட சனங்கள் அதிலே குடியிருந்தார்கள். கோத்தர் என்பவர்கள் 5 -ஆம் நூற்றாண்டிலே அந்தத் தேசத்திலே பலபந்தமாய் பிரவேசித்த பொழுது, அந்தக் குடிகள் யூத்தரென்றும் அங்கலர் என்றும் பின்னாலே தேனர் (Danes) என்றும் சொல்லப்பட்டார்கள். அவர்களுடைய பூர்வீக சரித்திரத்தைக் குறித்து நிச்சயமில்லை. 10 -ஆம் நூற்றாண்டிலே கொர்மோ (Gorm the Old) என்பவன் ஆளுகை செய்தான். அவனுடைய மகனாகிய ஆரொல்ட்பிலாத்தண்ட் (Harald Blatand) என்பவன் 945 -ஆம் வருஷத்திலே இராசாவாயிருந்து, கிறிஸ்து மார்க்கத்தை அணைத்துக் கொண்டான். அவனுடைய மகனாகிய சுவைன் (Sweyn Forkbeard) என்பவன் இராசாவான பொழுது, இங்கிலந்து தேசத்திலே பலபந்தமாய் பிரவேசித்து, அதைப் பாழாக்கி, 1014 -ஆம் வருஷத்திலே இறந்துபோன பொழுது, அவனுடைய மகனாகிய பெரிய கண்ணூட் (Cnut the Great) என்பவன் ஆளுகை செய்தான். அவனுடைய காலத்திலே தென்மார்க்கு தேசம் அதிகப் பெருமையை அடைந்தது. 1387 -ஆம் வருஷத்திலே நொர்வை தேசத்தின் ராசாவாகிய ஆக்கோன் (Haakon VI of Norway) என்பவனை விவாகம் பண்ணின பின்பு கைம்பெண்ணான மார்கரேத்தா (Margaret I of Denmark) என்பவள் இராச ஆசனத்தில் ஏறினாள். அவள் மிகவும் தைரியமாயும் புத்தியாயும் நடந்து கொண்டு, 1397 -ஆம் வருஷத்திலே சுவேதன், தென்மார்க்கு, நொர்வை என்னும் மூன்று தேசங்கள்மேலே இராசாவாக செங்கோலை செலுத்தினாள். அவளுக்குப் பின்பு வந்த இராசாக்கள் அவளைப்போல புத்திசாலிகளாய் இராதபடியினாலே சுவேதன் தேசம் சீக்கிரமாய் பிரிக்கப்பட்டது.

நொர்வை தேசம் பின்னும் தென்மார்க்கு தேசத்தோடே ஒன்றாகத் தரித்தது. 1448 -ஆம் வருஷத்திலே ஒல்டன்புர்கு குடும்பத்தில் (House of Oldenburg) பிறந்த கிறிஸ்தியான் (Christian I of Denmark) என்பவன் இராசாவானான். அவனுடைய குடும்பத்தில் இராசா பட்டம் இதுவரைக்கும் தரித்திருக்கிறது. 1513 -ஆம் வருஷத்திலே இரண்டாம் கிறிஸ்தியான் (Christian II) என்பவன் ஆண்டான். அவனுடைய நடக்கை மிகவும் குரூரமானபடியினாலே குடிகள் அவனுக்கு விரோதமாக

கலகம் செய்து, அவனைத் தள்ளி பிரீதிரிக் (Frederick I) என்பவனை இராச ஆசனத்திலே ஏற்றினார்கள். அவன் உரோமன் சபை மார்க்கத்தை விட்டு லுத்தர் என்பவராலே தோன்றிய சுவிசேஷத்தை அணைத்துக்கொண்டான். 1536 -ஆம் வருஷத்திலே மூன்றாம் கிறிஸ்தியான் (Christian III) ஆண்டபொழுது, சுவிசேஷ மார்க்கம் அத்தேசத்தில் எங்கும் ஸ்தாபிக்கப்பட்டது. அவன் மிகுந்த பக்தியோடே ஆளுகை செய்தான். 1629 -ஆம் வருஷத்திலே நாலாம் கிறிஸ்தியான் (Christian IV) ஆண்டுகொண்டு அவுஸ்திரிய தேசத்தின் இராசனோடே யுத்தம்பண்ணி, தன் தேசத்திற்கு மிகுந்த நஷ்டத்தை உண்டாக்கினான். 1648 -ஆம் வருஷத்திலே அவன் இறந்துபோன பின்பு, அவனுடைய மகனாகிய மூன்றாம் பிரீதிரிக் (Frederick III) என்பவன் ஆளுகை செய்து, சுவேதனருடைய இராசாவாகிய கருல்குஸ்தாவுஸ் (Charles X Gustav of Sweden) என்பவனோடே யுத்தம் பண்ணிக்கொண்டு வருகையில் தன்னுடைய ராச்சியத்தை இழந்து போகிறது சற்றே தப்பிற்று. இங்கிலாந்து தேசத்தாராலும், ஒல்லந்து தேசத்தாராலும் உதவிபெற்ற படியினாலே அவன் மறுபடியும் மேன்மைப்பட்டான். ஆகிலும் சில நாடுகள் சுவேதன் தேசத்தோடே சேர்க்கப்பட்டன. அவன் மிகுந்த புத்தியோடும் தயவோடும் ஆண்டபடியினாலே குடிகள் அவனுக்கு மிகவும் பட்சமாய் இருந்தார்கள். 1670 -ஆம் வருஷத்திலே அவன் இறந்துபோன பொழுது, அவனுடைய மகனாகிய ஐந்தாம் கிறிஸ்தியான் (Christian V) ஆளுகை செய்தான். அவனும் சுவேதனரோடே யுத்தம் பண்ணிக்கொண்டு, தன்னுடைய தேசத்துக்கு மிகுந்த நஷ்டம் உண்டாக்கினான். 1690 -ஆம் வருஷத்திலே அவன் இறந்துபோன பொழுது, நாலாம் பிரீதிரிக் (Frederick IV) என்பவன் ஆளுகை செய்து, ஒலஸ்தைன் நாட்டைக் குறித்துப் பின்னும் சுவேதனரோடே யுத்தம் பண்ணி பல காலங்களிலே அவர்களை செயித்து, தன்னுடைய தேசத்தின் மேன்மையைக் காத்துக்கொண்டான். அந்த இராசாவினுடைய காலத்திலே இந்து தேசத்திலுள்ள தரங்கம்பாடி பட்டினத்திலே சுவிசேஷத்தைப் போதிக்கிறதற்கு சீயன்பல்க், குருந்திலர் என்னப்பட்ட போதகர்கள் அனுப்பப்பட்டார்கள். இராசாவும் அதற்கு உதவி செய்தான். 1730 -ஆம் வருஷத்திலே அவன் இறந்துபோன

பொழுது, ஆறாம் கிறிஸ்தியான் (Christian VI) இராச ஆசனத்திலேறி, மற்றத் தேசத்தாரோடே சமாதானமாய் இருந்து, தன்னுடைய தேசத்தாருக்கு சவுக்கியம் உண்டாயிருக்கும்படிக்கு சாக்கிரதையாய் இருந்து, குடிகளுடைய தகப்பன் என்ற பேரையடைந்து, 1746 -ஆம் வருஷத்திலே இறந்துபோனான். அவனுக்குப் பின்பு அவனுடைய மகனாகிய ஐந்தாம் பிரீதிரிக் (Frederick V) என்பவன் தன்னுடைய தேசத்திற்குச் சமாதானம் சவுக்கியம் உண்டாயிருக்கும்படிக்கு அதிக சாக்கிரதையாய் இருந்து, 1766 -ஆம் வருஷத்திலே பாக்கியத்தோடே இறந்துபோனான். அவனுடைய மகனாகிய ஏழாம் கிறிஸ்தியான் (Christian VII) ஆளுகை செய்து வருகையில் பிராஞ்சி தேசத்தாருக்கும் மற்றத் தேசத்தாருக்கும் கொடிய யுத்தம் உண்டான பொழுது, பிராஞ்சி தேசத்திற்கு விரோதமாக ஐக்கியப்பட்ட மற்ற இராசாக்களோடே தென்மார்க்கு தேசத்து இராசா சேரவில்லை. பின்பு தென்மார்க்கருக்கும் இங்கிலிஷ்காரருக்கும் யுத்தம் உண்டாயிற்று. அத்துலண்டிக்கு (அட்லண்டிக்) சமுத்திரத்திலே தென்மார்க்கு தேசத்தைச் சேர்ந்த தீவுகளையும் இந்து தேசத்திலுள்ள தரங்கன்பாடி பட்டினத்தையும் இங்கிலிஷ்காரர் கட்டிக்கொண்டார்கள். அல்லாமலும் 1807 -ஆம் வருஷத்திலே தென்மார்க்கருடைய யுத்தக் கப்பல்கள் பிராஞ்சி தேசத்தாருடைய இராசாவாகிய பொனபார்த்தினுடைய கையிலே அகப்படாதபடிக்கு இங்கிலிஷ்காரர் அந்தக் கப்பல்களை தங்களுக்கு ஒப்புவிக்க வேண்டுமென்று கேட்டுக்கொண்ட பொழுது, தென்மார்க்கர் மறுத்தபடியினாலே இங்கிலிஷ்காரர் ஏறக்குறைய 37 யுத்தக் கப்பல்களை பலபந்தமாய் பிடித்துக்கொண்டு, அதற்காக யுத்தம் செய்கையில் கொப்பனாகன் (Copenhagen) நகரில் ஒரு பெரிய பங்கை சுட்டெரித்துப் போட்டார்கள். 1808 -ஆம் வருஷத்திலே அந்த இராசா இறந்துபோன பொழுது, அவனுடைய மகனாகிய ஆறாம் பிரீதிரிக் (Frederick VI) என்பவன் ஆளுகை செய்து கொண்டு வருகிறான். பிராஞ்சி தேசத்திற்கு விரோதமான யுத்தம் முடிந்தபொழுது, ஏறக்குறைய 1814 -ஆம் வருஷத்திலே நொர்வை தேசம் தென்மார்க்கு தேசத்தைவிட்டு பிரிக்கப்பட்டு சுவேதன் தேசத்தோடே சேர்க்கப்பட்டது. அதற்குப் பதிலாக தெற்கிலிருக்கிற லவன்புர்கு என்னப்பட்ட சின்ன

நாடு தென்மார்க்கு தேசத்திற்குக் கொடுக்கப்பட்டது. முன்னே இழந்துபோன தீவுகளும் தரங்கம்பாடி பட்டினமும் அவர்களுக்குத் திரும்ப சேர்ந்தன.

6. அல்மன்னிய (Alemania - Germany) தேசத்தைக் குறித்துச் சொல்லியது :

198. அல்மன்னிய தேசத்தின் வட அகல அளவு 45 -ஆம் வகுப்பு முதல் 55 -ஆம் வகுப்பு வரைக்கும் உள்ளது. அதின் கிழக்கு நீள அளவு 6 -ஆம் வகுப்பு முதல் 16 -ஆம் வகுப்பு வரைக்கும் உள்ளது. அதில் எல்லையாவது :

வடக்கிலே வட கடலும் (North Sea) தென்மார்க்கு தேசமும் பல்டிக் (Baltic) கடலும், கிழக்கிலே பொருசிய (Prussia) தேசமும் பொலோனிய (Polonia) தேசமும் உங்காரி (Hungary) சேதமும், தெற்கிலே மெதித்தரானியக் (Mediterranean) கடலும் இத்தாலியா (Italy) தேசமும் எல்வேத்திய (Helvetia - Switzerland) தேசமும், மேற்கிலே பிராஞ்சி (France) தேசமும் ஒலந்து (Holland) தேசமும் ஆனவைகளே.

199. சில வருஷத்திற்கு முன்னே அந்தத் தேசம் 9 சக்கரங்களாக வகுக்கப்பட்டிருந்தது. அவையாவன : வடக்கிலே வெஸ்ட்பாலிய, கீழ்சக்குசோனி, மேல்சக்குசோனி இம்மூன்று சக்கரங்களும், மத்தியிலே கீழ்ரைன் நதி, மேல்ரைன் நதி, பிரங்கோனிய இம்மூன்று சக்கரங்களும், தெற்கிலே சுவாபிய, பவாரிய, அவுஸ்திரிய இம்மூன்று சக்கரங்களும் ஆனவைகளே. இப்பொழுது அவைகள் பல இராச்சியங்களாகவும் பிரபு நாடுகளாகவும் வகுக்கப்பட்டிருக்கின்றன. அந்தந்த நாடுகளுக்கான பிரபுக்கள் தங்கள் தங்கள் நாடுகளை தங்கள் இஷ்டப்படியே ஆளுகை செய்கிறார்கள். அல்லாமலும், அடுத்த தேசங்களைக் குறித்து அவைகளெல்லாம் ஒரே இராச்சியமாகக் கூட்டப்பட்டிருக்கின்றன. அப்படிப்பட்ட சங்கதிகளைக் குறித்து எதையாகிலும் தீர்மானம் பண்ணுகிறதற்கு எல்லாப் பிரபுக்களும் ஒரே சங்கமாகி, தங்களுக்கு இராசா என்னப்பட்ட ஒரு தலைவனை வைத்து, அல்மன்னிய இராச்சியத்தை ஆளுகை

செய்து வருகிறார்கள். அப்படிக்குச் சங்கத்தார் கூடுகிற காலங்களிலே அவரவர்களுடைய மேன்மைக்குத் தக்கதாக உத்தரவுகளைக் கொடுப்பார்கள். அப்படி வகுக்கப்பட்ட இராச்சியங்களும் நாடுகளும் அவர்கள் கொடுக்கிற உத்தரவுகளின் இலக்கங்களுமாவன :

1. அவுஸ்திரிய நாடு - 4
2. பொருசிய - 4
3. பவாரிய நாடு - 4
4. சக்குசோனி நாடு - 4
5. அன்னோவர் நாடு – 4
6. விர்த்தம்பெர்கு நாடு - 4
7. பாதன் நாடு - 3
8. எசனகசல் நாடு - 3
9. எசனதர்மிஸ்டாட் நாடு 3
10. ஒல்ஸ்தைன் நாட்டுக்காக தென்மார்க்கு இராச்சியம் - 3
11. லுக்குசம்புர்கு நாடு - 3
12. புரவுன்ஸ்விக்கு நாடு - 2
13. நசவு நாடு - 1
14. மேக்கிலென்புர்கு சுவேரீன் - 2
15. மேக்கிலென்புர்கு இஸ்திரேலிட்ஸ் - 1
16. சக்குசிவைமார் நாடு - 1
17. சக்குசிகோத்தா நாடு - 1
18. சக்குசிகோபுர்கு நாடு - 1

மேற்கண்ட அனைத்தும் பேர்போல உத்தரவுகளைக் கொடுக்கும்.

19. சக்குசி மைனிங்கள் நாடு - 1
20. சக்குசி இல்ட்புர்கவுசன் - 1
21. ஒல்டென்புர்கு நாடு - 1
22. அன்னல்ட்டுடெசவு - 1
23. அன்னல்ட்டு பெரன்புர்கு - 1
24. அன்னல்ட்டு கோத்தன் - 1
25. சுவர்ட்ஸ்புர்கு சொந்தரவுசன் - 1
26. சுவர்ட்ஸ்புர்கு ருடொல்ஸ்டாடு - 1
27. ஒவென்சொல்லெரன் எகிங்கன் - 1

28. விர்டெனிஸ்தைன் - 1
29. ஓவென்சொல்லெரன்சீக்மரிங்கன் - 1
30. வல்டெர்கு நாடு - 1
31. மூத்தஞ்கியரைசின் நாடு - 1
32. இளைஞ்ஞுகியரைசின் நாடு - 1
33. சவும்புர்குலிப்பி - 1
34. லிப்பி - 1
35. பிரங்குப்புர்ட்டு பட்டினம் - 1
36. பிரேமக் பட்டினம் - 1
37. அம்புர்கு பட்டினம் - 1
38. லீபெக்குப் பட்டினம் - 1

மேற்கண்ட அனைத்தும் பேராக உத்தரவுகளைக் கொடுக்கும்.

200. இவைகளில் அவுஸ்திரிய நாட்டின் பிரபுவுக்கு உட்பட்டிருக்கிற நாடுகளாவன :

அவுஸ்திரிய, இஸ்தீரிய, தரித்தீய, கர்நேயோல் பிரியூல், திரீஸ்கி, தீரோல் முதலான நாடுகளே.

அவைகளில் பிரதானமான பட்டினங்களாவன :

லியென்னா பட்டினம் - அல்மன்னிய தேசத்தின் சங்கத்தாருக்கு முதலாளியாகிய இராயன் அங்கே வாசமாயிருக்கிறபடியினாலே அது அல்மன்னிய தேசத்தின் நகரி (நகரம்) என்று எண்ணப்படும். அது ஒரு கோட்டையினாலே பத்திரமாக்கப்பட்ட பெரிய பட்டினம். ஏறக்குறைய 2,30,000 குடிகள் இருக்கிறார்கள். ஒரு பெரிய சாஸ்திரப்பள்ளிக்கூடமும் அங்கேயுண்டு. அதின் வீடும், இராசாவின் அரண்மனைகளும், காசுகளை மாற்றுகிறதற்கான வீடும் விஸ்தாரமாய் இருக்கின்றன. பெரிய புத்தக சாலைகளும் அங்கேயுண்டு. சனங்களுடைய வீடுகள் நான்கைந்து தட்டுகள் உயரமாகக் கட்டப்பட்டிருக்கின்றன.

கிராட்ஸ் பட்டினம் - அது இஸ்தீரிய நாட்டில் பிரதானமானது. அதிலே 30,000 குடிகள் உண்டு. அதிலே ஒரு பெரிய சாஸ்திரப்பள்ளிக்கூடமும் பலத்த கோட்டையும் உண்டு.

இன்ஸ்புருக்கு பட்டினம் - அதில் ஏறக்குறைய 25,000 குடிகள் உண்டு. ஒரு பெரிய சாஸ்திரப்பள்ளிக்கூடமும், புத்தக சாலையும் உண்டு. அது தீரோல் நாட்டில் உள்ளது.

திரேண்டு பட்டினம் - அதுவும் அங்கேயுள்ளது. 1545 -ஆம் வருஷம் முதல் 1563 -ஆம் வருஷம் வரைக்கும் பாப்புவினுடைய (போப்புவினுடைய) மனிதர்கள் சங்கமாகக் கூடிக்கொண்டு அங்கே பாப்பு மார்க்கத்தின் பிரமாணங்களை ஏற்படுத்தினார்கள்.

201. பொருசிய தேசத்தின் இராசாவுக்கு உட்பட்ட நாடுகளும் அவைகளில் உள்ள பிரதான பட்டினங்களும் ஆவன :

பொமராணிய நாட்டிலே இஸ்டெட்டீன் பட்டினம், பிரண்டன்புர்கு நாட்டிலே பெர்லீன் நகரம், மகுடெபுர்கு நாட்டிலே மகுடெபுர்கு பட்டினம், அல்பர்ஸ்டாடு நாட்டிலே அல்பர்ஸ்டாடு பட்டினம், பிரீஸ்லண்டு நாட்டிலே யிரீஸ்லண்டு பட்டினம், மிண்டன் நாட்டிலே மிண்டன் பட்டினம், பாடர்பொர்ன் நாட்டிலே பாடர்பொர்ன் பட்டினம், மினஸ்டர் நாட்டிலே மினஸ்டர் பட்டினம், பைரைத்து நாட்டிலே பைரைத்து பட்டினம், அனஸ்பாகு நாட்டிலே அனஸ்பாகு பட்டினம் இவைகளே.

202. பவாரிய (Bavaria) தேசம் வகுக்கப்பட்டிருக்கிற நாடுகளும் அவைகளிலுள்ள பிரதான பட்டினங்களுமாவன :

பெர்கு நாட்டிலே திசலடொர் பட்டினம், பம்பெர்கு (Bamberg) நாட்டிலேபம்பெர்க் பட்டினம், விர்டஸ்புர்கு நாட்டிலே விர்டஸ்புர்கு பட்டினம், பவாரிய நாட்டிலே மினிகு நகரம், ஒப்பர் பல்ட்டினாட்டு நாட்டிலே அம்பெர்கு பட்டினம், நைபுர்கு நாட்டிலே நைபுர்கு பட்டினம்

இந்தப் பட்டினங்களை அல்லாமல் இராட்டிஸ்பொன், அவுக்குஸ்புர்கு என்னும் பெரிய பட்டினங்களும் உண்டு.

203. சக்குசோனி (Saxony)இராச்சியத்திலுள்ள பிரதான பட்டினங்களாவன :

திரேஸ்டன் (Dresden) நகரம் - அங்கே இராசாவிருக்கிறான். அது மகா நேர்த்தியாயும் கெட்டியாயும் செய்யப்பட்ட பட்டினம். அங்கே பலவிதமான தொழிற்சாலைகள் உண்டு.

இலைப்பிசிக்கு (Leipzig) பட்டினம் - அங்கே மிகுந்த வியாபாரம் நடக்கிறது. ஒரு பெரிய சாஸ்திரப்பள்ளிக்கூடம் உண்டு.

லிட்டன்பெர்கு - அங்கேயும் ஒரு சாஸ்திரப்பள்ளிக்கூடம்

உண்டு. அது லுத்தர் என்பவர் பிரகாசமாய் இருந்த ஊர்.

எர்னூட்டூர் - அது சகோதர சங்கத்தாருடைய பிரதான ஸ்தலம்.

204. அன்னோவர் என்னப்பட்ட இராச்சியம் இங்கிலந்து தேசத்தின் இராசனுக்கு உட்பட்டிருக்கிறது. அதைச் சேர்ந்த நாடுகள் காலன்பெர்கு, லீனிபுர்கு, லவன்புர்கு, பிரேமன் இவைகளே.

அதின் பிரதானமான பட்டினங்களாவன :

அன்னோவர் நகரம் - அங்கே இராசாவினுடைய மந்திரி ஆளுகை செய்கிறான்.

எம்மிடன் - அது கடலோரத்திலிருந்து அநேக வியாபாரம் செய்கிறவர்கள் உள்ளது.

கெட்டிங்கன் - அங்கே ஒரு சாஸ்திரப்பள்ளிக்கூடம் உண்டு.

205. விர்ட்டன்புர்கு என்னப்பட்ட இராச்சியம் மற்றவைகளிலும் சிறிதாய் இருக்கின்றது. அதற்கு நகரி (நகரம்) இஸ்டுட்கார்ட் என்பது. ஐல்பிரோன், உரோட்டுவைலன் என்பவைகளும் பெரிய பட்டினங்களாய் இருக்கின்றன.

206. பாடன் என்னும் நாட்டை ஒரு பிரபு ஆள்கிறான். பாடன் என்னும் பட்டினம் அவனுக்கு நகரி. அங்கே கொனிஸ்டாஞ்சி என்னும் பட்டினம் உண்டு. அதிலேயிருந்த உரோமன் சபையின் சங்கத்தார் சுவிசேஷத்தின் நிமித்தம் உஸ் என்பவனை மரண ஆக்கினைக்கு உட்படுத்தினார்கள்.

207. எசன்கசலென்னும் நாட்டிலே கசல் என்பது பிரதானமான பட்டினமாய் இருக்கிறது.

208. முன் சொல்லப்பட்ட மற்ற நாடுகள் எல்லாம் சிறிதானவைகளாய் இருக்கின்றன.

அவைகளில் மென்ஸ், கோபிலென்ஸ், நசாவு, கொலோனி என்பவைகள் பிரதான பட்டினங்களாய் இருக்கின்றன. அல்லாமலும் மெயன் நதியினிடத்தில் பிரங்குபுர்ட் பட்டினம் உண்டு. அது தன் சொந்த அதிகாரத்தை உடைய பட்டினம். அங்கே அநேக பெரிய அரண்மனைகள் உண்டு. அங்கே உரோமருடைய இராசாக்கள் மற்ற பிரபுக்களாலே தெரிந்துகொள்ளப்பட்டும் முடிசூட்டப்பட்டும் இருந்தார்கள்.

எல்பு (Elbe) நதியினிடத்திலே அம்புர்கு (Hamburg)

பட்டினம் உண்டு. அதில் ஏறக்குறைய 1,30,000 குடிகள் உண்டு. அவர்கள் பெரிதான வியாபாரம் செய்கிறவர்கள். அதுவும் தன் சொந்த அதிகாரத்தை உடைய பட்டினம்.

நிரும்பெர்கு பட்டினம் - முன்னே இராச்சியத்தின் பிரபுக்கள் சங்கமாக அங்கே கூடிவந்தார்கள்.

209. அல்மன்னிய தேசத்திலே அநேகம் சமமான பூமிகளும் உயரமான மலைகளும் உள்ள பூமிகளும் உண்டு. பிரதானமான மலைகளாவன :

அல்பிஸ் என்னப்பட்ட தொடர்ச்சி மலைகள் (Alps) - அவைகள் அத்தேசத்திற்கும் இத்தாலிய தேசத்திற்கும் நடுவாக இருக்கின்றன.

எர்டஸ் என்னப்பட்ட தொடர்ச்சி மலைகள் - அவைகள் போகேமியா நாட்டை சூழவிருக்கின்றன. அதின் வடக்கிலே ஆர்டஸ் என்னப்பட்ட பெரிய மலைகள் உண்டு.

மலைகளை அல்லாமல் பலவகையான மரங்களுள்ள விஸ்தாரமான காடுகள் உண்டு. அவைகளில் பலவித துஷ்டமிருகங்கள் தங்கியிருக்கின்றன. சில காடுகள் இரண்டு மூன்று காதவழி தூரமாயிருக்கும்.

210. பிரதானமான நதிகளாவன :

தனூபு (Danube) நதி - அது ஏறக்குறைய 160 காதவழி தூரமாய் பவாரிய, அவுஸ்திரிய நாடுகளின் வழியாக ஓடுகின்றது. ஐரோப்பா கண்டத்தில் அது பிரதானமான நதி.

ரைன் (Rhine) நதி - அதுவும் விஸ்தாரமானது. அது எல்வேத்திய தேசத்திலிருந்து ஒல்லண்டு தேசத்தைக் கடந்து வடக்குக் கடலிலே விழுகிறது.

எல்பு (Elbe) நதி - அது போகேமியா நாட்டிலிருந்து சக்குசோனி நாட்டின் வழியாய் வடகடலிலே விழுகிறது. அவைகளை அல்லாமல் ஒடர் (Oder) , வேசர் (Weser) என்பவைகளும் பெரிய நதிகளாய் இருக்கின்றன. அநேக சின்ன நதிகளும் உண்டு.

ஏரிகளும் அநேகமாய் இருக்கின்றன. கொனிஸ்டாஞ்சி (Konstanz) பட்டினத்தின் இடத்தில் இருக்கிற போடன்சேயன் (Bodensee) என்னப்பட்ட ஏரி விஸ்தாரமாய் இருக்கின்றது.

பஞ்சலோகங்களின் பிளவைகளை உடைய நீரூற்றுகளும் அநேகம் உண்டு. அவைகள் பலவித வியாதிகளை

நீக்குகிறதற்குத் தகுதியானவைகள் ஆனபடியினாலே நாலு திசைகளிலும் இருந்து அநேகம் வியாதியஸ்தர்கள் அங்கே போய் ஸ்நானம் பண்ணுவார்கள். ஸ்பா, செல்சேக், பிர்மொன், எலாசாப்பெல், எமஸ், விஸ்பாடன், கர்ல்ஸ்பாத்து, பாடன் என்னும் ஊாகளிலே அப்படிப்பட்ட நீரூற்றுகள் உண்டு. அந்த ஊற்றுகளின் நீர் சுடுகிறது. சில ஊற்றுக்களில் ஸ்நானம் பண்ணுகிறதற்கு முன்னே சலம் (நீர்) குளிர்ச்சியாகிறதற்கு 10 மணி நேரம் செல்லும்.

211. அந்தத் தேசத்தின் நிலம் சில இடங்களில் மிகவும் செழிப்பாய் இருக்கிறது. சில நிலம் பாழாய்க் கிடக்கிறது. சகலவிதமான தானியங்களும், புடவைகளை செய்கிறதற்கான குடயஒ என்னும் செடியும், சணல் என்பதும், பீர் என்னப்பட்ட பானம் செய்கிறதற்குக் கசப்பான ஓப்பிஸ் என்னும் செடியும், புகையிலையும் அதிகமாய் வளருகின்றன. அத்தேசத்தின் மத்தியிலே விசேஷமாய் ரைன் நதியினருகே நல்ல திராட்சச்செடிகளும் உண்டு. அதினாலே பண்ணுகிற இரசம் வியாதியஸ்தருக்குத் தகுதியாய் இருக்கிறது. அநேகவிதமான குதிரைகளும் ஆடு மாடுகளும் உண்டு.

அல்லாமலும் மலைகளுக்குள்ளே பஞ்சலோகங்கள் மிகுதியாய் இருக்கிறபடியினாலே அவைகளை எடுக்கிறதற்கு மிகவும் ஆழமான கேணிகளை உண்டுபண்ணி, அவைகளில் இருந்து வெள்ளி, இரசம்,ஈயம், வெள்ளீயம், இரும்பு, பலவித உப்பு முதலானவைகளை எடுக்கிறார்கள். அநேகவிதமான இரத்தினக்கல்லுகளும் மற்றும் பலநிறமுள்ள நேர்த்தியான பெரிய கல்லுகளும், சிலேட் என்னும் கல்லும், சுண்ணாம்பு கல்லும், சிவப்பான ஈயமும் விஸ்தாரமாய் அகப்படும்.

ஆர்ட்ஸ் என்னப்பட்ட மலைகளுக்குள்ளே பிலக்கன்புர்கு ஊருக்குச் சமீபமாய் ஒரு குகை இருக்கிறது. அதிலே சிலர் இருகாதவழி தூரமாய்ப் போகியும் முடிவைக் காணவில்லை. அத்தனை விஸ்தாரமாய் இருக்கிறது. அல்லாமலும் கல்லாய்ப் போன மீன்களும் தவளைகளும் மரங்களும் இலைகளும் அந்த மலைகளுக்குள்ளே அகப்படும்.

212. அல்மன்னிய தேசத்தார் உண்மையையும் உபசாரத்தையும் தங்கள் தொழில்களில் சாக்கிரதையையும் உறுதியையும் யுத்தத்திலே தைரியத்தையும் கல்விகளில்

பெருமையையும் உடையவர்களாய் இருக்கிறார்கள். அநேகம் சாஸ்திரிகள் அங்கே தோன்றி பல கல்விகளை ஆராய்ந்து விஸ்தாரம் ஆக்கினார்கள். சுவிசேஷ மார்க்கமும் பாப்பு மார்க்கமும் யூதர் மார்க்கமும் அதிலே வழங்கும்.

213. அத்தேசத்தின் பூர்வீக சரித்திரம் மலைவாயிருக்கிறது. உரோமைபுரியிலே அக்கியான (அஞ்ஞான) இராசாக்கள் ஆளுகை செய்து வருகையில் தாசித்துஸ் என்னும் சரித்திரக்காரன் சொல்லுகிறபடி, அல்மன்னிய தேசத்தார் யோக்கியசாலிகளுக்குள்ளே இருக்கிற தொழிலில்லாமல், மிகுந்த காடுகளுள்ள தங்கள் தேசத்திலே கொடிய சனங்களாயிருந்து,உரோமரோடே தைரியமாய் யுத்தம் செய்து, தங்கள் தேசத்தின் சுயாதீனத்துக்காக நன்றாய் சண்டை பண்ணினார்கள். அக்காலத்திலே அவர்களும் மற்றத் தேசத்தாரைப்போல விக்கிரக ஆராதனைக்காரராய் இருந்தார்கள். அவர்கள் பல தோப்புகளிலே பெரிய மரங்கள் இடத்திலே வோடன், துர் முதலான தேவர்களை நமஸ்காரம் பண்ணி, பலியிட்டார்கள். அக்காலத்திலே அந்த தேசம் பல பராக்கிரமசாலிகளுக்குள்ளே பிரித்துக்கொள்ளப்பட்டிருந்தது. உரோமர் அந்தத் தேசத்தை தங்களுக்கு உட்படுத்தும்படியாய் அநேக வருஷம் யுத்தம் செய்துவந்தபின்பு, அவர்கள் செயங்கொண்டு, அந்தத் தேசத்தை உரோமைஇராச்சியத்தோடே சேர்த்துக்கொண்டார்கள். ஒன்பதாம் நூற்றாண்டு வரைக்கும் அந்தத் தேசத்திலிருந்த பிரபுக்கள் தங்கள் மேன்மைக்காக ஒருவரோடொருவர் சண்டைபண்ணி, குடிகளுக்கு அநேகம் இடுக்கண்கள் வருகிறதற்கு ஏதுவாய் இருந்தார்கள். அத்தருணத்திலேஉரோமைபுரியில் இருந்து வந்த போதகராலே குடிகளுக்கு உள்ளே கிறிஸ்து மார்க்கம் பிரவேசமாயிற்று. அப்பொழுது பெரியகருல் (Charles the Great) என்னும் பிரபு மற்றவர்களிலும் அதிக பராக்கிரமமும் தைரியமும் புத்தியும் உள்ளவனாய் தோன்றி, அந்த இராச்சியத்தை எல்லாம் ஆண்டுகொண்டான். அவனுடைய சந்ததியார் 911 -ஆம் வருஷம் வரைக்கும்அப்படியே ஆளுகை செய்தார்கள். அந்த வருஷத்திலே மூன்றாம் லூயிஸ் (Louis III) என்னப்பட்ட இராசா இறந்துபோன பொழுது, அத்தேசத்தின் பிரபுக்கள் முன்போல தங்கள் அதிகாரத்தைக் கொண்டு, கருலோலிங்கியர் என்னப்பட்ட

அந்தக் குடும்பத்தை தள்ளி,பிரங்கோனியா நாட்டின் பிரபுவாகிய கொனரத் என்பவனை இராசாவாக்கினார்கள். அது முதற்கொண்டு அல்மன்னிய தேசம் தன்னிலுள்ள பிரபுக்களாலே இராசாவைத் தெரிந்துகொள்ளப்படுகிற இராச்சியமாய் இருக்கின்றது. அதினாலே பலபல காலங்களிலே அந்தப் பிரபுக்களுடைய இஷ்டப்படிக்கு சக்குசோனி, பிரங்கோனி, சுவாபியா என்னும் நாடுகளின் பிரபுக்கள் இராசாக்களாய் இருந்தார்கள். அந்த இராசாக்களுடைய காலத்திலே அவர்களுக்கும் உரோமைபுரியிலுள்ள பாப்புகளுக்கும் வாக்குவாதமும் சண்டையும் உண்டாயிற்று. அறியாமை மிகுதியாய் இருந்தபடியினாலும், அந்த பாப்புக்களும் பலபல லவுகீக சம்பந்தங்களினாலே தங்களுக்கு மேன்மை உண்டாக்கினபடியினாலும், பாப்புக்களுடைய உத்தரவில்லாமல் ஒருவரும் இராச ஆசனத்தில் ஏறக்கூடாதென்று சொல்லிக்கொண்டு வந்தபடியினாலும், அந்த அதிகாரம் பாப்புக்களுடைய கையில் இல்லையென்று இராசாக்கள் சொன்னபடியினாலும், இராசாக்களே பாப்புவையும் போதகர்களையும் ஏற்படுத்த வேண்டுமென்று சொல்லிக்கொண்டபடியினாலும் அந்த சண்டைகள் உண்டாயின. அதினாலே பல இராசாக்கள் பல காலங்களிலே சேனைகளைக் கூட்டிக்கொண்டு, இத்தாலி தேசத்திலே பிரவேசித்து, உரோமைபுரியைக் கட்டிக்கொண்டு, பாப்புவைத் தள்ளி, வேறொரு பாப்புவை ஏற்படுத்தி வைத்தார்கள். பாப்புக்களும் அதற்காக இராசாக்களை பதிதர் (சமய ஒழுக்கங்களை மீறியவர்கள்) என்றுகூறி பிராஞ்சி தேசத்து இராசா முதலான இராசாக்களும் அல்மன்னிய தேசத்துக்கு விரோதமாய் யுத்தம் செய்யும்படியாக ஏவினார்கள். இப்படிக்கு அநேக வருஷம் மிகுந்த கலகங்கள் உண்டாயிருந்தன. 962 -ஆம் வருஷத்திலே முதலாம் ஓட்டோ என்னப்பட்ட இராசா தன்னுடைய பராக்கிரமத்தினாலே இத்தாலி தேசத்தை அல்மன்னிய இராச்சியத்தோடே சேர்த்துக்கொண்டு தானும் தனக்குப்பின்வரும் இராசாக்களும் பாப்புவை ஏற்படுத்துகிறதற்கும் பிஷோபுக்களை (பிஷப்புகளை) ஏற்படுத்துகிறதற்குமான அதிகாரம் உள்ளவர்களாய் இருக்கும்படிக்கு பிஷோபுக்களாகிய சங்கம் தீர்மானம் பண்ணும்படி செய்தான். 1122 -ஆம் வருஷத்திலே ஐந்தாம் எனரி (Henry V) என்னும் இராசா பெலவீனமும்

கெட்ட நடக்கையும் உள்ளவனாய் இருந்து இராச பட்டத்துக்கு மிகுந்த கனவீனம் வரத்தக்கதாக அந்த அதிகாரத்தையும் மற்ற அதிகாரங்களையும் விட்டுவிட்டான். 1338 -ஆம் வருஷத்திலே 12 -ஆம் பெனிடிட்டு என்னப்பட்ட பாப்பு (Pope Benedict XII) ஐந்தாம் லூயிஸ் (Louis V) என்னப்பட்ட இராசாவின் பாவங்களை மன்னிக்க மனசில்லாததினாலே, இராச்சியத்தின் சங்கத்தார் கூடிவந்து, ஒருவனை இராசாவாக்குகிறதற்கு பாப்புவினுடைய சம்மதி வேண்டுவதில்லை என்றும், அவன் இராசாவுக்கு மேலானவன் அல்லவென்றும் தங்களாலே தெரிந்துகொள்ளப்படுகிறவனைத் தள்ளவும் ஏற்றுக்கொள்ளவும் பாப்புவுக்கு அதிகாரம் இல்லையென்றும் தீர்மானம் பண்ணினார்கள். 1438 -ஆம் வருஷத்திலே அவுஸ்திரிய நாட்டின் பிரபுவாகிய இரண்டாம் அல்பெர்ட் (Albert II) என்பவன் இராசாவாக்கப்பட்டான். இராசப்பட்டம் 300 வருஷ காலமளவும் அந்தக் குடும்பத்தில் தரித்தது. அவனுக்குப் பின்வந்த இராசாக்களில் ஒருவனாகிய மக்குசிமிலியான் (Maximilian I) என்பவன் புர்குண்டி நாட்டின் பிரபுவினுடைய குமாரத்தியை (Duchess of Burgundy) விவாகம் பண்ணின படியினாலே அந்த நாடும் நெதெர்லந்து என்னப்பட்ட 17 நாடுகளும் அவுஸ்திரிய தேசத்தோடே சேர்க்கப்பட்டன. 1519 -ஆம் வருஷத்திலே அவனுக்குப் பேரனுமாய் தன் தாயினாலே ஸ்பானிய இராச்சியத்துக்குச் சுதந்தரவாளியுமாய் இருந்த ஐந்தாம் கருல் (Charles V) என்பவன் இராசாவானான். அவனுடைய காலத்திலே அமேரிக்கா கண்டத்திலுள்ள மெசிக்கோ, பெரு என்னப்பட்ட தேசங்கள் ஸ்பானியருடைய சேனைகளினாலே கட்டிக்கொள்ளப்பட்டன. அல்லாமலும் லுத்தர் என்பவர் தோன்றி, முன்னே மறைவாயிருந்த சுவிசேஷத்தை தைரியமாய் பிரசங்கம் பண்ணினதினாலே, சபை சீர்திருத்தல் அந்தத் தேசத்தில் நடந்தது. அதினாலே அநேகம் பிரபுக்களும் தேசத்தார்களும் மிகுந்த கெடுதிகளை நடப்பித்த பாப்பு மார்க்கத்தைவிட்டு, வேதத்திலே கட்டளையிட்டிருக்கிறபடியே கிறிஸ்து மார்க்கத்தில் நடக்கத் தொடங்கினார்கள். அந்த இராசா அதற்குச் சம்மதிக்கவில்லை. ஆகிலும் 1648 -ஆம் வருஷத்திலே மூன்றாம் பெர்டினண்ட் (Ferdinand III) என்பவன் ஆளுகை செய்தபொழுது, பாப்பு மார்க்கத்தாராகிய பிரபுக்களுக்கும் சுவிசேஷ

மார்க்கத்தாராகிய பிரபுக்களுக்கும் 30 வருஷம் மிகுந்த யுத்தம் நடந்தபின்பு சமாதானம் உண்டானதும் அல்லாமல் சுவிசேஷ மார்க்கத்தார் தங்கள் யோசனைகளின்படிக்குத் தேவாராதனை செய்யத்தக்கதாக வெஸ்ட்பாலிய நாட்டிலே உடம்படிக்கை பண்ணப்பட்டது. முன்சொல்லிய கருல் என்னும் இராசா (Charles V) அல்மன்னிய தேசத்து பிரபுக்களோடும் பிராஞ்சி தேசத்து இராசனோடும் மிகவும் யுத்தம் பண்ணினான். ஆரம்பத்திலே அவன் மேற்கொண்டான். பின்பு அவனுக்குப் பல விக்கினங்கள் உண்டானதினாலும் மற்ற முகாந்திரங்களினாலும் 1558 -ஆம் வருஷத்திலே இராச பட்டத்தை விட்டுவிட்டான். அவனுடைய சகோதரனாகிய முதலாம் பெர்டினண்ட் (Ferdinand I) என்பவன் இராச ஆசனத்தில் ஏறி, சுவிசேஷ மார்க்கத்தாரை சாந்தமாய் ஆளுகை செய்தான். 1564 -ஆம் வருஷத்திலே அவன் இறந்தபின்பு, அவனுடைய மகனாகிய இரண்டாம் மக்குசிமிலியான் (Maximilian II) என்பவன் ஆளுகை செய்தான். அவனுடைய காலத்திலே அல்மன்னிய தேசத்திலே பல கலகங்கள் உண்டாயின. துருக்கரும் அத்தேசத்திலே பிரவேசித்து தொந்தரவு செய்தார்கள்.1576 -ஆம் வருஷத்திலே அவனிறந்த பின்பு அவனுடைய மகனாகிய ரூடால்ப்பு (Rudolf II) என்பவன் ஆளுகை செய்து வருகையில், உங்காரியரோடே சண்டை பண்ணினதும் அல்லாமல் தன்னுடைய சகோதரனாகிய மத்தியாசுக்கும் (Matthias) விரோதமாய் இருந்தான். கடைசியிலே அவன் அந்த மத்தியாசுக்கு உங்காரி (Hungary) , அவுஸ்திரிய (Austria) என்னும் நாடுகளை விட்டுவிட்டான். அவனுடைய காலத்திலே பொகேமிய (Bohemia) நாட்டிலே உண்டான கலகத்தினாலே முன்சொல்லிய 30 -ஆம் வருஷ யுத்தத்துக்கு ஆரம்பமாயிற்று. 1618 -ஆம் வருஷத்திலே மத்தியாஸ் என்பவன் இறந்தபின்பு இரண்டாம் பெர்டினண்ட் (Ferdinand II) என்பவன் இராச ஆளுகை செய்தான். அவனுடைய காலத்திலே அந்த யுத்தம் அதிகமாயிற்று. சுவிசேஷ மார்க்கத்தாருடைய பக்கத்திலே பாடன் நாட்டின் பிரபுவும் பிருன்சுவிக்கு நாட்டின் பிரபுவும் பெரிய சேனாதிபதியாகிய மனிஸ்பெல்டட் என்பவனும் தென்மார்க்கு தேசத்து இராசனாகிய நாலாம் கிறிஸ்தியானும் சுவேடன் தேசத்து இராசனாகிய குஸ்தாவுஸ் அடொல்புஸ் என்பவனும் சக்குசிவைமார் நாட்டின்

பிரபுவும் இருந்தார்கள். அவர்கள் அவுஸ்திரிய பாரிசத்திலிருந்த சேனைகளுக்கு விரோதமாக தைரியமாய் யுத்தம்பண்ணி சிலகாலங்களில் அவர்களாலே செயிக்கப்பட்டிருந்தும், அவர்களை அடிக்கடி செயித்துக் கடைசியிலே தங்களுக்குப் பிரயோசமான சமாதானம் உண்டாகும்படிக்கு ஏதுவாயிருந்தார்கள். 1637 -ஆம் வருஷத்திலே இரண்டாம் பெர்டினண்ட் இறந்துபோனபின்பு, அவனுடைய மகனாகிய மூன்றாம் பெர்டினண்ட் (Ferdinand III) என்பவன் ஆளுகை செய்து 1657 -ஆம் வருஷத்திலே இறந்தபொழுது, லேயோபொல்ட் (Leopold I) என்பவன் இராசாவானான். அவன் சாந்தமில்லாமல் கொடியவனாய் இருந்து, பிராஞ்சி தேசத்தாரோடும், துருக்கை தேசத்தாரோடும் யுத்தம் செய்து, தன் தேசத்திற்கு மிகுந்த நஷ்டம் வரப்பண்ணினான். துருக்கர் லியென்னா நகரியைக் (நகரை) கட்டிக்கொள்ளுகிறதற்குச் சமீபமாயிருந்தார்கள். அப்பொழுது பொலோனிய தேசத்து இராசாவும் சவொய் (Savoy) நாட்டின் பிரபுவாகிய ஐயேன் (Prince Eugene) என்னப்பட்ட சேனாதிபதியும் பலத்த உதவி செய்ததினாலே அவர்கள் துரத்தப்பட்டுப் போனதும் அல்லாமல், 1699 -ஆம் வருஷத்திலே திரஞ்சில்வானிய (Transylvania) நாட்டை அவுஸ்திரிய தேசத்திற்கு விட்டு சமாதானமாய் இருக்கும்படிக்கு கட்டாயப்படுத்தப்பட்டார்கள். 1705 -ஆம் வருஷத்திலே அவன் இறந்துபோனபின்பு அவனுடைய மகனாகிய யோசேப்பு (Joseph I) என்பவன் இராசனாகி தானும் பிராஞ்சி தேசத்தாரோடே யுத்தம் பண்ணினான். இங்கிலிஷ்காரர் அவனுக்கு உதவி செய்திருந்தும், அவன் தானே அதிக சாக்கிரதையாய் இராதபடியினாலே, காரியம் நன்றாய் நடக்கவில்லை. உங்காரியரோடும் (Hungary) அவன் சண்டை பண்ணினான். அவர்களைக் கீழ்ப்படுத்துகிறதற்கு முன்னே 1711 -ஆம் வருஷத்திலே அவன் இறந்துபோன பொழுது அவனுடைய சகோதரனாகிய ஆறாம் கருல் (Charles VI) என்பவன் இராசாவாகி, தானும் பிராஞ்சிக்காரரோடே யுத்தம் பண்ண மனசாய் இருந்தான். ஆகிலும் இங்கிலிஷ்காரர் அவனை விட்டுவிட்ட படியினாலே, பிராஞ்சிக்காரரோடே சமாதானம் பண்ணி, உங்காரி தேசத்தில் பிரவேசித்திருந்த துருக்கருக்கு தடைசெய்யும்படியாய் மிகுந்த சேனையோடே போய் தன்னுடைய

சேனாதிபதியாகிய ஐயேன் Eugene என்பவனாலே அவர்களை முறிய அடித்தான். 1717 -ஆம் வருஷத்திலே அந்த சேனாதிபதி, பெல்கிராட் என்னும் ஊரினிடத்திலே மறுபடியும் அந்த துருக்கர் எல்லாரையும் அடித்து அவர்கள் சமாதானமாய் இருக்கும்படி செய்தான். பின்பு அந்த இராசா இத்தாலி தேசத்தில் தனக்குச் சுதந்தரமாய் இருந்த நாடுகளை விஸ்தாரம் ஆக்கும்படிக்கு, பலவிதமாய் பிரயாசப்பட்டு, ஒருகாலத்திலே இங்கிலிஷ் இராசாவோடே சிநேகமாயிருந்து, ஒரு காலத்திலே அவனுக்கு விரோதமாயிருந்து, மறுபடியும் சிநேகம் பண்ணி, இப்படிக்கு அநேக காலத்தைப் போக்கி, பின்பு மறுபடியும் துருக்கரோடே சண்டை பண்ணி, ஐயேன் என்னப்பட்ட சேனாதிபதி இராதபடியினாலே, அதிகப் பிரயோசனத்தை அடையாமல், மறுபடியும் சமாதானம் பண்ணி, பின்பு 1740 -ஆம் வருஷத்திலே இறந்துபோனான். பின்வரத்தக்க இராசாவைக் குறித்து மற்ற இராசாக்களுக்குள்ளே பல வித்தியாசங்கள் உண்டாயிருந்தபடியினாலே இரண்டு வருஷமளவும் ஒரு இராசாவும் இருக்கவில்லை. அத்தருணத்திலே பொருசிய தேசத்து இராசன் சிலேசிய தேசத்தில் பிரவேசித்து, அதைத் தன்னுடைய தேசமென்று சொல்லி கட்டிக்கொண்டான். 1742 -ஆம் வருஷத்திலே பவாரிய (Bavaria) நாட்டின் பிரபு இராசாவாக்கப்பட்டு ஏழாம் கருல் (Charles VII) என்னும் பேர் கொண்டான். அதின்பின்பு பிராஞ்சிக்காரருடைய சேனைகளும் போகேமிய (Bohemia) நாட்டில் பிரவேசித்து, பிராகு நகரியை கட்டிக்கொண்டார்கள். முந்தின இராசாவினுடைய மகளாகிய மரியத் திரேசாள் (Maria Theresa) அக்காலத்திலே உங்காரி (Hungary) நாட்டிலே ஆளுகை செய்து, ஏழாம் கருலுக்கு விரோதமாய் இருந்தாள். சனங்கள் அவளுடைய பக்கத்தில் இருந்தார்கள். அவளுடைய சேனாதிபதி இங்கிலிஷ்காரருடைய உதவியினாலே போகேமிய நாட்டிலிருந்த பிராஞ்சிக்காரரைத் துரத்திப்போட்டான். கருல் அவளோடே இணங்க மனசாய் இருந்தான். ஆகிலும் அகந்தையினாலே அவள் இடங்கொடுக்கவில்லை. அந்த விரோதத்தைப் பொருசிய தேசத்தின் இராசா காரணமாக வைத்து, இராச பட்டத்தை காப்பாற்ற வேண்டுமென்று சொல்லி, போகேமிய நாட்டில் பிரவேசித்து, கொஞ்சங்குறைய அந்த தேசத்தையெல்லாம்

கட்டிக்கொண்டான். அக்காலத்திலே அவன் பிராஞ்சிக்காரராலே உதவியும் பெறாதபடியினாலே அவன் அந்தத் தேசத்தை விட்டு மறுபடியும் சிலேசிய நாட்டுக்குத் திரும்பினான். அதினாலே அந்த இராச ஸ்திரீ அதிக விரோதத்தைக் கொண்டு சிலேசிய நாட்டை மறுபடியும் வாங்கிக்கொள்ளும்படிக்கு கருலோடே உடம்படிக்கை பண்ணினாள். கொஞ்சங்காலத்துக்குப் பின்பு 1745 -ஆம் வருஷத்திலே கருல் இறந்துபோன பொழுது மரீய திரேசாளுடைய புரடனாகிய (புருஷனாகிய) பிரபு இராசாவாக்கப்பட்டு முதலாம் பிரஞ்சிஸ் (Francis I) என்று பேர்கொண்டான். அக்காலத்திலே மற்ற இராசாக்கள் பிராஞ்சிக்காரருக்கும் பவாரியருக்கும் விரோதமாகச் செய்த யுத்தம் நன்றாய் நடவாதபடியினாலே, அந்த இராச ஸ்திரி பொருசிய தேசத்தின் இராசாவுக்குத் தடைசெய்யக்கூடாததாய் இருந்தது. வேறுவிதமாகவும் அவள் சரியாய் நடவாதபடியினாலே, இங்கிலிஷ்காரருடைய இராசா அவளுக்கு விரோதமாய் சிலேசிய நாட்டை பொருசிய தேசத்து இராசனுக்கு உறுதிப்படுத்தினான். பின்பு பொருசிய தேசத்து இராசா பல முகாந்திரங்களினாலே மறுபடியும் அவளுக்கு விரோதமாய் சக்குசோனிய நாட்டில் பிரவேசித்து திரேஸ்டன் நகரியைக் கட்டி சிலகாலம் பற்றிக் கொண்டான். பின்பு அந்த இராச ஸ்திரியும் உருசிய தேசத்து இராச ஸ்திரியும் பொலோனிய தேசத்து இராசாவும் அல்மன்னிய தேசத்துக்கு விரோதமாய் ஒன்றுபட்ட பொழுது, பிராஞ்சி தேசத்து இராசாவும் அவர்களுக்கு உதவி செய்தான். அப்பொழுது, 1756 -ஆம் வருஷத்திலே பொருசிய தேசத்து இராசாவும் இங்கிலிஷ்காரருடைய இராசாவும் அவர்கள் எல்லாருக்கும் விரோதமாக யுத்தம் பண்ணத் தொடங்கினார்கள். அந்த யுத்தம் 7 வருஷமளவும் இருந்தது. பிராஞ்சிக்காரரும் அவுஸ்திரியரும் உருசியரும் எல்லாரும் கூடி பொருசிய தேசத்தின் இராசாவின்மேல் பாய்ந்தார்கள். இத்தனை மிகுதியான சேனைகள் அந்த இராசாவை அடிக்கடி மிகவும் நெருக்கினார்கள். அநேகந்தரம் அவன்அழிக்கப்படுகிறதற்கு ஏதுவாயிருந்தும், உலக சரித்திரத்திலே ஒப்பினை இல்லாதபடிக்கு அவன் மிகுந்த தைரியத்தோடும் விவேகத்தோடும் விரைவோடும் நடந்தபடியினாலே, அவனும் அடிக்கடி அவர்களை முறிய அடித்து நிலைகொண்டான். அவர்கள் கொஞ்சங்குறைய

பொருசிய தேசத்தையெல்லாம் கட்டிக்கொண்டு, பெர்லீன் நகரையும் எடுத்துக்கொண்டார்கள். இப்பொழுது அவன் ஒடுங்க வேண்டுமென்று எல்லாரும் சொல்லிக்கொண்டார்கள். ஆகிலும் அவன் தன் சிறு சேனையோடே பின்னும் நிலைகொண்டான். அப்பொழுது அவனுடைய பிரதான சத்துருவாகிய உருசிய தேசத்தின் இராச ஸ்திரி 1762 -ஆம் வருஷத்திலே இறந்துபோனாள். அதினாலே அவனுக்கு இலகு உண்டாயிற்று. அவுஸ்திரியர் பின்னும் யுத்தம் செய்தார்கள். அவர்களை அவன் அடிக்கடி முறியடித்தபடியினாலே 1753 -ஆம் வருஷத்திலே சமாதானம் உண்டாயிற்று. அப்பொழுது ஊபேர்ஸ்புர்க் என்னுமிடத்திலே பண்ணப்பட்ட உடம்படிக்கையினாலே சிலேசிய நாடு அவனுக்கு விடப்பட்டது. 1765 -ஆம் வருஷத்திலே இராசாவாகிய பிரஞ்சிஸ் இறந்துபோனான். அவனுடைய மகனாகிய யோசேப்பு (Joseph II) என்பவன் இராசாவாக்கப்பட்டு சீக்கிரமாய் மிகுந்த சாக்கிரதையையும் மேன்மையுள்ள மனசையும் காண்பித்தான். அக்காலத்திலே உருசிய தேசத்தின் இராசனும் பொருசிய தேசத்தின் இராசனும் மிகுந்த அநியாயமாய் பொலோனிய தேசத்தின் இராசனைத்தள்ளி, அவனுடைய தேசத்தைத் தங்களுக்குள்ளே பகுத்து வாங்கிக்கொள்ளுகிற பொழுது, யோசேப்பும் அவர்களோடே கூடி தானும் ஒரு துண்டை எடுத்துக்கொண்டான். பின்பு அவன் மறுபடியும் பொருசிய தேசத்தின் இராசனோடும் ஒல்லாண்டுக்காரரோடும் வித்தியாசமாய் இருந்தான். எல்லாரும் யுத்தம் பண்ணுகிறதற்கு எத்தனமாயிருக்கையில் மறுபடியும் சமாதானம் பண்ணினார்கள். இதன்றி யோசேப்பு தன் தேசத்தாருக்கு நல்லவனாய் இருந்தான். அவனுக்கு அதிக நல்ல புத்தியிருந்தது. அவன் பாப்பு மார்க்கத்தானாய் இருந்தும் பாப்பு மார்க்கத்தாருடைய குரூரத்துக்கு இடங்கொடுக்கவில்லை. எந்த மார்க்கத்தாரும் தங்கள் இஷ்டப்படியே தேவாராதனை செய்யலாம் என்று கட்டளை கொடுத்தான். பாப்பு மார்க்கத்தாருக்குள்ளே வழக்கமாயிருந்த இயேசுவிட்டர் (Jesuits) முதலான மடஸ்தர்கள் வீணாயும் மனிதர்களுடைய நன்மைக்கு விரோதமாயும் இருந்தபடியினாலே, ஆண் சன்னியாசி மடங்களையும் பெண் சன்னியாசி மடங்களையும் ஒழியப்பண்ணினான். அதுவுமல்லாமல் 1783 -ஆம் வருஷத்தில் தன் தேசத்திலே மீதியாயிருந்த

அடிமைத்தன வகைகளையெல்லாம் நீக்கி, கிட்டி போடுகிறதை நிறுத்தி, மற்றும் சனங்களுக்கு உள்ளேயிருந்த இடுக்கண்களை நீக்கிப்போட்டான். அதற்குப் பின்பு அவன் இறந்துபோன பொழுது அவனுடைய சகோதரனாகிய பேதுரு லேயோபொல்ட் (Peter Leopold – Leopold II) என்பவன் இராசனாகி, முந்தினவனைப்போல நீதியாய் ஆளுகை செய்துவந்தான். உரோம சபையான் ஒருவன் சுவிசேஷ மார்க்கத்து பெண்ணை விவாகம் பண்ண விரும்பி உங்காரி தேசத்தின் பிஷோப்பினிடத்தில் உத்தரவு கேட்டதற்கு உத்தரவு கொடாமலிருந்த பொழுது, இராசா அதற்காக அந்த பிஷோப்பை உத்தியோகத்திலிருந்து தள்ளினான். அக்காலத்திலே பிராஞ்சி தேசத்திலே மிகுந்த கலகம் உண்டாயிற்று. அப்பொழுது அந்த இராசாவும் பொருசிய தேசத்து இராசாவும் சக்குசோனி தேசத்துப் பிரபுவும் அந்தப் பிராஞ்சி தேசத்தாருக்கு விரோதமாய் யுத்தம் பண்ணும்படிக்கு யோசனை பண்ணிக்கொள்ளுகையில், லேயோபொல்ட் உடனே சம்மதிக்கவில்லை. சம்மதித்த பின்பு அவன் 1792 -ஆம் வருஷத்திலே இறந்துபோனான். அப்பொழுது அவனுடைய மகனாகிய இரண்டாம் பிரஞ்சிஸ் (Francis II) என்பவன் இராச ஆசனத்திலேறி இதுவரைக்கும் ஆளுகை செய்து வருகிறான். அந்த இராசாக்களோடேகூட பிராஞ்சிக்காரரிடத்தில் அநேக வருஷம் யுத்தம் பண்ணினான். பிராஞ்சி தேசத்து சரித்திரத்திலே பின்பு சொல்லுகிறபடி அல்மன்னியருக்கு அதினாலே மிகுந்த நஷ்டம் உண்டாயிற்று. 1810 -ஆம் வருஷத்திலே அவன் தன்னுடைய மகளாகிய மரியாள் லூயிசா (Marie Louise I) என்பவளை பிராஞ்சி தேசத்து இராசனாகிய நாப்போலியோனுக்கு (Napoleon Bonaparte) மனைவியாகக் கொடுத்தான். அப்படியிருந்தும், பின்பு மற்ற இராசாக்கள் மறுபடியும்கூடி அந்தப் பிராஞ்சிக்காரருக்கு விரோதமாக யுத்தம் செய்த பொழுது 1814 -ஆம் வருஷத்திலே அவனும் கூடப்போய் அந்தப் பிராஞ்சிக்காரரைத் தாழ்த்தும்படிக்கு உதவிசெய்தான். முந்தின இராசாக்களைப்போல அவன் நல்ல புத்தியுள்ளவன் அல்ல. பாப்புவுக்கு மிகவும் கீழ்ப்படிகிறான். சத்திய வேத புத்தகங்கள் தன்னுடைய தேசத்திலே பிரபலியம் ஆகும்படிக்கு இடம் கொடுக்கிறதில்லை. மற்றும் உரோமன் சபை மார்க்கத்தின்படி அவபத்தியாய் நடந்து கொண்டு வருகிறான்.

7. உங்காரி (Hungary) தேசத்தைக் குறித்துச் சொல்லியது :

213. உங்காரி தேசம் இப்பொழுது அவுஸ்திரிய தேசத்து இராசனுக்கு உட்பட்டிருக்கிறது. அதின் எல்லையாவது : வடக்கிலே பொலோனிய (Polonia) நாடு, கிழக்கிலே உருசிய (Russia) தேசம், தெற்கிலே துருக்கர் (Turkey) தேசம் மேற்கிலே அல்மன்னிய (Alemania) தேசம் இவைகளே.

அதின் வட அகல அளவு 46 -ஆம் வகுப்பு முதல் 50 -ஆம் வகுப்பு வரைக்கும் உள்ளது. அதின் கிழக்கு நீள அளவு 16 -ஆம் வகுப்பு முதல் 35 -ஆம் வகுப்பு வரைக்கும் உள்ளது. அது நாலு நாடாக வகுக்கப்படும். அவையாவன : மேல் உங்காரி (Upper Hungary) நாடு, கீழ் உங்காரி (Lower Hungary) நாடு, திராஞ்சில்வானிய (Transylvania) நாடு, ஸ்கிலாவோனிய (Sclavonia) நாடுஇவைகளே. அல்லாமலும் தெற்கேயிருக்கிற குரோவாத்திய நாடும் இஸ்திரிய (Istria) நாடும் தல்மாத்திய நாடும் அதைச் சேர்ந்திருக்கின்றன.

214. பிரதான நதிகளாவன : தானுப் (Danube) நதி, திராவி (Drava) நதி, சாலே (Zala) நதி முதலானவைகளே. பெரிய ஏரிகளும் உண்டு. பில்ட்டன் (Balaton) ஏரி - நாலு காதவழி நீளமாயிருக்கிறது. வியாதிக்காரருக்கு சுகத்தைக் கொடுக்கிற சில நீரூற்றுகளும் உண்டு. ஐரோப்பா கண்டம் எங்கும் அவைகள் கீர்த்தியடைந்தன.

215. கருப்பாத்தி மலைகள் (Carpathian Mountains) உண்டு. அவை அந்தத் தேசத்திற்கும் பொலோனிய தேசத்திற்கும் நடுவேயிருக்கின்றன. தனித்திருக்கிற மலைகளும் அங்கங்கே உண்டு. அவைகளின் சிகரங்கள் பெரிய மரங்களாலே

மூடப்பட்டிருக்கின்றன. அவைகளின் பக்கங்களில் மிகவும் ருசிகரமான திராட்சச்செடிகள் வளர்கின்றன.

216. அந்த மலைகளிலிருந்து பொன், வெள்ளி,ஈயம், பலவகை உப்பு முதலானவைகளை எடுக்கிறார்கள். கிரம்நிட்ஸ் (Kremnitz) பட்டினத்தின் அருகே பிரதானமான பொன் கேணியிருக்கிறது. செம்நிட்ஸ் (Chemnitz) பட்டினத்தின் இடத்திலே பிரதான வெள்ளி கேணியுண்டு. பல இரற்றினங்களும் அங்கே அகப்படும்.

அத்தேசத்தின் தென்றிசையிலே அநேக ஏரிகள் உண்டாயிருக்கிறபடியினாலே அது சவுக்கியம் கொடுக்கிற பூமியல்ல. மற்றத் திசைகள் அதிக செழிப்பான பூமியுள்ளது. அதிக தானியங்களும், பயறுகளும், புகையிலையும், அநேகம் வகை கீரைகளும், மிகவும் ருசிகரமான திராட்சைகளும், பலவகையான மற்ற விருட்சத்துக் கனிகளும் உண்டு. அந்த திராட்சங்களாலே எங்கும் பேர்பெற்ற இரசத்தை உண்டாக்குகிறார்கள்.

நல்ல சாதியான குதிரைகளும் பெரிய கடாய்களும் உண்டு. அல்லாமலும் அந்த மலைகளிலே விஸ்தாரமான குகைகள் உண்டு. வழிகாட்டுகிறவன் இல்லாமல் அங்கே போகிறவன் தானாய் வெளியே வரமாட்டான். அத்தனை விஸ்தாரமாயும் கோணலாயும் இருக்கின்றன. அவைகளைப் பார்க்கும்படிக்கு பல திசைகளில் இருந்தும் சனங்கள் வருகிறார்கள்.

217. பிரதான பட்டினங்களாவன :

புடாவன் என்னப்பட்ட ஒப்பனபட்டினம். அதற்குச் சமீபமாக பெஸ்ட் பட்டினம் இரண்டும் ஒரே பட்டினம் (Budapest) - இரண்டிலும் ஏறக்குறைய 40,000 குடிகளிருக்கும். இராசாவினுடைய பெரிய அரண்மனை அங்கேயுண்டு. இராசாவை முடிசூட்டுகிறதற்கு செம்பொன்னால் செய்த கிரீடம் (Hoop Crown) அங்கே வைக்கப்பட்டிருக்கிறது. அதிலே 104 இரத்தின கற்களும் 338 முத்துக்களும் பதிந்திருக்கின்றன. அப்போஸ்தலருடைய சொரூபங்களும் மூதாக்களுடைய சொரூபங்களும் அதில் செய்யப்பட்டிருக்கின்றன. பாப்புவாகிய இரண்டாம் சில்வெஸ்டர் (Pope Sylvester II) என்பவன் அதை 1000 -ஆம் வருஷத்திலே இராசனாகிய ஸ்தேவானுக்கு (Stephen

I) அனுப்பினான்.

பிரெஸ்புர்க் (Pressburg) பட்டினம் - அது நகரி என்று எண்ணப்படும். அங்கே துரைத்தன அலுவல் செய்யப்படும். ஏறக்குறைய 30,000 குடிகள் உண்டு. குடிகளில் அநேகர் சுவிசேஷ மார்க்கத்தாரும் யூதர்களுமாய் இருக்கிறார்கள்.

எர்மனிஸ்டாட் (Hermannstadt - Sibiu) - அது திராஞ்சில்வானிய (Transylvania) நாட்டின் நகரம்.

இராபு, கிரான், கொமொர்ன் என்பவைகள் கோட்டைகளாய் இருக்கின்றன.

புடாபட்டினத்திலேயும் இராபு பட்டினத்திலேயும் கஷவு பட்டினத்திலேயும் பெரிய சாஸ்திரப்பள்ளிக்கூடங்கள் உண்டு.

218. உங்காரி தேசத்தார் தைரியமுள்ளவர்களாய் இருக்கிறார்கள். அவர்கள் பாப்பு மார்க்கத்தை அடைந்தவர்கள். அநேகர் சுவிசேஷமார்க்கத்தாராய் இருக்கிறார்கள். பல பாஷைகள் அங்கே வழங்கும். அநேகர் அல்மன்னிய பாஷையையும் இலத்தின் பாஷையையும் பேசுகிறார்கள்.

219. அத்தேசத்தின் சரித்திரமாவது பூர்வீகத்திலே அந்த தேசம் பன்னோனி என்று சொல்லப்பட்டது. மூன்றாம் நூற்றாண்டிலே உன்னர் என்னப்பட்டவர்கள் கிழக்கிலிருந்து வந்து அந்த தேசத்தில் பிரவேசித்து அதைத் தங்களுக்குக் கீழ்ப்படுத்தினார்கள். அவர்களாலே அது உங்காரியென்று பேர்கொண்டது. பின்பு கோத்தர் வந்து அவர்களை துரத்தி அந்த தேசத்தைக் கட்டிக்கொண்டார்கள். அவர்களை உலொம்பர்ட் என்பவர்கள் துரத்தி தேசத்தைப் பிடித்துக் கொண்டார்கள். அவர்களை அவாரியர் துரத்தினார்கள். அவர்களுக்குப் பின்பு ஒன்பதாம் நூற்றாண்டிலே இஸ்லாவியர் வந்து அந்தத் தேசத்தைக் கட்டிக்கொண்டார்கள். அந்த நூற்றாண்டின் முடிவிலே வொல்கா நதியின் ஓரங்களிலிருந்து உகிரி என்பவர்கள் அந்த தேசத்துக்கு வந்து அதைக் கட்டிக்கொண்டார்கள். அதுவரைக்கும் அந்தச் சனங்கள் பலபல அஞ்ஞான மார்க்கங்களில் நடந்து, பல பிரபுக்களாலே ஆளுகை செய்யப்பட்டார்கள். 997 -ஆம் வருஷத்திலே ஸ்தேவான் (Stephen I) என்பவன் இராசாவாக்கப்பட்டு, பாப்பு மார்க்கத்தில் பிரவேசித்தான். அவனுக்குப் பாப்புவாகிய சில்வெஸ்டர் (Pope Sylvester II) அந்த முக்கியமான கிரீடத்தை (Hoop Crown) அனுப்பினான். அவனுடைய காலத்திலே

அத்தேசத்தின் ஆளுகை வகை ஒழுங்குபண்ணப்பட்டது. அவனுக்குப் பின் பல இராசாக்கள் ஆளுகை செய்துபோனபின்பு, 1310 -ஆம் வருஷத்திலே கருல் ரோபெர்ட் (Charles Robert) என்பவன் இராச ஆசனத்தில் ஏறி சூழவிருக்கிற புல்காரிய, செர்விய, குரோவாத்திய, தல்மாத்திய, இஸ்லவோனிய முதலான நாடுகளைத் தனக்குக் கீழ்ப்படுத்தினான். ஆகிலும், பிற்காலத்திலே வெனேட்டியரும் துருக்கரும் அவைகளில் சில நாடுகளைத் திரும்ப எடுத்துக்கொண்டார்கள். 15 -ஆம் நூற்றாண்டிலே துருக்கர் உங்காரி தேசத்திலே பிரவேசித்த பொழுது, உன்னீயடேஸ் (John Hunyadi) என்னப்பட்ட சேனாதிபதி அவர்களைத் துரத்தினான். அவனுடைய மகனாகிய மத்தீயிஸ் கொருவீனுஸ் (Matthias Corvinus) என்பவன் 1458-ஆம் வருஷத்திலே இராசாவாக்கப்பட்டான். 1526 -ஆம் வருஷத்தில் லூயிஸ் (Louis II of Hungary) என்பவன் இராசாவாகி துருக்கரோடே யுத்தம் பண்ணுகிற பொழுது கொலை செய்யப்பட்டான். அக்காலத்திலே உங்காரி தேசத்துக்கு மிகுந்த இளைப்புண்டாயிற்று. அப்பொழுது அல்மன்னிய தேசத்து இராசனாகிய கருல் (Charles V) என்பவனுடைய சகோதரனாகிய பெர்டினண்ட் (Ferdinand I) என்னப்பட்ட பிரபு அந்த லூயிசினுடைய சகோதரியை (Anne of Bohemia and Hungary) விவாகம் பண்ணியிருந்தபடியினாலே உங்காரி தேசத்தைத் தனக்காகக் கேட்டான். சில விரோதங்களான பின்பு அவன் அந்தப்படி அடைந்தான். அதுமுதற்கொண்டு அந்த உங்காரி ராச்சியம் அவுஸ்திரிய தேசத்தின் இராசாக்களுடைய அதிகாரத்திலே தரித்திருக்கிறது. பிந்தின சரித்திரம் முன்னே அல்மன்னிய தேசத்தைக் குறித்துச் சொல்லிய சரித்திரத்திலே சொல்லியாயிற்று. அதைப் பாருங்கள்.

8. போகேமிய (Bohemia) தேசத்தைக் குறித்துச் சொல்லியது :

220. போகேமிய நாட்டின் வட அகல அளவு 48 -ஆம்

வகுப்பு முதல் 51 -ஆம் வகுப்பு வரைக்கும் உள்ளது. அதின் கிழக்கு நீள அளவு 12 -ஆம் வகுப்பு முதல் 16 -ஆம் வகுப்பு வரைக்கும் உள்ளது.

பூர்வீகத்திலே போகியென்னப்பட்ட சனங்கள் அதில் குடியிருந்தபடியால் போகேமிய என்று அதற்குப் பேர் உண்டாயிற்று.

அதின் எல்லையாவது : வடக்கிலே சக்குசோனி (Saxony) நாடும், கிழக்கிலே சிலேசிய (Silesia) நாடும், மோராவிய (Moravia) நாடும், தெற்கிலே அவுஸ்திரிய (Austria) நாடும், மேற்கிலே அல்மன்னிய (Alemania) தேசமுமான இவைகளே.

அது 16 வகுப்பாக்கப்படும். அவையாவன : பனஸ்லாவு, கேணிஸ்கிராடஸ், குருடீம், கவுர்சிம், பெர்வுன், இராகோனிட்ஸ், சாஸ், இலைட்மெரிட்ஸ், பிட்சொவு, இட்சஸ்லவு, தாபொர், புதுவைஸ், பிராகின், கில்த்தவு, பில்சன், எல்போகன் இவைகளே.

221. அது பெரிய மலைகளாலும் காடுகளாலும் சூழப்பட்டிருக்கிறது. அந்த மலைகளில் மிகுந்த வெள்ளி, இரும்பு,ஈயம், கந்தகம், பலவகை உப்பு முதலானவைகள் உள்ள கேணிகள் உண்டு. சகலவிதமான இரத்தினக் கல்லுகளையும் அவைகளில் இருந்து எடுக்கிறார்கள். அந்தக் காடுகளில் கரடி, கோணாய், நரி முதலான மிருகங்களும் உண்டு.

அதிலுள்ள நதிகளில் எல்பு (Elbe) , முல்தாவு (Moldau) , எகிரா இவைகள் பிரதானமானவைகள்.

அத்தேசத்தின் பூமி செழிப்புள்ளது. மிகுந்த தானியமும் ஆடுமாடுகளுக்குப் புல்லும், அநேக வகையான விருட்சத்துக் கனிகளும் உண்டாகின்றன.

ஏறக்குறைய 28 இலட்சம் குடிகள் உண்டு. அவர்கள் தைரியசாலிகள். அவர்களுடைய வாடிக்கைகள் அல்மன்னியர் உடையவைகளுக்கு ஒப்பாய் இருக்கின்றன. பாப்பு மார்க்கத்தாரும் சுவிசேஷ மார்க்கத்தாரும் கலந்திருக்கிறார்கள். பஞ்சு முதலானவைகளால் புடவைகளை செய்கிற தொழிற்சாலைகள் அநேகம் உண்டு.

222. அதின் பிரதான பட்டினங்களாவன :

பிராகு (Prague) பட்டினம் - அது முன்னே நகரமாய் இருந்தது. அதின் சுற்றளவு ஏறக்குறைய ஒரு காதமாய் இருக்கும். ஒரு பெரிய சாஸ்திரப்பள்ளிக்கூடமும், பெரிய

கோவில் ஒன்றும், சின்ன கோவில்கள் 92 -உம், சன்னியாசி மடங்கள் 40 -உம், 80,000 குடிகளும் உண்டு. அவர்களில் 10,000 பேர் யூதர்களாய் இருக்கிறார்கள். முல்தாவு என்னும் நதியின்மேல் ஒரு பெரிய பாலம் உண்டு.

223. அத்தேசத்தின் சரித்திரமாவது : முன்சொல்லியபடி போகி என்பவர்கள் ஆதியிலே அங்கேயிருந்தார்கள். அவர்களை மார்க்கொமன்னர் என்பவர்கள் துரத்திக் குடியேறினார்கள். பிற்காலத்திலே கோத்தர், லொமபர்டர் முதலானவர்கள் அத்தேசத்தைக் கட்டிக்கொண்டார்கள். 534 -ஆம் வருஷத்திலே சிலாவியரும் அதில் பிரவேசித்து, அதைக் கட்டிக்கொண்ட பொழுது அல்மன்னிய தேசத்து இராசனாகிய கருல் தனக்கு வரிகளை அவர்கள் செலுத்தும்படி செய்தான். ஆகிலும் அதின் பெரியோர்கள் பின்னும் தங்களில் ஒருவனை இராசனாக வைத்து சுயாதீனமாயிருந்தார்கள். இப்படிச் சிலகாலம் போனபின்பு, அல்மன்னிய தேசத்து இராசனாகிய இரண்டாம் ஆல்பர்ட் (Albert II) 1438 -ஆம் வருஷத்திலே போகேமிய தேசத்தின்மேலும் இராசனாக முடிசூட்டப்பட்டான். அதற்குச் சில வருஷத்திற்கு முன்னே யோவான் உசு (Jan Hus – John Hus) என்பவரும் யெரோணிம் (Jeronym - Jerome of Prague) என்பவரும் தோன்றி பாப்பு மார்க்கத்தின் பொய்களை வெளிப்படுத்தி சுவிசேஷத்தை பிரசங்கம் பண்ணினபடியினாலே பாப்பு மார்க்கத்தின் சங்கத்தாருடைய கட்டளையின்படி உயிரோடே சுட்டெரிக்கப்பட்டார்கள். அதினாலே குடிகள் கலகம் செய்து அல்மன்னிய தேசத்து இராசன் வைத்திருந்த துரைகளை அரண்மனையிலிருந்து தள்ளி, பின்பு சிஸ்கா என்பவனாலே நடத்தப்பட்டு, அந்த இராசாவினுடைய சேனைகளையும் தங்கள் தேசத்திலிருந்து துரத்தினார்கள். பின்பு அவர்கள் தங்களுக்குள்ளே ஐக்கியம் இல்லாதவர்கள் ஆனபடியினாலே இராசா மறுபடியும் அதைக் கட்டிக் கொண்டான். 1618 -ஆம் வருஷத்திலே அவர்கள் மறுபடியும் சுயாதீனராக பிரயத்தனம் பண்ணி, 30 வருஷம் யுத்தம் செய்தார்கள். சித்திக்கவில்லை. அதுமுதற்கொண்டு அவர்கள் இதுவரைக்கும் அவுஸ்திரிய தேசத்து இராசனுக்கு உட்பட்டிருக்கிறார்கள்.

9. மோராவிய (Moravia) தேசத்தைக் குறித்துச் சொல்லியது :

224. மோராவிய நாட்டின் வட அகல அளவு 48 -ஆம் வகுப்பு முதல் 50 -ஆம் வகுப்பு வரைக்கும் உள்ளது. அதின கிழக்கு நீள அளவு 15 -ஆம் வகுப்பு முதல் 18 -ஆம் வகுப்பு வரைக்கும் உள்ளது. மோராவா நதி (Morava River) அதின் வழியாய் ஓடுகிறபடியால் அந்தப் பேர் அதற்கு உண்டாயிற்று.

அதின் எல்லையாவது : வடக்கிலே சிலேசிய (Silesia) நாடு, கிழக்கிலே உங்காரி (Hungary) நாடு, தெற்கிலே அவுஸ்திரிய (Austria) நாடு, மேற்கிலே போகேமிய (Bohemia) நாடு இவைகளே.

அது ஆறு நாடுகளாக வகுக்கப்படும். ஒல்முட்ஸ் (Olmutz - Olomouc) , பிருன் (Brunn - Brno) , சினாயிம், இகல்வு, ரதிஷ் (Hradisch) , பிரோவு (Prerau)இவைகளே.

225. அதுவும் மலைகளாலே சூழப்பட்ட தேசம். அவைகளிலிருந்து இரும்பு, கந்தகம் முதலானவைகளை எடுக்கிறார்கள்.

மோராவா (Morava) நதி, ஓடர் (Oder) நதி இவைகள் பிரதானமாய் இருக்கின்றன.

அதுவும் செழிப்புள்ள பூமி உள்ளது. குடிகள் போகேமியரைப் பார்க்கிலும் பயிர் செய்கிறதில் கெட்டிக்காரராய் இருக்கிறார்கள். அவர்களுக்குள்ளே பாப்பு மார்க்கத்தாரும் சுவிசேஷ மார்க்கத்தாரும் கலந்திருக்கிறார்கள்.சகோதரர் என்னப்பட்ட சங்கத்தார் அந்தத் தேசத்திலே தோன்றி மோராவிய சகோதரர் என்றும் அழைக்கப்படுகிறார்கள்.

226. அதில் பிருன் என்னும் பட்டினம் (Brunn - Brno) பிரதானமானது. அங்கே துரைத்தன அலுவல் செய்யப்படும். அதிலே ஒரு கோட்டையும் அநேக தொழிற்சாலைகளும் உண்டு.

ஒல்முட்ஸ் பட்டினம் (Olmutz - Olomouc) - அதிலே ஒரு பெரிய சாஸ்திரப்பள்ளிக்கூடம் உண்டு. முன்னே அது பிரதானமான பட்டினமாய் இருந்தது.

227. மோராவிய தேசத்தின் சரித்திரமாவது :

பூர்வீகத்திலே அது குவாடர் என்னப்பட்ட சனங்களாலே குடியேற்றப்பட்டிருந்தது. பின்பு சிலாவியர் வந்து அவர்களைத் துரத்தி அதைக் கட்டிக்கொண்டார்கள். எட்டாம் ஒன்பதாம் நூற்றாண்டுகளிலே அது பலத்த இராச்சியமாய் இருந்தது. பதினோராம் நூற்றாண்டிலே அல்மன்னிய தேசத்தின் இராசாக்கள் அதைத் தங்களுக்குக் கீழ்ப்படுத்தினார்கள். பதினைந்தாம் நூற்றாண்டிலே அது அவுஸ்திரிய தேசத்தோடே சேர்க்கப்பட்டு, இதுவரைக்கும் அதற்கு உட்பட்டிருக்கிறது.

10. போலோனிய (Polonia - Poland) தேசத்தைக் குறித்துச் சொல்லியது :

228. பொலோனிய தேசம் - அல்மன்னிய, உருசிய, பொருசியஎன்னும் தேசங்களால் சூழப்பட்டிருக்கிறது. அந்த மூன்று இராச்சியத்தாரும் போன நூற்றாண்டிலே அந்தத் தேசத்தைத் தங்களுக்குள்ளே பங்கிட்டுக்கொள்ளுகிறதற்கு முன்னே அது 12 நாடுகளாக பகுக்கப்பட்டிருந்தது. அவையாவன: பெரிய பொலோனிய (Greater Poland), சின்ன பொலோனிய (Lesser Poland), பொருசிய, பொலோனிய, மாசோவிய, போலாகிய, சுவந்தருசிய, பொடோலிய, கொலினிய, பொலேசிய, லித்துவானிய (Lithuania) சமுகீத்திய, கூர்லாண்டு இவைகளே.

வாரிசவு (Warsaw) என்னும் பட்டினம் அதற்கு நகரியாய் (நகராய்) இருந்தது. அங்கே இராசா வாசம் பண்ணினான். கிராக்காவு (Krakow - Cracow) என்னும் பட்டினத்திலே இராசாக்கள் முடிசூட்டப்பட்டார்கள். ஒரு பெரிய சாஸ்திரப்பள்ளிக்கூடம் அங்கேயுண்டு. அவ்விரு பட்டினங்களும் இப்பொழுது மிகவும் தாழ்ந்திருக்கின்றன. தன்சிக்கு (Danzig) பட்டினத்தார் இன்னும் மிகுந்த வியாபாரம் பண்ணுகிறார்கள்.

அதிலிருக்கிற நதிகளில் விஸ்டுலா (Vistula) நதியும், பொகு (Baug - Bug) நதியும் பிரதானமானவைகளாய் இருக்கின்றன.

கருப்பாத்திய (Carpathians) மலைகள் உங்காரி (Hungary) தேசத்தின் எல்லையில் இருக்கின்றன. அவைகளின்

சிகரத்தில் உறைந்த மழை கிடக்கிறது.

அநேக காடுகள் அங்கே உண்டு. அவைகளில் கரடிகளும், எருதுகளும், கோணாய்களும் (ஓநாய்களும்) , பன்றிகளும், மான்களும் உண்டு.

அது மிகுந்த செழிப்புள்ள தேசம். பல தானியங்களாலே குடிகள் மிகவும் வியாபாரம் பண்ணுகிறார்கள். நல்ல ஆடுமாடுகளும் அதிகமாய் இருக்கின்றன.

அத்தேசத்தின் குடிகள் நல்ல வடிவும் பெலனும் தைரியமும் உபசாரமும் உள்ளவர்கள். சிலர் எசமானர்களாய் இருக்கிறார்கள். மற்றவர்கள் அவர்களுக்கு அடிமைகளாய் இருந்து அதிக புத்தியில்லாதவர்களாய் இருக்கிறார்கள். அவர்கள் பாப்பு மார்க்கத்தை அடைந்தவர்கள். அநேகர் சுவிசேஷ மார்க்கத்தாராய் இருக்கிறார்கள். யூதர்களும் துருக்கரும் அங்கே உண்டு. அவர்களுடைய பாஷை இஸ்லவோனிய பாஷை. லத்தீன் பாஷையையும் பேசுகிறார்கள். சூரியனுடைய தன்மையைச் சரியாய் அறிந்துகொண்ட சோதிட சாஸ்திரியாகிய கொப்பெர்நிக்குஸ் (Nicolaus Copernicus) என்பவன் அந்தத் தேசத்திலே பிறந்தவன்.அங்கேயுள்ள காடுகளில் சில சனங்கள் மிருகங்கள்போல நாலு காலால் நடந்து மிகுந்த அறியாமை உள்ளவர்களாய் பிழைக்கிறார்கள் என்று சொல்லுகிறார்கள்.

229. அத்தேசத்தின் சரித்திரமாவது : பூர்வீகத்திலே வண்டாலர் என்பவர்கள் அங்கே குடியிருந்தார்கள். அவர்களில் சிலர் அதைவிட்டு உரோமைஇராச்சியத்தில் பிரவேசித்து அதைக் கொள்ளையிட்டார்கள். சேஷமானவர்களை (மீதியானவர்களை) உருசியரும், தாத்தாரிகளும் துரத்தினார்கள். அந்த நாடுகளிலுள்ள பிரபுக்கள் தங்கள் இஷ்டப்படிக்கு ஆளுகை செய்தார்கள். அவர்களில் ஒருவன் பிரதானியாய் இருந்தான். 700 -ஆம் வருஷத்திலே குடிகள் தங்கள் பிரபுக்கள் செய்த அநியாயங்களையும் உபத்திரவங்களையும் பொறுக்கமாட்டாதபடியினாலே தங்கள் தேசத்தின் பிரதான அதிகாரத்தை கிராக்குஸ் (Krakus) என்னப்பட்ட பிரபுவுக்கு கொடுத்தார்கள். அவன் கிராக்காவு பட்டினத்தை (Krakow) உண்டுபண்ணின பின்பு அவனுக்கு சந்ததியில்லாதபடியினாலே 830 -ஆம் வருஷத்திலே குடிகளில் ஒருவனாகிய பியஸ்டுஸ் (Piast) என்பவனைத் தெரிந்து கொண்டு பிரபுவாக்கினார்கள். அவன் தன் தேசத்துக்கு

வாழ்வுண்டாகும்படி செய்து, 120 வயசுள்ளவனானான். 996 -ஆம் வருஷத்திலே முதலாம் போலேஸ்லாவுஸ் (Boleslaw I) என்பவன் இராசாவாக்கப்பட்டான். அவன் மோராவிய, பொருசிய, போகேமிய என்னும் தேசங்களைத் தனக்குக் கீழ்ப்படுத்தினான். 1056 -ஆம் வருஷத்திலே இரண்டாம் போலேஸ்லாவுஸ் (Boleslaw II) என்பவன் ஆளுகை செய்தபொழுது சுவந்தருசிய என்னப்பட்ட நாடு பொலோனிய தேசத்தோடே சேர்க்கப்பட்டது. 1384 -ஆம் வருஷத்திலே லித்துவானிய நாட்டிலே பிரபுவாயிருந்த இயாகெல்லோ (Jagiello - Grand Duke of Lithuania) என்பவன் இராசாவாக்கப்பட்டான். அவன் விக்கிரக ஆராதனை மார்க்கத்தை விட்டு பாப்பு மார்க்கத்தில் பிரவேசித்து பொலோனியரும் அப்படிச் செய்யும்படிக்கு மிகவும் பிரயாசப்பட்டான். அவன் தன்னுடைய சுதந்தரமாகிய லித்துவானிய (Lithuania) நாட்டை பொலோனிய தேசத்தோடே சேர்த்துக்கொண்டு, அதினாலே பொலோனியருடைய பட்சத்தைத் தனக்கு உறுதிப்படுத்தினான். அவனுடைய வம்சத்தில் கடைசியாகிய சீயிஸ்முண்டு அவுகுஸ்துஸ் (Sigismund II Augustus) என்பவன் 1572 -ஆம் வருஷத்திலே ஆளுகை செய்து வருகையில் தேசத்தில் துரைத்தனம் செய்யும்படிக்கு பாப்பு மார்க்கத்தாரை அல்லாமல் சுவிசேஷ மார்க்கத்தாரையும் கிரேக்கை சபையின் கிறிஸ்தவர்களையும் சேர்த்துக்கொண்டு சுவிசேஷ மார்க்கத்தாருக்கு மிகுந்த பட்சத்தைக் காண்பித்தான். அவன் இறந்து போன பின்பு, 1764 -ஆம் வருஷம் வரைக்கும் தேசத்தின் இராச ஆசனத்தைக் குறித்து பிராஞ்சி தேசத்தாரும் அவுஸ்திரிய தேசத்தாரும் அநேக கலகங்களை செய்ததும் அல்லாமல், பொலோனிய தேசத்தின் பெரியோர்களும் கலகமாயிருந்து, தங்கள் இராசாக்களை தள்ளி, அந்நிய தேசத்தின் இராசாக்களைத் தெரிந்து கொண்டு, சுவேடனரோடும் உருசியரோடும் துருக்கரோடும் அவுஸ்தியரோடும் பொருசியரோடும் பிராஞ்சிக்காரரோடும் யுத்தம் பண்ணிக்கொண்டதினாலே அத்தேசத்திற்கு மிகுந்த இளைப்புண்டாயிற்று. 1764 -ஆம் வருஷத்திலே இரண்டாம் இஸ்டானிஸ்லாவுஸ் அவுகுஸ்துஸ் (Stanislaus II Augustus) என்பவன் இராசாவாக்கப்பட்ட பின்பு அந்தத் தேசத்துக்கு வந்த துன்பம் மிகுதியாய் இருந்தது. சுவிசேஷ மார்க்கத்தாராகிய பெரியோர்களும் கிரேக்கை

சபையாராகிய பெரியோர்களும் பாப்பு மார்க்கத்தாருக்கு முன்னின்று தள்ளப்பட்டு அசட்டைபண்ணப்பட்டபடியினாலே அவர்கள் பாப்பு மார்க்கத்தாராகிய பெரியோர்களுக்கு உண்டாயிருக்கிறதுபோல தங்களுக்கும் உண்டாயிருக்கிற பூர்வீக நியாயத்தையும் அதிகாரத்தையும் தங்களுக்கு மறுபடியும் நியமிக்க வேண்டுமென்று இராசாவினிடத்திலே விண்ணப்பம் செய்தார்கள். உருசிய, இங்கிலண்டு, பொருசிய, தென்மார்க்கு என்னும் தேசங்களுடைய இராசாக்களும் அவர்களுடைய விண்ணப்பத்துக்குத் துணையாய் இருந்தார்கள். இராசாவானவன் அதைக் குறித்து தீர்மானம்பண்ணும்படிக்கு அந்த இராசாக்களாலே ஏற்படுத்தப்பட்ட மந்திரிமார்களாகிய சங்கத்துக்கு ஒப்புக்கொடுத்தான். காரியம் நடக்குமென்று ஆரம்பத்திலே தோற்றமாய் இருந்தது. ஆகிலும் பொருசிய தேசத்து இராசா உண்மையாய் இராமல் பொலோனிய தேசத்தைக் குறித்து இரகசியமாய் வேறு யோசனைகளைக் கொண்டிருந்த படியினாலே, அநேக தடைகள் உண்டாயின. அதினாலும் உருசியர் அந்தத் தேசத்தின் அலுவலில் நுழைந்ததினாலும் பொலோனியர் மிகுந்த விசனத்தை அடைந்து, கூட்டம் கூட்டமாக சேர்ந்து கலகங்களை செய்ய, பாப்பு மார்க்கத்தாருடைய பாதிரிகள் சுவிசேஷ மார்க்கத்தாருக்கு விரோதமாய் சனங்களை தூண்டிவிட, அந்தத் தேசத்திலே மிகுந்த குரூரமான சண்டைக்காலம் உண்டாயிற்று. 1771 -ஆம் வருஷம் வரைக்கும் அதற்கு உண்டான கலகமும் இடுக்கண்களும் மிகுதியாய் இருந்தன. தேசமெல்லாம் பாழாக்கப்பட்டது. அதுவும் அல்லாமல் அக்காலத்திலே துருக்கை தேசத்திலிருந்து வந்த பெருவாரிக் காய்ச்சல் பொலோனிய தேசத்திலே தோன்றி, ஏறக்குறைய 2இ இலட்சம் சனங்கள் சாவும்படி மிகுந்த கேடு உண்டாக்கிற்று. அநேகம் பெரியோர்கள் அத்தேசத்தை விட்டு மறுதேசங்களுக்குப் போனார்கள். அத்தருணத்திலே வேறு பெரியோர்கள் துருக்கருடைய துணையைத் தேடிக்கொண்டபொழுது, பொலோனிய தேசத்தினிமித்தம் துருக்கருக்கும் உருசியருக்கும் பலத்த சண்டை உண்டாயிற்று. அப்படியிருக்கும் காலத்தில் 1772 -ஆம் வருஷத்திலே பொருசிய தேசத்து இராசாவும் அவுஸ்திரிய தேசத்து இராசாவும் இராச ஸ்திரியும் உருசிய தேசத்து இராச ஸ்திரியும்

அந்தப் பொலோனிய தேசத்தைப் பிடித்து தங்களுக்குள்ளே பங்கிட்டுக்கொள்ள வேண்டுமென்று இரகசியமாய் தீர்மானம் பண்ணினார்கள். அந்தத் தீர்மானத்தின்படி பொருசிய தேசத்து இராசா பொருசிய பொலோனிய நாட்டையும் பிரண்டன்புர்கு நாட்டுக்குச் சமீபமான சில நாடுகளையும், உங்காரி தேசத்து இராச ஸ்திரி உங்காரி தேசத்துக்குச் சமீபமான நாடுகளையும், உருசிய தேசத்து இராச ஸ்திரி உருசிய தேசத்துக்குச் சமீபமான நாடுகளையும் எடுத்துக்கொள்ள எத்தனம் பண்ணுகிற பொழுது, பொலோனியரில் சில பெரியோர்கள் அந்த அநியாயத்தைப் பொறுக்கமாட்டாதபடியினாலே, தங்கள் நிலங்களைவிட்டு மறுதேசங்களுக்குப் போனார்கள். இராசா குரூரமாய்ப் பயமுறுத்தப்பட்டபடியினாலே, அப்படிப் பகுத்திருந்ததைக் குறித்து எழுதியிருந்த சீட்டுக்கு கையெழுத்துப் போட்டான். அநேகம் குடிகளும் அப்படியே செய்தார்கள். 1788 -ஆம் வருஷத்திலே தங்களுக்கு விடப்பட்ட சில நாடுகள் உள்ள பொலோனியர் தங்கள் நியாயத்தை காப்பாற்றும்படிக்கு மறுபடியும் தைரியங்கொண்டு, இராசாவும்கூட தங்களுக்காக சில பிரமாணங்களை உண்டுபண்ணினார்கள். மற்ற இராசாக்கள் அந்தச் சங்கதிக்கு விரோதம் செய்தார்கள். பொலோனியரும் நிலைநிற்க மனசாய் இருந்தபடியினாலே, அவர்களுக்கும் அந்த உருசியர் பொருசியர் முதலானவர்களுக்கும் 1794 -ஆம் வருஷம் வரைக்கும் மிகுந்த யுத்தம் உண்டாயிற்று. இராசா இராச ஆசனத்திலிருந்து தள்ளப்பட்டான். பொலோனியருக்குள்ளிருந்த பெரிய சேனாதிபதிகளில் ஒருவனாகிய கொஷியுஸ்கோ (Tadeusz Kosciuszko) என்பவன் பின்னும் தன்னுடைய சேனையோடே தைரியமாய் விரோதம் செய்து, ஒருநாள் சண்டை பண்ணுகிறபொழுது, காயப்பட்டு விழுந்து உருசியராலே சிறையாகப் பிடிக்கப்பட்டான். பின்பு அவர்கள் அதிகமான பொலோனியரைக் கொலை செய்து,வருசாவு (Warsaw) நகரியை பிடித்துக்கொண்டார்கள். இராசா மறுபடியும் கொஞ்சம் அதிகாரத்தை அடைந்தான். ஆகிலும் 1795 -ஆம் வருஷத்திலே உருசிய தேசத்து இராச ஸ்திரி (Catherine) அந்த இராசாவை அந்த நகரியை விட்டு பேத்துருஸ்புர்கு (St. Petersburg) நகரிக்குக்கொண்டுபோகப்பண்ணி, ஒரு பெரிய அரண்மனையையும் (Marble Palace) வேண்டிய சம்பளத்தையும்

கொடுத்து சிறையாக பிடித்துக்கொண்டு, அந்தத் தேசத்தை ஆண்டாள். மற்ற இராசாக்களும் தங்கள் பங்குகளை ஆண்டார்கள். 1798 -ஆம் வருஷத்திலே சிறையிலிருந்த இராசா இறந்துபோன பொழுது, பொலோனிய இராச்சியம் முற்றிற்று. 1806 -ஆம் வருஷத்திலே பிராஞ்சிக்காரருடைய இராசா பொருசியருடைய இராசாவுக்கு உண்டாயிருந்த பங்கைப் பிடித்துக்கொண்டு, அதைச் சக்குசோனியின் இராசனுக்குக் கொடுத்தான். 1815 -ஆம் வருஷத்திலே உருசிய தேசத்து இராசனாகிய அலெக்சந்தர் (Alexander I of Russia) மற்ற இராசாக்களாகிய சங்கத்தாராலே அதைப் பெற்றுக்கொண்டு, பொலோனியருக்குத் தயவாயிருந்து அவர்களுக்குச் சந்தோஷ மாக பல பிரமாணங்களைக் கொடுத்து இராச ஆளுகையை செய்து வருகிறான்.

11. நெடர்லண்டு (நேனநசடயனெ - நேவாநசடயனெள) தேசத்தைக் குறித்துச் சொல்லியது :

223. இப்பொழுது நெடர்லண்டு என்னப்பட்டிருக்கிற தேசம் சில வருஷத்துக்கு முன்னே பெல்கியும் (Belgium) என்றும் ஓலண்டு (Holland) என்றும் இரு தேசங்களாக பிரிந்திருந்தது.

பெல்கியும் என்பதற்கு பிலண்டர்ஸ் (Flanders) என்றும் பேர். அது 10 நாடுகளாக வகுக்கப்பட்டது. அவையாவன: பிலண்டர்ஸ் (Flanders), பிராபண்ட் (Brabant), அந்தவெர்ப்பு (Antwefl), மேகிலின் (Mechelen), லிம்புர்கு (Limburg), லுக்குசம்புர்கு (Luxembourg), நாமுர் (Namur), ஐநாலத்து, காம்பிரெய், அர்த்தோயிஸ் என்றிவைகளே.

ஓலண்டு என்பதற்கு பட்டாவியா என்றும் பேர். அது 7 நாடுகளாக வகுக்கப்பட்டது. அவையாவன: ஓலண்டு (Holland) , சேலண்டு (Zeeland), உத்திரெக்ட் (Utrecht), செல்டர்லண்ட் (Gelderland), ஓவர் இசல் (Overijssel), குரோனிங்கன் (Groningen), பிரீஸ்லண்டு (Friesland) இவைகளே. வெல்கேரன் (Walcheren) என்றும் தெக்கிசல் என்றும் பேருள்ள தீவுகளும்

அதை சேர்ந்திருக்கின்றன. அவ்விரண்டு தேசங்களும் 1815 -ஆம் வருஷத்திலே ஒன்றாக்கப்பட்டு ஒரே இராசாவினாலே ஆண்டுகொள்ளப்பட்டு வருகின்றன.

224. அதின் வட அகல அளவு 49 -ஆம் வகுப்பு முதல் 53 -ஆம் வகுப்பு வரைக்கும் உள்ளது. அதின் கிழக்கு நீள அளவு 3 -ஆம் வகுப்பு முதல் 7 -ஆம் வகுப்பு வரைக்கும் உள்ளது.

அதின் எல்லையாவது : வடக்கிலே வடசமுத்திரம் (North Sea) , கிழக்கிலே அல்மன்னிய (Alemania) தேசம், தெற்கிலே பிராஞ்சி (France) தேசம், மேற்கிலே வடசமுத்திரம் (North Sea) இவைகளே.

225. அது மிகுந்த தண்ணீருள்ள தேசம். ரைன் (Rhine) நதி, மேஸ் (Meuse) நதி, ஷெல்ட் (Scheldt) நதி பிரதானமானவைகள். அநேகம் வாய்க்கால்கள் செய்யப்பட்டிருக்கின்றன. அவைகள் அத்தேசத்திலே பல இடங்களுக்குப் போகிற பாதைகளாய் இருக்கின்றன. ஆர்லேம் (Haarlem) என்னப்பட்ட பெரிய ஏரி உண்டு. வடசமுத்திரம் அத்தேசத்தில் நுழைகின்றது. அந்தக் கடல் சீடர்சே (Zuiderzee) என்னப்படும்.

சில விஸ்தாரமான காடுகள் அங்கே உண்டு. இரும்பும் ஈயமும் பல உப்புக்களும் எடுக்கிற கேணிகளும் உண்டு. அது மிகவும் செழிப்புள்ள தேசம். ஆடுமாடுகளுக்கு நல்ல மேய்ச்சல் கிடைக்கும். ஆதலால் நல்ல வெண்ணெயும் தயிர்கட்டியும் செய்கிறார்கள். அதினாலே விஸ்தாரமாய் வியாபாரம் பண்ணுகிறார்கள்.

226. அத்தேசத்தின் குடிகள் தங்கள் தேசத்தின் ஆகாச வகையினாலே அசதியான குணமுள்ளவர்கள். அறியாமை அதிகமாய் இருக்கிறது. பொதுவான அறிவை அடைகிறதற்கு சாக்கிரதையும் இல்லை. ஆகிலும் தங்கள் பிழைப்புக்காகவும் ஆஸ்திகளைச் சேர்த்துக்கொள்ளுகிறதற்காகவும் அவர்கள் சாக்கிரதையாய் இருந்து, தங்கள் வரவுக்கு அதிகமான சிலவு பண்ணாமல் செல்வம் உள்ளவர்களாய் இருக்கிறார்கள். வியாபாரத் தொழில் அதிக வழக்கமாய் இருக்கிறது. தங்கள் பொழிவுக்காக பராக்கிரமமும் செய்வார்கள். சில கல்விமான்களும் அவர்களுக்குள்ளே பேர்பெற்றார்கள். அநேகர் பாப்பு

மார்க்கத்தாரும் சில சுவிசேஷ மார்க்கத்தாரும் இருக்கிறார்கள். இராசாவும் சுவிசேஷமார்க்கத்தானாய் இருக்கிறான்.

227. பிரதானமான பட்டினங்களாவன :

அம்ஸ்டர்டம் (Amsterdam) பட்டினம் - அது நேர்த்தியும் ஐசுவரியமும் உள்ளது. அது அம்ஸ்டில் (Amstel) ஆற்றின் இடத்தில் மரத்தூண்கள்மேலே கட்டப்பட்டிருக்கிறது. அதில் ஏறக்குறைய 2,40,000 குடிகள் உண்டு. அவர்கள் வியாபாரம் செய்கிறவர்கள்.

அதற்கு சமீபமாக ஆகூருண்டு. அது மிகவும் அழகான ஊர். துரைத்தனத்தார் அங்கேயிருக்கிறார்கள். இராசாவும் சிலகாலம் அங்கே வாசம் பண்ணுகிறான்.

பிரிசெல்ஸ் (Brussels) பட்டினம் - அது பெல்கியா (Belgium) நாட்டின் நகரம். சில பெரிய அரண்மனைகள் உண்டு. சிலகாலம் இராசா அங்கேயிருப்பான்.

ரொட்டர்டாம் (Rotterdam) பட்டினம் - அது மிகவும் வியாபாரம் பண்ணுகிற சனங்கள் உள்ள பட்டினம்.

ஆர்லேம் (Haarlem) , இஸ்டென், உத்திரேக்ட் (Utrecht) , மிட்டில்பூர்கு (Middleburg) , குரோனிங்கன் (Groningen) , அந்துவேர்ப்பு (Antwefi) , புர்கெஸ், பிரேடர் (Breda) , லூ வேன் (Leuven) , பெர்கன் (Bergen) , நாமூர் (Namur) இவைகளும் பேர்பெற்ற பட்டினங்கள்.

லூவேன், இலைடன், தூவெய், துர்னே,ஓமெர்ஸ் - இந்தப் பட்டினங்களில்பெரிய சாஸ்திரப்பள்ளிக்கூடங்கள் உண்டு. அவைகளில் இருந்து தோன்றிய பெரிய கல்விமான்கள் எரஸ்முஸ், குரோத்தியுஸ், பெராவன் என்பவர்களே.

228. அத்தேசத்தின் சரித்திரமாவது : ரைன் நதிக்கு மேற்கே இருக்கிற நாடுகள் உரோமராலே கல்லியாபெல்கிக்கா என்று சொல்லப்பட்டது. இயூலியுஸ் கைசார் (Julius Caesar) என்பவன் அவைகளைக் கட்டிக்கொண்டான். அதன் பின்பு கோத்தரும், அவுஸ்திரியரும், இஸ்பானியரும் முறையே அவைகளைப் பிடித்துக்கொண்டார்கள். அந்தத் தேசத்தைக் குறித்து அநேகம் யுத்தங்கள் நடந்தன. 1555 -ஆம் வருஷ த்திலே ஸ்பானியருடைய இராசாவின் மகனாகிய இரண்டாம் பிலிப்பு (Philip II) உடைய காலத்திலே லூத்தருடைய பிரயாசத்தினாலே சுவிசேஷமார்க்கம் அந்தத் தேசத்திலே

மிகவும் வளர்ந்தபடியினாலே சுவிசேஷமார்க்கத்தார் மிகவும் துன்பப்படுத்தப்பட்டார்கள். பின்பு 1706 -ஆம் வருஷத்திலே அத்தேசத்தார் இங்கிலிஷ்காரருடைய உதவியினாலே இஸ்பானியரைத் துரத்தி, ஒரு பங்கு அவுஸ்திரிய இராசாவுக்கும் ஒரு பங்கு பிராஞ்சி தேசத்து இராசாவுக்கும் உட்பட்டார்கள்.

ஒல்லண்ட் (Holland) என்னப்பட்ட தேசம் பூர்வீகத்திலே பல பிரபுக்களாகிய சங்கத்தாராலே ஆளுகை செய்யப்பட்டது. அவர்களில் ஒருவன் முதலாளியாய் இருந்து ஸ்தாடோல்டர் (Stadtholder) என்று அழைக்கப்பட்டான். 16 -ஆம் நூற்றாண்டிலே அல்மன்னிய தேசத்திற்கும் ஸ்பானிய தேசத்திற்கும் இராசாவாகிய ஐந்தாம் கருல் (Charles V) ஆளுகை செய்தபொழுது, அந்த தேசம் அவுஸ்திரிய (Austria) இராச்சியத்துக்கு உட்பட்டிருந்தது. 1579 -ஆம் வருஷத்திலே அவர்கள் கலகம் செய்து, ஓராஞ்சி நாட்டின் பிரபுவைத் (Prince of Orange) தங்களுக்கு ஸ்தாடோல்டராக (Stadtholder) தெரிந்துகொண்டார்கள். பல பல விசேஷங்கள் நடந்தபின்பு 1795 -ஆம் வருஷத்திலே பிராஞ்சி தேசத்தார் அந்தத் தேசத்தைக் கட்டிக்கொண்டதும் அல்லாமல், அக்காலத்தில் இருந்த ஸ்தாடோல்டர் அத்தேசத்தை விட்டு நீங்கத்தக்கதாக பிராஞ்சி தேசத்து இராசனாகிய நப்போலியொன் 1806 -ஆம் வருஷத்திலே அத்தேசத்தை இராச்சியமாக்கி தன்னுடைய சகோதரனாகிய லூயிஸ் பொனபார்த் (Louis Bonaparte) என்பவனை அதற்கு இராசாவாக வைத்தான்.அதுமுதல் அதுவும் பெல்கியா தேசமும் பிராஞ்சி தேசத்தைச் சேர்ந்தன. 1813 -ஆம் வருஷத்திலே நப்போலியொன் தள்ளப்பட்ட பொழுது, அத்தேசத்தார் மறுபடியும் அந்நிய ஆளுகையை தள்ளி, முன்னே தள்ளப்பட்ட ஓரஞ்சி நாட்டின் பிரபுவை (Prince of Orange-Nassau) திரும்ப அழைத்து தங்களுக்கு இராசாவாக்கினார்கள். அந்த இராசா முதலாம் வில்லியம் (William I of the Netherlands) என்று பேர்கொண்டு, இரண்டு தேசங்களையும் ஆளுகை செய்துவருகிறான். அந்த இரண்டு தேசங்களுக்கும் இப்பொழுது நெடர்லண்ட் (Nederland - Netherlands) என்று பேர்.

போன நூற்றாண்டிலே அந்த ஒல்லண்டுக்காரர் ஆசியா கண்டத்துக்குச் சமீபமாயிருக்கிற தீவுகளிடத்திலேயும் இந்து தேசத்திலேயும் வியாபாரம் பண்ணி வருகையில்,

அங்கே பல நிலங்களைச் சம்பாதித்துக் கொண்டு இந்து தேசத்திலே சிஞ்சூரா, பழயவேர்க்காடு, சதுரங்கம்,நாகம்,தூ த்துக்குடி, முதலான பட்டினங்களை உண்டாக்கிக் கட்டிக் கொண்டதும் அல்லாமல் இலங்கை, இயாவா (ஜாவா) முதலான தீவுகளையும் கட்டிக்கொண்டார்கள். 1780 -ஆம் வருஷத்திலே அவர்களுக்கும் இங்கிலிஷ்காரருக்கும் யுத்தம் உண்டானபொழுது, இங்கிலிஷ்காரர் அவ்விடங்களை எல்லாம் பிடித்துக்கொண்டு, சில வருஷத்திற்குப்பின்பு சமாதானம் உண்டானபொழுது, நாகப்பட்டணத்தையும் இலங்கைத் தீவையும் தவிர மற்ற யாவையும் அவர்களுக்குத் திரும்பக் கொடுத்தார்கள். 1825 -ஆம் வருஷத்திலே ஒல்லண்டுக்காரர் இந்து தேசத்திலே தங்களுக்கு உண்டாயிருந்த இடங்களை எல்லாம் இங்கிலிஷ்காரருக்கு ஒப்புக்கொடுத்து அவைகளுக்குப் பதிலாக சில தீவுகளை வாங்கிக் கொண்டார்கள்.

12. எல்வேத்தியா (Helvetia - Switzerland) தேசத்தைக் குறித்துச் சொல்லியது :

229. எல்வேத்திய (Helvetia) என்றும் சுவிட்சாலண்ட் (Switzerland) என்றும் சுவைட்ஸ் என்றும் பேருள்ள தேசத்தின் வட அகல அளவு 40 -ஆம் வகுப்புமுதல் 48 -ஆம் வகுப்பு வரைக்கும் உள்ளது. அதின் கிழக்கு நீள அளவு 6 -ஆம் வகுப்பு முதல் 11 -ஆம் வகுப்பு வரைக்கும் உள்ளது. ஆகையால் அது மிகவும் சிறிதான தேசம். அதின் எல்கையாவது : வடக்கே அல்மன்னிய தேசத்தின் சுவாபிய நாடு, கிழக்கே திரோல் நாடு, தெற்கிலே இத்தாலிய தேசம், மேற்கிலே பிராஞ்சி தேசம் இவைகளே.

அது கண்டொன் (Cantons of Switzerland) என்னும் 13 நாடுகளாக வகுக்கப்பட்டிருக்கிறது. அவையாவன : சீரிக் (Zurich) , பெர்ன் (Bern) , பாசில் (Basel) , சாப்பவுசன் (Schaffhausen) , லூசெர்ன் (Luzern) , பிரைபுர்கு (Friburg - Fribourg) , சுவைட்ஸ் (Schwyz) , சோலுடர்ன் (Solothurn) , ஊரி

(Uri) , ஒண்டர்வல்ட் (Wonderworld) , சுக் (Zug) , கிலாரிஸ் (Glarus) , அப்பன்செல் (Appenzell) இவைகளே. இவைகளை அல்லாமல் கிரிசொன் கெனேவா, நெவ்ஷட்டல், வாட், சங்கல், வலேய் முதலான சின்ன நாடுகளும் அத்தேசத்தாரோடே ஐக்கியப்பட்டிருக்கின்றன.

230. அந்த தேசத்தின் குடிகள் ஒரு இராசாவில்லாமல் அந்தந்த நாடுகளின் பெரியோர்களாலே ஆளப்படுகிறார்கள். அவர்கள் ஒருவருக்கொருவர் கீழாயிருக்கிறதில்லை. ஆகிலும், அடுத்த தேசத்தார்களிலிருந்து தங்களுக்கு மோசம் வரக்கண்டால், தங்களைக் காப்பாற்றும்படிக்கு ஒருமிக்கக் கூடுவார்கள். குடிகள் தைரியமும் கடினமும் சாக்கிரதையும் உள்ளவர்கள். தங்கள் வார்த்தையின்படியே செய்கிற உண்மையினாலே அவர்கள் பேர் பெற்றவர்கள். அவர்கள் தங்கள் வீடுகளையும் தேகங்களையும் மிகவும் சுத்தமாக்கிக் கொண்டிருக்கிறார்கள்.

231. அத்தேசம் மிகுந்த மலைகளுள்ளது. அல்ப்ஸ் (Alps) என்னப்பட்ட மலைகளும் சாந்து பெர்னார்ட் (St. Bernard) மலையும் சாந்து கொட்டார்ட் மலையும் மோங்பிலாங்கு மலையும் மிகுந்த உயரமாய் இருக்கின்றன. அதைப் பார்க்கிறவர்களுக்கு பிரமிப்பும் சந்தோஷமும் உண்டாகின்றன. அதிலுள்ள சமமான பூமிகளிலேயும் குன்றுகள் உண்டு. மேடும் பள்ளமும் தொடர்ச்சியாய் இருக்கின்றன.

முன்னே அடிக்கடி சொல்லப்பட்ட ரைன் (Rhine) நதி சங்கொட்டார்ட் மலையினிடத்தில் இருந்து புறப்படுகிறது. அல்லாமலும் ரோன் (Rhone) , ஆர் (Aare) , இரைஸ் (Reuss) முதலான நதிகள் அங்கே உண்டு.விஸ்தாரமான ஏரிகளும் உண்டு. கொனஸ்டான்ஸ் (Constance) ஏரி, கேநேவா (Geneva) ஏரி, நெவ்சட்டல் (Neuchatel) ஏரி, சீரிக் (Zurich) ஏரி முதலானவைகளே.

232. அத்தேசம் மிகவும் செழிப்புள்ளது. திராட்சச்செடியும், கோதும்பை முதலான தானியங்களும், பல கனியுள்ள விருட்சங்களும் மிகுதியாய் வளருகின்றன. அந்த மலைகளில் இரும்பும், பலவித உப்புக்களும் அகப்படுகின்றன. பலவகை மான்களும், ஆடுகளும், குழிநரிகளும் உண்டு.

அந்தத் தேசத்திலோ அநேக சுபாவ அதிசயங்கள் தோன்றுகின்றன. மிகுந்த உயரமான மலைகளினாலே அது

பலவித ஆச்சரியமான வடிவுகளை அடைகிறதும் அல்லாமல், மலைகளுக்கு உள்ளே தோன்றிய நதிகள் பெரிய அருவிகளாகி, மிகுந்த இரைச்சலோடே தாழ விழுகின்றன. அல்லாமலும் மலைகளுக்கு உள்ளிருக்கிற பள்ளங்களில் சேருகிற சலம் (தண்ணீர்) மிகுந்த குளிர்ச்சியினாலே உறைந்து மிகவும் ஆச்சரியமான தரை போலாகின்றது. உறைந்த சலமாகிய அந்தத் தரைகள் சில இடங்களிலே 500 அடி ஆழமான பிளப்புக்கள் உடையவைகளாய் இருக்கின்றன.அன்றியும் ஏறக்குறைய 150 வருஷத்துக்கு முன்னே தனித்து வாசம் பண்ணுகிற சன்னியாசி ஒருவன் பிரைபுர்கு (Fribourg) பட்டினத்துக்குச் சமீபமாக கல்மலையிலே தனக்காக ஒரு வீட்டையும் ஒரு கோவிலையும் உண்டாக்கினான். அந்த வீடு ஏறக்குறைய 42 அடி நீளமும் 18 அடி அகலமும் 30 அடி உயரமும் உள்ள அறையையும், வேறொரு சின்ன அறையையும், சமையல் பண்ணுகிறதற்கு அறையையும், தின்பண்டங்களை வைக்கிறதற்கு அறையையும் செய்தான். கோவிலிலே ஒரு பீடமும் ஆசனங்கள் முதலானவைகளும் உண்டு. சகலமும் கல்மலையிலே பிளந்து செய்திருக்கிறது. வேறொரு மனிதனுடைய உதவியும் இல்லாமல் அவன் தன் சொந்த கையினாலே அதை 25 வருஷத்துக்குள்ளே முடித்தான். அன்றியும் மிகுந்த அகலமான நதிகளுக்கு மேலே மகா ஆச்சரியமான பாலங்கள் கட்டப்பட்டிருக்கின்றன. கல்மலைகளில் 50 அடி ஆழமாகப் பாதைகள் வெட்டப்பட்டிருக்கின்றன.

233. பிரதானமான பட்டினங்களாவன :

பெர்ன் (Bern) பட்டினம் - அது ஆர் (Aare) நதியினிடத்திலே அழகான பட்டினமாய் இருக்கிறது. அது நகரி.

பாசில் (Basel) பட்டினம் - அது ரைன் (Rhine) நதியினிடத்திலே மிகுந்த செழிப்புள்ள நிலங்களால் சூழப்பட்டு பெரிய பட்டினமாய் இருக்கின்றது. சில வருஷத்துக்கு முன்னே அக்கியான (அஞ்ஞான) தேசத்தாருக்கு சுவிசேஷத்தை அனுப்புகிறதற்குப் போதகரை ஆயத்தப்படுத்தும்படிக்கு ஒரு சாஸ்திரப்பள்ளிக்கூடம் அங்கே ஸ்தாபிக்கப்பட்டிருக்கிறது. அங்கே ஆச்சரியமாய் கட்டப்பட்ட பெரிய வீடுகள் உண்டு.

சீரிக் (Zurich) பட்டினம் - அதுவும் பெரிது. அங்கே பெரிய தொழிற்சாலைகளும் உண்டு.

லவுசன்னே (Lausanne) பட்டினம் - அது மிகவும்

அழகான இடத்திலே இருக்கிறது.

கெநேவா (Geneva) பட்டினம் - அதுவும் பூர்வீகத்திலே செய்யப்பட்ட பெரிய பட்டினம்.

234. அத்தேசத்தின் சரித்திரமாவது :

பூர்வீகத்தில் ரோமருடைய இராசாவாகிய இயூலியுஸ்கைசார் (Julius Caesar) என்பவன் அத்தேசத்திலுள்ள எல்வேத்தியரை கீழ்ப்படுத்தினான். அவர்களுடைய சந்ததியார் இப்பொழுது அத்தேசத்தில் குடியிருக்கிறார்கள். அநேக வருஷம் அவர்கள் புர்குண்டருக்கும் அல்மன்னியருக்கும் ஒருவிதமாய் கீழ்ப்படிந்திருந்தார்கள். 1300 -ஆம் வருஷத்திலே அவுஸ்திரிய தேசத்து இராசனாகிய முதலாம் அல்பொர்த்து (Albert I – Duke of Austria) என்பவன் அந்தச் சனங்களை மிகவும் கடினமாய் ஆளுகை செய்தபொழுது, அவர்கள் அவனாலே வைக்கப்பட்ட துரைகளுக்கு விரோதமாய் அவனிடத்தில் பிராது (புகார் அல்லது முறையீடு) பண்ணினார்கள். அதினாலே அந்தத் துரைகள் அவர்களை அதிக குரூரமாய் நடப்பித்தார்கள். மற்றும் அநேக வம்பான துன்பங்களை அல்லாமல் கிரெசிலர் (Albrecht Gessler) என்னப்பட்ட துரை ஒரு தொப்பியை ஒரு பெரிய கம்பின் மேலேற்றி, தனக்கு வணக்கத்தை செலுத்துகிறதற்கு ஒப்பாக அந்தத் தொப்பியை வணங்க வேண்டுமென்று கட்டளையிட்டான். குடிகளில் ஒருவனாகிய வில்லியம் டெல் (William Tell) என்பவன் மாத்திரம் அந்த தொப்பி இருந்த வழியாய் போகிற பொழுது வணங்கவில்லை. அதைத் துரை அறிந்து, இவனைத் தூக்கிப்போட வேண்டும். அல்லவென்றால்,இவன் தன் மகனுடைய தலையின்மேலே ஒரு எலுமிச்சம்பழத்தை வைத்து அந்தப் பழத்தை ஒரு அம்பினாலே எய்துபோட வேண்டும் என்று கட்டளையிட்டான். டெல் என்பவன் நல்ல வில்லாளியான படியினாலே அந்தப் பிள்ளைக்கு ஒரு சேதமும் இல்லாமல் அப்படிச் செய்தான். பின்பு அந்த துரை அவனுடைய அம்பறாத்தூணியிலே வேறொரு அம்பைக் கண்டு இது என்னத்துக்கு என்று விசாரித்த பொழுது, டெல் என்பவன் சொன்னது, என்னுடைய மகனைக் கொலை செய்வேனானால் இந்த இரண்டாம் அம்பு உம்முடைய இருதயத்துக்கு வைக்கப்பட்டிருக்கிறதென்று பயமில்லாமல் சொன்னபடியினாலே காவலில் வைக்கப்பட்டு, பின்பு அதிலிருந்து தப்பி, சமயம்

பார்த்து அந்த துரையை ஒரு அம்பினாலே கொலை செய்தான். அது முதற்கொண்டு அந்தக் குடிகள் அந்நியருடைய அதிகாரத்தைத் தள்ளவும் சுயாதீனராகவும் பிரயெத்தனம் பண்ணினார்கள். அதற்கு முன்னும் சில பெரியோர்கள் அந்நிய அதிகாரத்தை தள்ளிப்போடும்படிக்கு இரகசியமாய் ஆலோசனை பண்ணிக்கொண்டிருந்தார்கள். டெல் என்பவனுடைய செய்கையான பின்புஅவர்கள் வெளியரங்கமானார்கள். அந்தந்த கண்டோன்மார்கள் (Cantons) அதற்காக மென்மேலும் ஐக்கியப்பட்டு, அல்பெர்த்து என்னப்பட்ட இராசாவுக்கு விரோதமாகவும் பிராஞ்சி தேசத்தாருக்கு விரோதமாகவும் யுத்தம் செய்து அடிக்கடி செயங்கொண்டார்கள். 1648 -ஆம் வருஷத்திலே அவர்களுடைய சுயாதீனம் ஸ்தாபிக்கப்பட்டது. பின்பு பிராஞ்சி தேசத்தார் எல்வேத்தியரை தங்களுக்குக் கீழ்ப்படுத்தும்படிக்கு பல வஞ்சனைகளை செய்து, தங்கள் சேனைகளை அங்கே அனுப்பினார்கள். எல்வேத்தியர் நெடுங்காலம் தைரியமாய் விரோதித்திருந்தும், பிராஞ்சிக்காரர் அதிகமாய் இருந்தபடியினாலே 1797 -ஆம் வருஷத்திலே மிகுந்த இரத்தம் சிந்தப்பட்ட பின்பு, அவர்களுடைய தேசத்தைக் கட்டிக்கொண்டார்கள். அது முதற்கொண்டு 1814 -ஆம் வருஷம் வரைக்கும் அந்தத் தேசம் பிராஞ்சி தேசத்துக்கு உட்பட்டிருந்தது. அவ்வருஷத்திலே பிராஞ்சி தேசத்தின் இராசனாகிய நாப்போலியொன் பொனபார்த் (Napoleon Bonaparte) என்பவனுடைய ஆளுகை முடிந்த பொழுது எல்வேத்தியர் மறுபடியும்சுயாதீனத்தை அடைந்து வாழ்ந்துகொண்டு வருகிறார்கள். பூர்வீகத்தில் அவர்கள் எல்லாரும் பாப்பு மார்க்கத்தாராய் இருந்தார்கள். பின்பு 16 -ஆம் நூற்றாண்டிலே லூத்தர் என்பவர் அல்மன்னிய தேசத்திலே சுத்த சுவிசேஷத்தை பிரசங்கம் பண்ணிக்கொண்டு வருகையில், எல்வேத்தியருக்குள்ளும் சிவிங்கிலியுஸ், கல்வீனுஸ் முதலான கல்விமான்களும் தோன்றி பாப்பு மார்க்கத்தினுடைய பொய்களை வெளிப்படுத்தி சுவிசேஷத்தை பிரசங்கம் பண்ணி வந்தார்கள். அதினாலே அந்த 13 கண்டோன்களில் 6 கண்டோன்மார்கள் பாப்பு மார்க்கத்தை விட்டு சுவிசேஷத்தை அணைத்துக் கொண்டிருக்கிறார்கள்.

13. பிராஞ்சி (France) தேசத்தைக் குறித்துச் சொல்லியது :

235. பிராஞ்சி தேசம் பெரிய தேசம். அதின் வட அகல அளவு 42 -ஆம் வகுப்பு முதல் 51 -ஆம் வகுப்பு வரைக்கும் உள்ளது. அதின் நீள அளவு மேற்கிலே 4 -ஆம் வகுப்பு முதல் கிழக்கிலே 6 -ஆம் வகுப்பு வரைக்கும் உள்ளது.

அதின் எல்கையாவது : வடக்கிலே இங்கிலண்டு தேசத்து வாய்க்காலும் ஒல்லண்டு தேசமும், கிழக்கிலே அல்மன்னிய, எல்வேத்திய, இத்தலிய தேசங்களும், தெற்கிலே மெடித்தெராணியக் (Mediterranean) கடலும் ஸ்பானிய தேசமும், மேற்கிலே பிஸ்கேய் (Bay of Biscay) என்னப்பட்ட கடலுமாகிய இவைகளே.

236. அந்தத் தேசம் முன்னே பலவிதமாய் வகுக்கப்பட்டிருந்தது. அது இப்பொழுது வகுத்திருக்கிற நாடுகளாவன : நாடுகளை அடுத்து கொடுக்கப்பட்டிருப்பது அதன் பிரதான பட்டினமாகும்.

1. ஜல் ஆவ் பிராஞ்சி (Island of France) நாடு - பரீஸ் (Paris)
2. பிக்கருதீ நாடு – ஆமியன்
3. அருந்தோயிஸ் நாடு – அறாஸ் (Arras)
4. நொர்மத்தி நாடு –காயரே
5. பிரிட்டணி நாடு – தண்டிஸ்
6. போயித்து நாடு – போயித்தியேர்ஸ்
7. குயென்னே நாடு – பொருதோ
8. கஸ்கொனி நாடு – ஔகு
9. லங்கிடோக்கு நாடு – துலூசு
10. பிரோவஞ்சி நாடு – ஆயி
11. லோரேன் நாடு – மேட்ஸ்
12. அல்சாஸ் நாடு – ஸ்திராஸ்பூர்கு
13. ஷம்பங்கி நாடு – திரோவெஸ்
14. பிராஞ்சி கொம்மிட்டே நாடு – பீசாங்சொன்

15. பூர்குண்டி நாடு – டிசாங்
16. டோப்பினி நாடு – வாலாங்ஸ்
17. ஓவெர்னி நாடு – லியொாங்
18. விலேய் நாடு –லேப்புயீ
19. லிமோசெங் நாடு – துல்லிஸ்
20. மார்ஷே நாடு – கேரெட்
21. அருமோவா நாடு – அஞ்சுலேம்
22. புர்பொனே நாடு - மூலெங்
23. பெரி நாடு – புர்சே
24. புருகுண்டே நாடு – புர்ச்
25. துரேன் நாடு – தூர்
26. மேன் நாடு – லெமாங்
27. ஓர்லியங் நாடு – ஓர்லெயங்
28. நிவர்தே நாடு – நிவேர்

இவைகள் எல்லாம் அநேகம் சின்ன துரைத்தனங்களாக வகுக்கப்பட்டிருக்கின்றன. அல்லாமலும் அமேரிக்கா கண்டத்திலுள்ள தீவுகளில் சில தீவுகளும் ஆசியா கண்டத்தில் உள்ள இந்து தேசத்திலே புதுச்சேரி முதலான இடங்களும் பிராஞ்சிக்காரருடையவைகளாய் இருக்கின்றன.

237. அந்தத் தேசத்திலே அதிக மலைகள் இல்லை. இத்தலி தேசத்தின் எல்கையில் அல்ப்ஸ் (Alps) மலைகளும், இஸ்பானிய தேசத்தின் எல்கையில் பிரினேய் (Pyrenees) மலைகளும்,எல்வேத்திய தேசத்தின் எல்கையிலே சூரா மலையும் (Jura Mountains)இஅல்மன்னிய தேசத்தின் எல்கையில் வொஸ்கெஸ் மலைகளும் (Mount Vosges) உண்டு.

பலவகையான மரங்களுள்ள விஸ்தாரமான காடுகளும் உண்டு. பிரதானமான நதிகளாவன : ரோன் (Rhone) நதி,சாவொன் (Saone) நதி, கரோன் (Garonne) நதி, லோவார் (Loire) நதி, சேயன் (Seine) நதி, சொம் (Somme) நதி இவைகளே.

பல வாய்க்கால்களும் உண்டு. அவைகளில் இலங்கேடொக்கு (Languedoc) வாய்க்கால் மெடித்தெராணியக் (Mediterranean) கடலையும், பிஸ்கேயக் கடலையும் (Bay of Biscay) ஐக்கியப்படுத்தும்படி செய்யப்பட்டது. கலெய் வாய்க்காலும், ஓர்லியங் (Canal d’Orleans) வாய்க்காலும்

உண்டு. இது சேயன் நதியையும் லோவார் நதியையும் சம்பந்தம் ஆக்குகின்றது. ஏரிகள் அதிகமில்லை.

சுகத்துக்குத் தகுதியான நீரூற்றுகளும் உண்டு. பாரேச், சிலிட்ஸ்பா, பங்கேர்ஸ், ஓரிகெஸ், ஆமானட் முதலான இடங்களிலுள்ளவைகள் அதிகப் பேர் பெற்றிருக்கின்றன. ஏங் ஊரினிடத்திலுள்ள நீரூற்று உக்கிரமாய் பொங்குகின்றது. அது விஷமுள்ளது. அதில் குடிக்கிற பட்சிகள் அந்நிமிஷமே செத்துப்போம்.

238. அத்தேசம் மிகவும் செழிப்புள்ளது. பல தானியங்களும், பலவகைத் திராட்சரசமும், அநேகவகை விருட்சத்துக் கனிகளும், எண்ணெயும் மிகுதியாய் இருக்கின்றன. மலைகளுக்குள்ளே இரும்பும்,ஈயமும், பலவகை கல்லுகளும், பலவகை உப்புக்களும் உண்டு. கொஞ்சம் பொன்னும், வெள்ளியும் அகப்படும். பலவகை மரங்களாலும், திராட்சரசத்தாலும், ஒலிவ எண்ணெயினாலும், பட்டினாலும் குடிகள் அதிகமாய் வியாபாரம் பண்ணுகிறார்கள்.

239. பல ஆச்சரியமான விசேஷங்களும் உண்டு. பூமிக்குள்ளே விஸ்தாரமான குகைகளும் நீரூற்றுகளும் உண்டு. சாலின்ஸ் ஊருக்குச் சமீபமாய் இருக்கிற குகைகள் 400 அடி நீளமும் 60 அடி அகலமுமாய் இருக்கின்றன. 60 படிகளினாலே அதிலே இறங்குகிறார்கள். அதின் அடியிலே 6 உப்பு நீரூற்றுகளும் 2 நல்ல நீரூற்றுகளும் தோன்றி ஆறுகள் ஆகின்றன. உப்புத் தண்ணீரும் நல்ல தண்ணீரும் கலவாதபடிக்கு ஓரணி கட்டியிருக்கிறது. அந்த உப்புத் தண்ணீரை பல சூத்திரங்களினாலே பூமியின் மேலே கொண்டுவந்து அதினாலே மிகுந்த உப்பை எடுக்கிறார்கள்.

240. அதிலுள்ள பிரதான பட்டினங்களாவன :

பரீஸ் (Paris) நகரி (நகரம்) - அங்கே இராசாவிருக்கிறான். ஏறக்குறைய 7 இலட்சம் குடிகளுண்டு. வீடுகள் கல்லினாலே கட்டப்பட்டிருக்கின்றன. அவைகளில் அநேகம் ஏழு தட்டுக்கள் உள்ளதாய் இருக்கின்றன. அழகாய் கட்டப்பட்டிருக்கிற அநேக அரண்மனைகளும் அநேக தொழிற்சாலைகளும் உண்டு. சைன் (Seine) நதி அதின் வழியாய் ஓடுகிறது. அதற்கு ஒரு காதவழி தூரமாய் வெர்செல்லி (Versailles) என்னப்பட்ட இராச அரண்மனையுண்டு.

அது பலவிதமான சூத்திரங்களினாலே மிகவும் அழகாய் கட்டப்பட்டு, விலையேறப்பெற்றதாய் இருக்கிறது. நேர்த்தியான பூஞ்சோலைகள் அதைச் சூழ்ந்துகொண்டிருக்கின்றன. அந்த நகரியிலுள்ள இராச அரண்மனை தூவில் லெரீஸ் (Tuileries) என்று சொல்லப்படும். ஒரு பெரிய சாஸ்திரப்பள்ளிக்கூடமும், வியாதிக்காரருக்காக ஒரு பெரிய தருமசாலையும், அநேகம் பெரிய கோவில்களும் அங்கே உண்டு.

பொருதோ (Bordeaux – Bordoh) பட்டினம் - அது மிகுந்த வியாபாரிகள் உள்ளது. விசேஷமாக திராட்சரசத்தை விற்கிறார்கள். ஏறக்குறைய ஒரு இலட்சம் குடிகள் உண்டு.

மருசெல்லி (Marseille) பட்டினம் - அதுவும் மிகவும் வியாபாரம் பண்ணுகிறவர்கள் உள்ளது. ஏறக்குறைய ஒரு இலட்சம் குடிகள் அங்கேயிருக்கிறார்கள்.

லியொங் (Lyon) பட்டினம் - அதுவும் மிகுந்த வியாபாரமும் செல்வமும் அழகும் உள்ளது. விசேஷமாக பட்டு, பொன், வெள்ளி முதலானவைகளால் பல சேலைகளை பண்ணுகிற தொழிற்சாலைகள் அங்கே உண்டு. 1793 -ஆம் வருஷத்திலே அத்தேசத்தில் உண்டான கலகத்தினாலே அந்தப் பட்டினத்திற்கு மிகுந்த சேதம் உண்டாயிற்று.

ஒர்லியங் (Orleans) பட்டினம் - அது பூர்வீகத்திலே செய்யப்பட்டது. மகா விஸ்தாரமான கோவில் அங்கே உண்டு. பட்டினத்தின் வழியாய் ஓடுகிற லோவார் (Loire) நதியின் மேலே ஒன்பது பெரிய வளைவுகளால் செய்த பாலம் உண்டு. அது கால நாழிகை வழி நீளமாயும், 45 அடி அகலமாயும் இருக்கிறது. மத்தியில் இருக்கிற வளைவு 100 அடி அகலமாயும் இருக்கிறது.

ஸ்திராஸ்புர்கு (Strasbourg) பட்டினம் - அது ஒரு கோட்டையினாலே மிகவும் பத்திரமாக்கப்பட்டிருக்கிறது. அதிலுள்ள பெரிய கோவிலின் கோபுரம் 574 அடி உயரமாய் இருக்கிறது.

துலோங் (Toulon) பட்டினம் - அது கடல் ஓரத்திலே பிராஞ்சி தேசத்தின் கப்பல்களை பத்திரப்படுத்துகிற இடமாய் இருக்கிறது. ஒரு பெரிய ஆயுதசாலை அங்கே உண்டு.

கலேய் (Calais) பட்டினம் - அதுவும் கடலோரத்தில் உள்ளது. அங்கேயிருந்து அதற்கு எதிராயிருக்கிற இங்கிலாந்து

தேசத்திலுள்ள டோயர் (Dover) பட்டினத்துக்கு பயணக்காரர் போவார்கள்.

ஆய் அஞ்செராலே, அருலெய், ஆலிஞொங், பிசாஞ்சோ, பிராதோ, காபென், புர்ஷே, காவோர்ஸ், டோல், துவே, லாபிலெஷ், மொந்துபான், மொங்பெலியே, தண்டிஸ், ஒராஞ்சி, ஓர்லியங், பரிச், பெர்பிஞான், ரிசிலியே, ரைம்ஸ், சோவாசொங், ஸ்திராஸ்புர்கு, துலூசு, துர்னோங், வாலாங்ஸ் - இந்தப் பட்டினங்களில் பெரிய சாஸ்திரப்பள்ளிக்கூடங்கள் உண்டு. பரீச் நகரியிலுள்ளது சொர்பொன்னே (Sorbonne) என்னப்பட்டு மிகவும் பேர்பெற்றது.

241. பிராஞ்சி தேசத்தார் பூர்வீகத்திலே மற்ற அஞ்ஞானிகளைப் போல மிகவும் அறியாதவர்களாய் இருந்தார்கள். இப்பொழுது அவர்கள் சகலவிதமான தொழில்களிலேயும் கல்விகளிலேயும் கெட்டிக்காரராய் இருக்கிறார்கள். அவர்களில் இருந்து கல்விமான்களாகிய சில பெரியோர்களும் தோன்றினார்கள். அவர்கள் அதிகக் கெட்டிக்காரர் ஆகிறதற்கு பாப்பு மார்க்கம் தடையாய் இருக்கிறது.

பூர்வீகத்திலே அந்த தேசத்தில் கட்டப்பட்டிருந்த பெரிய வீடுகளில் ஆச்சரியமான பல விசேஷங்கள் உண்டாயிருக்கின்றன. அவர்கள் அக்கியானிகளாய் (அறிவில்லாதவர்களாய்) இருந்தபொழுது, மற்ற தேசத்தாரை செயித்த பின்பு வெற்றி சிறப்பைக் காட்டும்படிக்கு,உரோமராலே கட்டப்பட்டிருந்த பெரிய வளைவுகளை ரைம்ஸ் (Rheims) ,ஒராஞ்சி (Orange) முதலான இடங்களிலே காணலாம். ஷாலோங் முதலான இடங்களில் வேடிக்கைகளை நடப்பிக்கும்படிக்கு செய்யப்பட்ட பெரிய சாலையிருக்கிறது. நிஸ்மிஸ் (Nimes) பட்டினத்திலே இராசனாகிய அவுகுஸ்துவினுடைய (Caesar Augustus) காலத்தில் உரோமராலே செய்யப்பட்ட பெரிய பாலம் (Pont du Gard) உண்டு. அது மூன்று வளைவுகளாய் இருக்கிறது. அந்த வளைவுகள் ஒன்றின்மேல் ஒன்றாய் இருக்கின்றன. அவைகள் 174 அடி உயரமும் 723 அடி நீளமும் உள்ளது. அந்த நிஸ்மிஸ் பட்டினத்திலே தியானாள் தேவிக்கு கட்டப்பட்டிருந்த பெரிய கோவிலும் (Temple of Diana) வேடிக்கை சாலையும் இராசனாகிய ஆதிரியா என்பவனாலே கட்டப்பட்ட பெரிய அரண்மனையும் உண்டு. பாரீஸ் நகரியிலே 4 -ஆம் நூற்றாண்டிலேப் யூலியான்

இராசனாலே கட்டப்பட்ட பெரிய அரண்மனையும் உண்டு. அவைகள் எல்லாம் பாழாய் கிடக்கின்றன. ஆகிலும் பூர்வீகத்தில் அவைகளிடத்தில் இருந்த மகிமையும் சிற்ப சாஸ்திரியினுடைய புத்தியும் நன்றாய் தோன்றுகின்றன.

242. அத்தேசத்தின் சரித்திரமாவது : பிராஞ்சி தேசம் இத்தலி தேசத்திலிருந்து குடியேற்றப்பட்டது என்று தோன்றுகிறது. உரோமர் அதைக் கவுல் (Gaul) என்று சொன்னார்கள். அந்த உரோமர் அதிகப் பராக்கிரமமும் அகந்தையும் உள்ளவர்கள் ஆனபடியினாலே தங்களுக்குச் சமீபமான மற்ற தேசங்களை தங்களுக்கு உட்படுத்திக்கொண்டு வருகையில் அந்தத் தேசத்தின்மேலும் பாய்ந்து, கவுலர் அநேகம் வருஷம் தைரியமாய் விரோதித்திருந்தபின்பு, கிறிஸ்துவின் பிறப்புக்கு ஏறக்குறைய 48 வருஷத்திற்கு முன்னே இயூலியுஸ்கைசார் (Julius Caesar) என்பவன் அவர்களைச் செயித்து அந்தத் தேசத்தை தன் தேசத்தோடே சேர்த்துக்கொண்டான். கிறிஸ்து பிறந்து 5 -ஆம் நூற்றாண்டு வரைக்கும் அது உரோம ராச்சியத்தை அப்படியே சேர்ந்திருந்தது. அந்த நூற்றாண்டிலே உரோமருடைய வல்லமை குறைந்துபோன பொழுது கோத்தர், புர்குண்டர் (Burgundians) , பிராங்கர் (Franks) என்பவர்கள் அந்தத் தேசத்தை தங்கள் வசமாக்கிக்கொண்டு பூர்வீக குடிகளை தங்களுக்குக் கீழ்ப்படுத்தினார்கள். பிராங்கர் என்பவர்கள் அல்மன்னிய தேசத்திலிருந்து வந்த சனங்கள். அவர்கள் அந்த கவுல் தேசத்திற்கு பிராஞ்சி என்று பேர் கொடுத்தார்கள். அந்தக் குடிகளை தங்களுக்கு அடிமைகளாக்கி அவர்களுடைய நிலங்களை தங்கள் பெரியோர்களுக்குள்ளே பகுத்துக் கொடுத்தார்கள். அந்தப் பெரியோர்கள் தங்கள் தங்கள் நாடுகளில் தங்கள் இஷ்டபடிக்கு துரைத்தனம் செய்தார்கள். அவர்கள் மேன்மேலும் சுயாதீனம் உள்ளவர்களாய் தங்கள் இராசாவின் அதிகாரத்துக்கு அதிகமாய்க் கீழ்ப்படியாமல் அவன் எல்லாருக்கும் தலைவன் என்று அறிக்கையை மாத்திரம் செலுத்தினார்கள். அதினாலே அந்தத் தேசத்திலே இராசாவின் ஆளுகையும் பெரியோர்களுடைய ஆளுகையும் கலந்த இராசரிக வகை உண்டாயிற்று. 481 -ஆம் வருஷத்திலே இருந்த இராசாவாகிய குலோவிஸ் (Clovis I) என்பவன் கிறிஸ்து மார்க்கத்தை அணைத்துக்கொண்டு, சில வருஷத்திற்குப் பின்பு

ஞானஸ்நானத்தை பெற்று, தன் குடிகளும் அப்படிச் செய்யும்படிக்கு ஏதுவாயிருந்தான். அவனுக்குப் பின்பு வந்த இராசாக்கள் தங்கள் குடிகளோடும் அந்நிய தேசத்தாரோடும் அக்காலத்திலே ஐரோப்பா கண்டத்தின் மேலே பாய்ந்த முகம்மது மார்க்கத்தாராகிய சரசேனரோடும் மிகுந்த யுத்தம் பண்ணிக் கொண்டார்கள். 800 -ஆம் வருஷத்திலே கருல்மங்கி (Charlemagne) என்னப்பட்ட பெரிய கருல் (Charles the Great) ஆளுகை செய்து வருகையில், அதிக பராக்கிரமத்தினாலும் புத்தியினாலும் அல்மன்னிய தேசத்துக்கும் ஸ்பானிய தேசத்துக்கும் இத்தலி தேசத்தின் ஒருபங்குக்கும் எசமானாகி உரோமருடைய இராசாவாக பாப்புவினாலே முடிசூட்டப்பட்டான். அவன் சாகிறதற்கு முன்னே தன்னுடைய பெரிய இராச்சியத்தை தன்னுடைய குமாரருக்குள்ளே பங்கிட்டுக் கொடுத்துப் போனான். அந்த குமாரர்கள் ஐக்கியமாய் இராமல் தங்களுக்குள்ளே அநேக யுத்தங்களை செய்துகொண்டு வந்தார்கள். அத்தருணத்திலே வடக்கிலிருந்த நொர்வை (Norway) தென்மார்க்கு (Denmark) முதலான தேசங்களிலிருந்து நொர்மன்னர் (Norsemen - Norse People) என்னப்பட்ட துஷ்ட சனங்கள் கொள்ளையிடும்படிக்கு பிராஞ்சி தேசத்தில் பிரவேசித்து அதை மிகவும் இறுகப்பிடித்தார்கள். ஆதலால் 900 -ஆம் வருஷத்திலே பிராஞ்சிக்காரர் அந்த நொர்மன்னருடைய அதிபதியாகிய ரோலோ (Rollo) என்பவனுக்கு நொர்மண்டி (Normandy) நாட்டையும் பிரட்டங் நாட்டையும் விட்டு விட்டார்கள். பின்பு அந்த ரோலோ என்பவன் பிராஞ்சி தேசத்தின் இராசனுடைய குமாரத்தியை விவாகம் பண்ணி, கிறிஸ்து மார்க்கத்தை அணைத்துக் கொண்டான். இவ்விதமாய் பிராஞ்சி தேசத்திலே நொர்மன்னருடைய அதிகாரம் ஆரம்பமாயிற்று. பின்னாலே அந்த நொர்மன்னரில் ஒருவனாகிய வில்லியம் என்னப்பட்ட பிரபு இங்கிலந்து தேசத்திற்கு இராசாவானதினாலே இங்கிலந்து தேசத்திற்கும் பிராஞ்சி தேசத்திற்கும் அநேக யுத்தங்கள் வரும்படிக்கு ஏதுவாயிற்று. அக்காலத்திலே பாப்பு ஏவினதினாலே ஐரோப்பா இராச்சியத்தார்கள் முகம்மது மார்க்கத்தாரை பல்ஸ்தீனா தேசத்திலிருந்து துரத்தி எருசலேமை இரட்சிக்கும்படிக்கு அநேகம் சேனைகளை அனுப்பினார்கள். அப்படி அனுப்புதல் குருசாட்ஸ் (Crusades) என்று

சொல்லப்படும். வம்பான அந்த செய்கையை விசேஷமாய் பிராஞ்சிக்காரரும் அணைத்துக்கொண்டு தங்கள் தேசத்திலிருந்து அநேக பிரபுக்களையும் அநேக சேனைகளையும் அனுப்பினார்கள். அவர்களில் சிலர் மாத்திரம் மரணத்துக்குத் தப்பி திரும்பினார்கள். இங்கிலிஷ்காரரோடும் பல வீணான யுத்தங்களை செய்தார்கள். 16 -ஆம் நூற்றாண்டிலே ஆளுகை செய்த முதலாம் பிராஞ்சிஸ் (Francis I) என்பவன் அல்மன்னிய தேசத்தை இழந்தான். அவன் எல்வேத்தியரோடும் ஸ்பானியரோடும் இங்கிலிஷ்காரரோடும் யுத்தம் பண்ணி, இத்தலி தேசத்திலே சிறையாகப் பிடிக்கப்பட்டு, விடுதலையாக்கப்பட்ட பின்பு, பல மற்ற யுத்தங்களையும் செய்து, 1547 -ஆம் வருஷத்திலே இறந்து போனான். அவனுடைய மகனாகிய இரண்டாம் என்ரி (Henry II) என்பவன் இராச ஆசனத்தில் ஏறி அல்மன்னிய தேசத்து இராசனோடே பின்னும் யுத்தம் பண்ணி, அதினாலே தன் தேசத்திற்குச் சில பிரயோசனங்களை அடைந்து, தன்னுடைய மகனுக்கு ஸ்கொட்லந்து தேசத்தின் இராச ஸ்திரியாகிய மரியாளை விவாகம் பண்ணுவித்து, பின்பு 1559 -ஆம் வருஷத்திலே சில பெரியோர்களோடே விளையாடுகிற பொழுது தற்செயலாய் கொலை செய்யப்பட்டான். அவனுடைய மகனாகிய இரண்டாம் பிராஞ்சிஸ் (Francis II) என்பவன் 13 வயசுள்ளவனாய் இராசாவானான். அவன் சிறு வயசுள்ளவன் ஆனபடியினாலே அவனுடைய இராச ஸ்திரிக்கு இனத்தானாகிய கைஸ் என்னப்பட்ட பிரபு (Duke of Guise) அதிகாரத்தைச் செலுத்தினான். அதினாலே பிராஞ்சி தேசத்தின் பெரியோர்களாகிய புர்பொம் (Bourbon) முதலான குடும்பத்தார்கள் விசனமடைந்து இராசாவுக்கு விரோதிகளானார்கள். இராசாவினுடைய தாயாகிய கத்தரீனாள் (Catherine de' Medici) என்பவள் அந்த கைசினுடைய பக்கத்திலிருந்தபடியினாலே அவர்களுடைய விரோதம் வீணாய் போயிற்று. 1560 -ஆம் வருஷத்திலே இராசாவாகிய பிராஞ்சிஸ் சடுதியாய் இறந்துபோனான். அவனுடைய சகோதரனாகிய ஒன்பதாம் கருல் (Charles IX) என்பவன் சிறு வயசுள்ளவன் ஆனபடியினாலே அவன் பெரியவன் ஆகிறவரைக்கும் அவர்களுடைய தாயாகிய கத்தரீனாள் (Catherine de' Medici) இராச ஆளுகையை செய்து, கைஸ் என்பவனோடேகூட அநேகம் வஞ்சனைகளையும் கொலைபாதகங்களையும் செய்து

வந்தாள். பிரதானமாக அந்த கைஸ் என்பவன் ஊக்நொட்டர் (Huguenots) என்னப்பட்ட சுவிசேஷ மார்க்கத்தாருக்கு மிகவும் குரூரமான விரோதியாய் இருந்து, அவர்களைக் கொடிதாய் துன்பப்படுத்தினான். அவன் அப்படிச் செய்து வருகையில் பொல்துரோட் என்னப்பட்ட மனிதனாலே கொலை செய்யப்பட்டான். அதினாலே அந்தக் குடிகளுக்குள்ளே மூன்று தரம் யுத்தம் உண்டாயிற்று. அப்படி யுத்தம் பண்ணிக்கொண்டு வருகையில் இராச துரைத்தனத்தார்கள் சுவிசேஷமார்க்கத்தாரோடே சமாதானமாய் இருக்கும்படிக்கு நல்லவர்கள்போல மனசைக் காண்பித்து, சுவிசேஷமார்க்கத்தானாகிய என்றி என்னப்பட்ட நவர் நாட்டுக்கு இராசாவானவன் (King Henry of Navarre – Henry IV) பிராஞ்சி தேசத்தின் இராசாவினுடைய (Henry II of France) சகோதரியை (Margaret of valois) கலியாணம் பண்ண வேண்டுமென்று தீர்மானம் பண்ணினார்கள். சுவிசேஷ மார்க்கத்தின் பிரதானிகளும் கலியாண விருந்துக்கு அழைக்கப்பட்டார்கள். அப்படிக்கு 1572 -ஆம் வருஷத்திலே பார்த்தொலோமேயு என்னப்பட்ட நாளிலே (St. Bartholomew's Day of Massacre) அவர்கள் எல்லாரும் அந்த விருந்துக்கு கூடி வந்திருக்கையில், இராச துரைத்தனக்காரர்கள் இரகசியமாய் பண்ணின யோசனையின்படிக்கு அந்த இராத்திரியிலேதானே பாப்பு மார்க்கத்தார் ஒன்றுமறியாத சுவிசேஷமார்க்கத்தார்மேல் பாய்ந்து கொலை செய்தார்கள். இராசாவும் உதவி செய்தான். மற்ற வீடுகளில் இருந்த சுவிசேஷ மார்க்கத்தாரும் அப்படியே சடுதியாய்க் கொலை செய்யப்பட்டார்கள். அந்த இராத்திரியிலே பரிஸ் நகரிலேயும் மற்ற இடங்களிலேயும் அந்த வஞ்சனையான பிரகாரமாக சுவிசேஷமார்க்கத்தாரில் ஏறக்குறைய 30,000 பேர் விழுந்தார்கள். அப்பொழுது நான்காவது யுத்தம் உண்டாயிற்று. 1573 -ஆம் வருஷத்திலே பாப்பு மார்க்கத்தார் மறுபடியும் சுவிசேஷ மார்க்கத்தாரோடே சமாதானம் பண்ணினார்கள். சிலகாலத்துக்குப் பின்பு ஐந்தாவது யுத்தம் உண்டாயிற்று. அத்தருணத்திலே சுவிசேஷமார்க்கத்தாருடைய இரத்தத்தின்மேல் தாகமாயிருந்த கருல் என்னப்பட்ட இராசா (Charles IX) சந்ததியில்லாமல் இறந்துபோனான். அப்பொழுது அவனுடைய தம்பியாகிய அஞ்சூஎன்னப்பட்ட பிரபு (Duke of Anjou) மூன்றாம் என்றி (Henry III of France) என்று பேர்கொண்டு இராசாவானான்.

அவனுடைய காலத்திலே பாப்பு மார்க்கத்தைக் காப்பாற்றும்படிக்கு பாப்பு மார்க்கத்தார் ஒரு சங்கமாக ஐக்கியம் பண்ணினார்கள். இரண்டாம் கைஸ் என்னப்பட்ட பிரபு அவர்களுக்குத் தலைவனாய் இருந்தான். சுவிசேஷமார்க்கத்தாரும் கொந்தே என்னப்பட்ட பிரபுவையும் (Prince of Conde)இராசாவினுடைய சகோதரனாகிய ஆலெங்குசொன் (Alencon) என்னப்பட்ட பிரபுவையும் தங்களுக்குத் தலைவராக வைத்து, அல்மன்னிய தேசத்துப் பிரபுக்களை தங்களுக்கு உதவியாக அழைத்தார்கள். இப்படிக்கு 1577 -ஆம் வருஷத்திலே அவர்கள் ஆறாவது யுத்தம் பண்ணினார்கள். ஸ்பானிய தேசத்து இராசனும் பாப்பு மார்க்கத்தாருடைய பக்கத்தில் இருந்தான். சிலமாசங்களுக்குப் பின்பு மறுபடியும் ஒருவிதமான சமாதானம் உண்டாயிற்று. அந்த கைஸ் என்பவன் அதிகமாய் பேர் கொண்டபடியினாலே இராசாவானவன் தன்னுடைய பட்டத்தை பத்திரப்படுத்தும்படிக்கு 1579 -ஆம் வருஷத்திலே ஏழாவது யுத்தம் உண்டாயிற்று. அதுவும் ஒழிந்தபின்பு 1585 -ஆம் வருஷத்திலே எட்டாவது யுத்தம் பண்ணினார்கள். கைஸ் என்பவன் மிகுந்த கெட்டிக்காரன் ஆனபடியினாலே அந்த யுத்தங்களெல்லாம் சுவிசேஷ மார்க்கத்தாருக்கு நஷ்டங்கொடுத்தன. ஆகிலும் அந்த கைஸ் என்பவனை இராசன் ஆக்குவார்களென்று இராசா பயந்து அந்த கைஸ் என்பவனையும் அவனுடைய சகோதரனையும் 1588 -ஆம் வருஷத்திலே இரகசியமாய் கொலை செய்வித்தான். அதற்காக பாப்பு மார்க்கத்தின் சங்கத்தார் அவன் இராசாவாய் இருக்கக்கூடாதென்று தீர்மானம் பண்ணினார்கள். அப்பொழுது அவன் சுவிசேஷமார்க்கத்தாரைச் சேர்ந்தான். அப்படிக்கு 1589 -ஆம் வருஷத்திலே யுத்தம் பண்ணுகையில், ஒரு சன்னியாசியினாலே (Clement) கொலை செய்யப்பட்டான். அதன் பின்பு நவர் நாட்டின் இராசனாகிய நாலாம் என்ரி (Henry IV) என்பவன் பிராஞ்சி தேசத்திற்கு இராசனாகும்படிக்கு நியாயம் இருந்தது. அப்படியிருந்தும் அவன் சுவிசேஷமார்க்கத்தான் ஆனபடியினாலே அத்தேசத்தின் பாப்பு மார்க்கத்தாரும் ஸ்பானியரும் உரோமையிலுள்ள பாப்புவும் அவனுக்கு மிகுந்த விரோதம் செய்தார்கள். இப்படி அவர்கள் யுத்தம் பண்ணிக்கொண்டு வருகையில் பாப்பு மார்க்கத்தார் தங்களுக்குள்ளே பிரிவினையுள்ளவர்களாகி ஸ்பானியர் மேலே

பொறாமை கொண்டும் இருந்தார்கள்.அத்தருணத்திலே என்ரி இராசா வாழ்வையும் தாழ்வையும் கண்டபின்பு, பாப்பு மார்க்கத்தாரை சேரவேண்டுமென்று இரகசியமாய் யோசனை கொண்டு 1593 -ஆம் வருஷத்திலே பாப்பு மார்க்கத்தின் கோவிலிலே பூசை செய்யப்போய், பாப்பு மார்க்கத்தான் ஆனான். அதின் பின்பு பாப்பானவன் அவனுக்கு மன்னிப்புக் கொடுத்த பொழுது, பிராஞ்சி தேசத்தார் அவனுடைய அதிகாரத்துக்குள் அடங்கினார்கள். ஸ்பானியரோடே மாத்திரம் சில வருஷம் யுத்தம் பண்ணினான். 1598 -ஆம் வருஷத்திலே அவன் தண்டிஸ் பட்டினத்திலிருந்து முன்னே தனக்குச் சிநேகிதர்களாய் இருந்த சுவிசேஷமார்க்கத்தார் தங்கள் இஷ்டத்தின்படி தேவாராதனையைச் செய்யலாம் என்று கட்டளையிட்டு, மறு வருஷத்திலே ஸ்பானியரோடே சமாதானம் பண்ணி, பின்பு தன்னுடைய தேசத்தாருக்கு சவுக்கியம் உண்டாகும்படிக்குப் பலவிதமான பிரயெத்தனங்களைச் செய்து, இதுவரைக்கும் நிற்கிற பிரயோசனங்களை வரப்பண்ணினான். அக்காலத்திலே அவன் தன்னை பெருமையாக்கும்படிக்குப் பலவிதமான யோசனைகளை பண்ணிக்கொண்டு வருகையில் 1610 -ஆம் வருஷத்திலே ஒருநாள் தன்னுடைய இரதத்திலேறி போகிறபொழுது, ரவலியாக் (Francois Ravaillac) என்னப்பட்ட ஒரு மனிதனாலே கொலை செய்யப்பட்டான். அவனுடைய மகனாகிய 13 -ஆம் லூயிஸ் (Louis XIII) என்பவன் இராசனாகிற பொழுது ஒன்பது வயதுள்ளவனாய் இருந்தான். அவன் வளர்ந்த பின்பு தன்னுடைய தாயையும் (Marie de' Medici) , அவளைச் சேர்ந்த பெரியோர்களையும் தள்ளி மிகுந்த பேர்கொண்ட ரிஷெலியே என்னப்பட்ட கார்டினால்மானை (Cardinal Richelieu) தனக்கு மந்திரியாகத் தெரிந்துகொண்டான். அவன் சுவிசேஷமார்க்கத்தாருக்கு அதிக விரோதியாய் இருந்து, அவர்களுடைய பட்டினங்களை பிடித்துக்கொண்டு, பாப்பு மார்க்கத்தாரையும் அதிகமாய் அடிமைத்தனப்படுத்தி, இப்படிப் பிராஞ்சி தேசத்தாருடைய சுயாதீன நியாயங்களை அதிகமாய் குறைத்துப்போட்டான். இராசாவினுடைய சகோதரியை (Henrietta Maria of France) கலியாணம் பண்ணியிருந்த முதலாம் கருல் என்னப்பட்ட இங்கிலிஷ் தேசத்து இராசா (Charles I of England) அதற்கு விரோதம் செய்தான். ஆகிலும் பெலவீனமாய்

அப்படிச் செய்தபடியினாலே சித்திக்கவில்லை. அதினோடே தேவாராதனை மார்க்கத்தின் நிமித்தம் உண்டான யுத்தங்கள் ஒழிந்தன. சரித்திரக்காரர் சொல்லுகிறபடிக்கு அந்த யுத்தங்களில் ஏறக்குறை 10 இலட்சம் சனங்கள் கொலை செய்யப்பட்டார்கள். அநேகம் இலட்சம் விராகன் (வராகன் - பொன் நாணயம்) செலவழிக்கப்பட்டன. 9 பெரிய பட்டினங்களும் 400 கிராமங்களும் 2000 கோவில்களும் 2000 சன்னியாசி மடங்களும் 10,000 வீடுகளும் சுட்டெரிக்கப்பட்டனவன்றி வேறு விதமாயும் அழிக்கப்பட்டன. ரிஷெலியே (Cardinal Richelieu) என்பவன் பாப்பு மார்க்கத்திலே அதிக வைராக்கியனாய் இருந்தும் அவுஸ்திரிய தேசத்து இராசாவுக்கு விரோதமாய் இருந்த அல்மன்னிய தேசத்து சுவிசேஷ மார்க்கத்தாருக்கு சில லவுகீக முகாந்திரங்களினாலே உதவி செய்தான். தனக்குத்தானே விரோதமாய் பிராஞ்சிக்காரர் செய்த கலகங்களை அவன் அமத்தினபின்பு இறந்துபோனான். இராசாவும் 1643 -ஆம் வருஷத்திலே மரித்து தன்னுடைய குமாரனாகிய 14 -ஆம் லூயிஸ் (Louis XIV) என்பவனுக்கு இராச்சியத்தை விட்டான். அவன் பெரியவனாகிற வரைக்கும் அவனுடைய தாய் ஆளுகை செய்தாள். அந்தக் காலத்திலே அந்தத் தேசத்தின் பெரியோர்களாலே அநேகம் கலக்கங்களும் கலகங்களும் உண்டாகி, குடிகளுக்கு மிகுந்த துன்பத்தை வருவித்தன. இராசா பெரியவனான பொழுது, கொல்பெர்ட் (Jean-Baptist Colbert) என்பவனைத் தனக்கு மந்திரியாக சேர்த்துக்கொண்டு அந்தக் கலகங்களை அமத்தி, குடிகளுக்கு வாழ்வு சவுக்கியம் உண்டாகும்படிக்கு நல்ல எத்தனங்களைச் செய்தான். ஆகிலும் அறியாமையும் அகந்தையும் அவனுடைய சத்துருக்களாய் இருந்தன. அவைகளினாலே அவன் தன்னுடைய மேன்மையை அதிகமாய் எண்ணி, சூழவிருந்த தேசத்தார் யாவரோடும் யுத்தம் பண்ணிக்கொண்டான். அதுவும் அல்லாமல் 1685 -ஆம் வருஷத்திலே முன்னே சுவிசேஷமார்க்கத்தாருக்குப் பட்சமாக கொடுக்கப்பட்ட நண்டிஸ் கட்டளையை (Edict of Nantes) அவன் தள்ளி அவர்களைக் குரூரமாய் துன்பப்படுத்தினான். அதினாலே தேசத்திற்கு மிகுந்த நஷ்டம் உண்டாகத்தக்கதாக அநேகம் சுவிசேஷமார்க்கத்தார் அதைவிட்டு இங்கிலண்டு, ஒல்லண்டு, அல்மன்னிய தேசங்களுக்குப்போய் குடியேறி

தங்கள் தொழில்களை செய்துவந்தார்கள். மேலும் அந்த இராசா மற்றவர்களுடைய இச்சகமான பேச்சுக்களுக்கு இடம் கொடுத்து, தேவ வணக்கத்தை தனக்குச் செலுத்தவேண்டுமென்று சொன்னான். அதுவும் அல்லாமல் மற்ற இராசாக்களோடே அவன் பண்ணின உடம்படிக்கைகளை கைக்கொள்ளாமல், தன் இஷ்டப்படிக்கு செய்தும் செய்யாமலும் இருந்தான். அதினாலே மற்ற இராசாக்கள் அவனைத் தண்டிக்கும்படிக்கு கூடிக்கொண்டு அவனுக்கு விரோதமாய் யுத்தம் பண்ணத் தொடங்கினார்கள். இங்கிலண்டு தேசத்து இராசாவாகிய மூன்றாம் வில்லியம் (William III of England) என்பவன் அந்த இராசக் கூட்டத்துக்கு தலைவனானான். சில வருஷம் அவன் அந்த இராசாக்களுக்கு விரோதமாக நிலைநின்றான். அத்தருணத்திலே அவன் இங்கிலிஷ்காரருக்கு அதிக வஞ்சனைகளைச் செய்துகொண்டு வந்ததினாலே, அவர்களும் அவுஸ்திரியரும் அதிகமாய் அவனுக்கு விரோதித்தார்கள். இங்கிலிஷ்காரருடைய சேனைகளின் அதிபதியாகிய மால்புரொ என்னும் பிரபுவும் (Duke of Marlborough) அவுஸ்திரியருடைய சேனாதிபதியாகிய ஐயேன் என்னும் பிரபுவும் (Prince Eugene of Savoy) அந்த இராசாவை மிகவும் இறுகப் பிடித்தார்கள். அதினாலே 1702 -ஆம் வருஷம் முதற்கொண்டு 1712 -ஆம் வருஷம் வரைக்கும் அந்த இராசாவினுடைய சீவன் (ஜீவன்) மிகவும் கசப்பாக்கப்பட்டது. கடைசியிலே பின்னும் ஒருதரம் சேனைகளைக் கூட்டிக்கொண்டு தான் தானே போய் யுத்தம் பண்ண வேண்டுமென்று பிரயத்தனம் பண்ணுகையில் இங்கிலிஷ்காரருடைய துரைத்தனத்தார் இராசக் கூட்டத்தைவிட்டு பிரிந்து 1713 -ஆம் வருஷத்திலே உத்திரெகட் ஊரிலே அவனோடே சமாதானம் பண்ணினார்கள். அதினாலே அவன் இரட்சிக்கப்பட்டான். இரண்டு வருஷத்திற்குப் பின்பு அவன் சாவக் கிடக்கையில் தன்னுடைய ஊழியக்காரர் அழுகிறதைக் கண்டு, ஏன் அழுகிறீர்கள்? நான் சாவாமை உள்ளவன் என்றா நினைத்தீர்கள்? என்று அவர்களுக்கு ஆறுதல் சொன்னான். இப்படிக்கு 1715 -ஆம் வருஷத்திலே மரித்தான்.அப்பொழுது அவனுடைய இனத்தானாகிய பதினைந்தாம் லூயிஸ் (Louis XV) என்பவன் இராச ஆசனத்தில் ஏறினான். 1722 -ஆம் வருஷத்திலே அவன் தகுதியான வயசுள்ளவனான பொழுது,

தனக்கு வாத்தியாராய் இருந்த கருடினாலாகிய பிலேரி (Cardinal Fleury) என்பவனைத் தனக்கு பிரதான மந்திரியாக சேர்த்துக்கொண்டு பொலோனியரின் நிமித்தம் அவுஸ்திரியரோடும், ஸ்பானியரின் நிமித்தம் இங்கிலிஷ்காரரோடும் யுத்தம் பண்ணினான். 1748 -ஆம் வருஷத்திலே இங்கிலிஷ்காரரோடே சமாதானம் உண்டாயிற்று. 1757 -ஆம் வருஷத்திலே பிராஞ்சிஸ்டாமியன் (Robert - Francois Damiens) என்னப்பட்ட ஒரு மனிதன் இராசாவினுடைய சீவனை வாங்கும்படிக்கு அவனைக் குத்தினான். இராசாவினுடைய பிராணன் தப்பிற்று. அந்த ஏழை மனிதனை மிகவும் குரூரமாய் கொலை செய்தார்கள். மேலும் அக்காலத்திலே இயேசுவித்தர் (Jesuits) என்னப்பட்ட சன்னியாச சங்கத்தார் வியாபார செய்கைகளில் பல கொடிய வஞ்சனைகளைச் செய்திருந்தார்கள். அதற்காக துரைகள் அவர்களைக் கெட்டியாய் சோதித்தார்கள். அவர்கள் மிகவும் தந்திரமாய் தப்ப பார்த்தபடியினாலே அதிகமாய் அவர்களைச் சோதிக்கையில், அவர்கள் அதுவரைக்கும் மறைத்திருந்த தங்கள் சங்கத்தின் நூல்களை வெளியே காட்டும்படிக்குச் செய்தார்கள். அந்த நூல்களை பார்க்கிற பொழுது லவுகீகத் துரைத்தனங்களையும், சன்மார்க்கத்தின் பிரதான பிரமாணங்களையும் கவிழ்க்கிறதற்கு ஏதுவானவைகள் என்று தோன்றினபடியினாலே, இராசாவுக்கு உதவியான துரைத்தன சங்கத்தார் அவர்களுடைய மடங்கள் ஆஸ்திகள் எல்லாவற்றையும் பிடித்துக் கொண்டார்கள். இராசா அதற்கு இடங்கொடுத்ததும் அல்லாமல் அவர்களைத் தன்னுடைய இராச்சியத்திலிருந்து துரத்தும்படிக்குக் கட்டளையிட்டு, இப்படி 1762 -ஆம் வருஷத்திலே அவர்களுடைய சங்கம் பிராஞ்சி தேசத்தினின்று ஒழியப்பண்ணினான். இப்படிக்கு அந்தத் துரைத்தன சங்கத்தார் தங்களுக்கு கொடிதாய் விரோதித்திருந்த பாப்பு சபையின் அந்தப் பங்கைசெயித்ததினாலே தைரியங்கொண்டு, அதுவரைக்கும் முழுவதும் சுயாதீனனாக ஆளுகை செய்துவந்த இராசாவினுடைய அதிகாரத்தையும் குறைக்கும்படிக்கும், அவனையும் நியாயப்பிரமாணங்களுக்குள் அடக்கும்படிக்கும், கெட்டியான பிரயெத்தனங்களை பண்ணினார்கள். குடிகளுக்கு அது மிகவும் எழுப்புதலாய் இருந்தது. அத்தருணத்திலே இங்கிலிஷ் தேசத்தாரோடே யுத்தம்

உண்டாயிற்று. அந்த யுத்தத்திலே பிராஞ்சிக்காரர் மிகவும் தாழ்மைப்படுத்தப்பட்ட பின்பு 1763 -ஆம் வருஷத்திலே பொண்டெனேபிளோ என்னும் இடத்திலே சமாதானம் பண்ணினார்கள். அதற்குப் பின்பு மெடித்தாரணியக் கடலிலுள்ள கொருசிக்கா (Corsica) தீவை பிடித்துக்கொள்ளும்படிக்கு லூயிஸ் இராசா அந்தத் தீவாரோடே கொடிய யுத்தம் பண்ணி அநேகரை வெட்டின பின்பு, அதைப் பிடித்துக்கொண்டு 1774 -ஆம் வருஷத்திலே இறந்துபோனான். அவனுடைய பேரனாகிய 16 -ஆம் லூயிஸ் (Louis XVI) என்பவன் இராச ஆசனத்திலே ஏறினபின்பு குடிகளுக்கு நன்மையான சில பிரமாணங்கள் செய்யப்பட்டன. அல்லாமலும் அந்த இராசா 1776 -ஆம் வருஷத்தில் சுவிசேஷமார்க்கத்தானாகிய நெக்கர் (Jacques Necker) என்பவனைத் தனக்கு மந்திரியாக சேர்த்துக்கொண்டான். அது யாவருக்கும் ஆச்சரியமாய் இருந்தது. அநேகர் அதைக் குறித்து விசனப்பட்டார்கள். நெக்கர் என்பவன் மிகுந்த புத்தியோடும் உறுதியோடும் தன் உத்தியோகத்தை செய்து, இராச்சியத்தின் பணக்காரியங்களை ஒழுங்குபடுத்தும்படிக்கு சாக்கிரதையாய் இருந்து, பிராஞ்சி தேசம் மேன்மையாகிறதற்கு ஏதுவாய் இருந்தான். ஆகிலும் இராசாவானவன் அமேரிக்கா கண்டத்திலே அதிக செலவு பண்ணினதினாலே இராச்சியத்தின் பொக்கிஷம் குறைந்தது. அதற்காக நெக்கர் என்பவன் தள்ளப்பட்டான். அவனுக்குப் பின்வந்த மந்திரிமார்கள் தீர்வைக்கு அடுத்த காரியங்களை அதிக புத்தியும் உண்மையும் இல்லாமல் நடப்பித்தபடியினாலே இராச்சிய பொக்கிஷம் முழுவதும் கெடுகிறதற்கு ஏதுவாயிருந்த பொழுது, இராசாவானவன் 1785 -ஆம் வருஷத்தில் குடிகளிடத்தில் சில இலட்சம் வராகனை (வராகன் - பொன் நாணயம்) கடனாக வாங்க வேண்டுமென்று கட்டளையிட்டான். துரைத்தன சங்கத்தாருக்கு அது அறிவிக்கப்பட்ட பொழுது, அவர்கள் மிகவும் மொறுமொறுத்து, அப்படிச் செய்யக் கூடாதென்று சொன்னார்கள். அதினாலே மந்திரியானவன் அதிகமாய் வருத்தப்படுகையில், அதுவரைக்கும் வரிகளைச் சேர்த்துக் கொள்ளுதற்கான வகையை திருத்த வேண்டுமென்றும், எளிய குடிகளிடத்திலே மாத்திரமல்ல. பெரியோர்களிடத்திலும் கோவில் ஸ்தலத்தாரிடத்திலும் அங்கேயிருக்கிற சின்னத் துரைகளிடத்திலும் வரிகளை வாங்க

வேண்டுமென்றும் யோசனை சொன்னான். அப்படியாகும்படிக்கு அந்தத் துரைத்தன சங்கத்தை அல்லாமல் தேசத்திலிருந்து வேறு பெரியோர்களுள்ள சங்கமாகிய நோட்டாபல்ஸ் (Assembly of Notables) என்னப்பட்ட சங்கத்தை கூட்டி வரவழைக்கும்படிக்கு இராசாவானவன் 1787 -ஆம் வருஷத்திலே கட்டளையிட்டான். அவர்கள் கூடிவந்து மந்திரியினுடைய யோசனையைக் கேட்டபொழுது முன்னே வரிகளைச் செலுத்தாதிருந்த பெரியோர்களும் கோவில் ஸதலத்தார்களும் சின்ன துரைகளும் மிகவும் விரோதித்து கலகம் செய்தார்கள். அந்தக் கலகத்தை அமத்துகிறதற்கு காலொன் (Calonne) என்னப்பட்ட மந்திரியானவன் பிரயாசப்பட்டும் அமத்தக்கூடாததாய் இருந்தபடியினாலே தன் உத்தியோகத்தை விட்டு அவர்களுடைய துன்பங்களுக்கு விலகும்படிக்கு இங்கிலண்டு தேசத்திற்குப் போனான். நோட்டாபல்ஸ் என்னப்பட்ட சங்கத்தார் (Assembly of Notables) அந்த புதிய வரியைக் குறித்து பின்னும் விசாரணை செய்துவருகையில், அவர்கள் அதைக் குறித்துதீர்மானம் சொல்ல அதிகாரம் இல்லையென்றும் அதற்காக இராச்சியத்தின் கருத்தாக்கள் (தலைவர்கள்) கூடிவர வேண்டுமென்றும் யோசனை சொன்னார்கள். அப்பொழுது நோட்டாபல்ஸ் என்னும் சங்கத்தார் தங்கள் வீடுகளுக்கு அனுப்பப்பட்டார்கள். அதன்பின்பு இராசாவானவன் அச்சுக்காகித வரியை ஏற்படுத்தினான். அதற்குப் பரீஸ் நகரிலுள்ள துரைத்தன சங்கத்தார் சம்மதிக்கவில்லை. ஆதலால் இராசா அவர்கள் எல்லாரையும் ஒரே இராத்திரியிலே பட்டினத்திலிருந்து துரத்தினான். பிராஞ்சி தேசத்தார்யாவரும் அதைக் குறித்து மிகவும் விசனப்பட்டு விரோதத்தைக் காண்பித்தபடியினாலே அந்தத் துரைத்தன சங்கத்தார் ஒரு மாசத்திற்குப் பின்பு திரும்ப அழைக்கப்பட்டார்கள். அவர்கள் வந்த மாத்திரத்திலே இராசாவானவன் பணத்தைச் சேர்த்துக்கொள்ளும்படிக்கு மறுபடியும் அவர்களுக்குக் கட்டளையிட்டான். அவர்கள் விரோதித்தார்கள். அப்பொழுது இராசா தானே சங்கத்தாருக்குள்ளே வந்து தன்னுடைய கட்டளையை ஏற்படுத்த வேண்டுமென்று பலபந்தம் செய்தான். அப்பொழுது பெரிய பிரபுவாகிய ஓரலியங் (Duke of Orleans) என்பவன் நாங்கள் சம்மதிக்க மாட்டோம் என்று விரோதம் சொன்னான். அதற்காக அவனும் சில மற்ற பெரியோர்களும்

குடிகளுக்கு மிகவும் விசனம் உண்டாகத்தக்கதாக நகரிலிருந்து துரத்தப்பட்டார்கள். சில மாசத்துக்குப் பின்பு அவர்களைத் திரும்ப அழைத்தான். இப்படி நடந்து வருகையில் சாந்த குணமுள்ள இராசாவுக்கு அதிக வருத்தம் உண்டாயிற்று என்கிறதற்கு சந்தேகமில்லை. அவன் தன்னுடைய அதிகாரத்தை விட்டுவிடவும் சனங்களுக்கு விரோதம் செய்யவும் மனதில்லாமல் மிகவும் கஸ்திப்பட்டான் (கஷ்டப்பட்டான்) . பல யோசனைகளைப் பண்ணினபின்பு, அவன் குடிகளுக்கு சந்தோஷம் உண்டாக முன்னே போன நெக்கர் (Jacques Necker) என்பவனை திரும்ப அந்தப் பெரிய உத்தியோகத்திலே வைத்ததும் அல்லாமல் தேசத்தில் வழங்கியிருந்த சில பொல்லாத வாடிக்கைகளை அழித்து, குடிகளுக்கு அதிக நியாயம் கிடைக்கும்படி நல்ல பிரமாணங்களை பண்ணி, இராச்சியத்தின் கருத்தாக்களாகிய சங்கத்தார் கூடிவரும்படிக்கு கட்டளையிட்டான். 1789 -ஆம் வருஷத்திலே கூடிவந்தார்கள். ஐரோப்பா கண்டத்தாருடைய கண்கள் யாவும் அவர்கள்மேலே வைக்கப்பட்டிருந்தன. அந்தச் சங்கத்தார் கூடிவருகிறதற்கு இராசா உத்தரவு கொடுத்ததைக் குறித்து இராச ஸ்திரியினுடைய துற்போதனையினாலே இராசாவும் இராச அரண்மனையாரும் சீக்கிரமாக மனஸ்தாபப்பட்டு, நெக்கர் என்பவனை மறுபடியும் நீக்கிப்போட்டார்கள். அதினாலும் அக்காலத்திலிருந்த பஞ்சத்தினாலும் குடிகள் இராசாவுக்கு விரோதமாக கலகம் செய்கிறதற்கு எத்தனம் ஆயிற்று. அதற்குப் பின்னும் ஏதுவாயிருந்தது என்னவென்றால் அந்தக் கருத்தாக்களாகிய சங்கத்தார் இராச்சியத்தின் சங்கதிகளைக் குறித்து தாராளமாய் யோசனை பண்ணாதபடிக்கு அவர்கள் கூடிவந்திருந்த சாலை இராசாவினுடைய கட்டளையின்படி போர்ச்சேவகராலே காக்கப்பட்டது.அதினாலே சனங்கள் அதிக விசனம் கொண்டு இராசாவினுடைய துரைத்தனம் பெலவீனமாய் இருக்கிறதென்று கண்டு, உடனே ஆயதங்களைப் பிடித்து இராசாவுக்கு விரோதமாக எழும்பினார்கள். பழைய சேவகர்களும் அவர்களோடே கூடிக்கொண்டார்கள். இராசாவினுடைய சேனைகள் அவர்களுக்கு விரோதித்தும் அடிக்கப்பட்டார்கள். குடிகளுடைய சேனை வெள்ளம்போல வந்து, இராசாவினுடைய ஸ்தலங்கள் யாவையும் பிடித்து, பஸ்டில் (Bastille) என்னப்பட்ட

பலத்த கோட்டையையும் பிடித்துக்கொண்டு, சகலத்தையும் வெட்டிப்போட்டு பெரிய காவற்கூடத்தையும் திறந்து செயங்கொண்டார்கள். அந்தக் காவற்கூடத்திலே குற்றவாளிகளை மிகவும் வேதனைப்படுத்துகிறதற்கு வைக்கப்பட்டிருந்த பயங்கரமான ஏனங்கள் அகப்பட்டன. சனங்கள் அவைகளைப் பார்த்து அதிக உக்கிரத்தைக் கொண்டு வம்பாய் வைக்கப்பட்ட பேர்கள் எல்லாரையும் விடுதலையாக்கினார்கள். அந்தக் கோட்டை பிடிக்கப்பட்ட மாத்திரத்திலே பிராஞ்சி தேசத்து இராசாக்களுடைய குரூரமான சுய இச்சையின் ஆளுகை ஒழிந்தது. மறுநாளிலே இராசாவானவன் இராசப்பட்டத்தின் கோல் இல்லாமல் கருத்தாக்களாகிய சங்கத்திலே வந்தான். அவர்களுடனே அவன் மிகவும் தயவாய் பேசிக்கொண்டு, பரீஸ் நகரில் நடந்த கலகத்தைக் குறித்து மிகுந்த துக்கத்தைக் காண்பித்து, என்னுடைய போர்ச்சேவகர் எல்லாரும் நகரைவிட்டு போகும்படிக்கு உத்தரவு கொடுத்தேன் என்று அறிவித்து, வருகிறபொழுது, அந்தச் சங்கத்தாரெல்லாரும் மிகவும் சந்தோஷப்பட்டு, களிப்பாய் ஆரவாரம் பண்ணினார்கள். குடிகளும் அதையறிந்த பொழுது, இராசா வெர்சல்லிய என்னப்பட்ட அரண்மனைக்குத் (Palace of Versailles) திரும்பி போகையில் சந்தோஷத்தினாலே நிறைந்தவர்களாய் இராசாவினுடைய இரதத்தைச் சூழ்ந்துகொண்டு, இராசா வாழ்க என்று கூப்பிட்டார்கள். அதின்பின்பு எல்லாரும் புதிய ஆளுகை வகையைக் குறித்து கூடிவந்து, அதைக் கைக்கொள்ளுகிறதற்கு சத்தியம் பண்ண வேண்டுமென்று தீர்மானம் பண்ணினார்கள். அதற்காக 1790 -ஆம் வருஷம் சூலை (ஜூலை) மாதம் 14 தேதியிலே இராசாவும் போர்ச்சேவகரும் குடிகளுடைய தானாதிபதிகளும் கூடிவந்தபொழுது எல்லாரும் அப்படியே சத்தியம் பண்ணினார்கள். இராச்சியத்திலுள்ள மற்ற இடங்களிலேயும் குடிகளும் மற்றப் பெரியோர்களும் அந்நாளிலே அப்படியே செய்தார்கள். ஆகிலும் இராசாவுக்கும் இராசாவினுடைய மந்திரிக்கும் அந்த நடக்கை அதிகப் பிரியமாய் இருக்கவில்லை என்று தோன்றுகின்றது. ஆதலால் பலபல காரியங்கள் நடந்தபின்பு இராசாவும் இராச ஸ்திரியும் அவர்களுடைய பிள்ளைகளும் மற்ற இராச குடும்பத்தாரும் 1791 -ஆம் வருஷத்திலே இராச்சியத்தை விட்டோடிப்போக

வேண்டுமென்று இரகசியமாய் புறப்பட்டார்கள். அவர்கள் 15 காதவழி தூரமாயப் போனபொழுது அவர்கள் பிடிக்கப்பட்டு பரீஸ் நகரத்திற்குச் சிறையாகக் கொண்டுபோகப்பட்டார்கள். சில மாசத்திற்குப் பின்பு முன்னேயுண்டாக்கப்பட்டிருந்த புதிய ஆளுகைவகையை கைக்கொள்ளத்தக்கதாக சத்தியம் பண்ண வேண்டுமென்று இராச்சியத்தின் பெரியோர்கள் அதை மறுபடியும் இராசாவுக்குக் காட்டினார்கள். இராசாவும் நான் என்னுடைய இராச்சியத்தாருக்கும் நியாய சாஸ்திரத்திற்கும் உண்மையாயிருந்து, இந்தப் புதிய ஆளுகைவகை நிலவரமாய் இருக்கும்படியாயும் நியாயசாஸ்திரத்திற்குத் தக்கதாக நடக்கும்படியாயும் என்னுடைய வல்லமையைச் செலுத்துகிறேன் என்று சத்தியம் பண்ணினான். அப்படி நடக்கையில் பிராஞ்சி தேசத்தை விட்டுப்போன குடிகளை மற்றத் தேசத்து இராசாக்கள் தங்கள் தேசங்களிலே சேர்த்துக்கொண்டு, பிராஞ்சி தேசத்தில் நடந்த மாறுதலுக்குப் பிரியமாயிராமல் விரோதமாய் இருந்தபடியினாலே பிராஞ்சி தேசத்தாருக்கும், அவுஸ்திரிய (Austria) , பொருசிய (Prussia) தேசத்து இராசாக்களுக்கும் யுத்தம் உண்டாயிற்று. அந்த இராசாக்களுடைய சேனைகள் பிராஞ்சி தேசத்தில் பிரவேசித்து, அதின் இராசாவுக்கு முந்தின அதிகாரத்தை திரும்பக் கொடுக்க வேண்டுமென்று பரீஸ் நகருக்கு நேரிட்டார்கள். அந்தப் புதிய ஆளுகைவகையின்மேலே பிரியமில்லாதிருந்த பிராஞ்சிக்காரரும் அந்த அந்நிய சேனைகளுக்கு உதவியாய் இருந்தார்கள். பரீஸ் நகரிலே மிகுந்த கலகம் உண்டாயிற்று. குற்றமில்லாத அநேகம் பேர்கள் வெட்டப்பட்டார்கள். இராசாவும் உண்மையில்லாதவன் என்று தோன்றினபடியினாலே இராச்சியத்தின் தானாதிபதிகளாகிய சங்கத்தார் அவனுக்கு விரோதமாய் எழும்பி, அவன்மேல் குற்றம் சாற்றி, அந்தக் குற்றங்களைக் குறித்து தீர்மானம்பண்ணும்படிக்கு 1792 -ஆம் வருஷம் செப்டம்பர் மாசத்திலே கூடிவந்து, இராசா நமக்கு வேண்டுவதில்லை என்றும் ஆளுகையின் அதிகாரம் குடிகளுடைய கையிலே இருக்கவேண்டும் என்றும் தீர்மானம் பண்ணினார்கள். அவர்களுக்கு விரோதமாக மராட் (Jean-Paul Marat) என்பவனாலும் ரோபெஸ்பியேர் (Maximilien Robespierre) என்பவனாலும் நடத்தப்பட்ட சிலர் எழும்பி, அதிக கலகம் உண்டாக்கினார்கள். அத்தருணத்திலே பிராஞ்சிக்காரருடைய

சேனைகள் அந்த அந்நிய சேனைகளை செயித்ததும் அல்லாமல், அந்த அந்நிய சேனைகளுக்கு உணவுகள் குறைவானபடியினாலே பொருசியரும் அவுஸ்திரியரும் அநேகம் சேவகர்களை இழந்தபின்பு பிராஞ்சி தேசத்தைவிட்டு தங்கள் தேசங்களுக்குப் போனார்கள். அப்பொழுது பிராஞ்சிக்காரர் தைரியங்கொண்டு இத்தலிய தேசத்திலே அவுஸ்திரிய தேசத்தைச் சேர்ந்த சவொய் (Savoy) நாட்டிலேயும் நெடர்லந்து தேசத்திலேயும் அல்மன்னிய இராச்சியத்திலேயும் தங்கள் சேனைகளை அனுப்பினார்கள். அவர்களுடைய அதிபதிகளாகிய மொந்தெஸ்கியு, குஸ்தீன், துமுரியே முதலானவர்களும் எங்கும் செயங்கொண்டு அநேகம் பட்டினங்களையும் கோட்டைகளையும் பிடித்துக்கொண்டார்கள். மேலும் இராசாக்களுடைய சுய ஆளுகையினின்று விடுதலையைத் தேடவேண்டுமென்று மற்ற இராச்சியத்து சனங்களுக்கும் அறிக்கை காயிதங்களை (காகிதங்களை) அனுப்பி இப்படிக்கு பிராஞ்சி தேசத்தார் ஐரோப்பா கண்டத்திலுள்ள இராச்சியங்கள் யாவுக்கும் விரோதமாக எழும்பினார்கள்.அப்படி வெளியே நடக்கையில் பரீஸ் நகரிலே தேசத்தின் ஆளுகையைப் பிடித்துக்கொண்டிருந்த மதிகேடராகிய பெரியோர்கள் நியாயமும் இரக்கமும் இல்லாமல் இராசாவை பிடித்துக்கொண்டு, அவன் மேலே குற்றஞ்சாற்றி, இராச்சியத்துக்கு விரோதம் செய்த பாதகன் என்று தீர்த்து, அதற்காக 1793 -ஆம் வருஷம் தை மாசத்திலே அந்த இராசாவை சிரச்சேதம் பண்ணினார்கள். அந்தத் தேசத்திலுள்ள அநேகரும் மற்ற இராச்சியங்களிலுள்ள யாவரும் மிகவும் பரிதாபப்பட்டார்கள். அத்தருணத்திலே பிராஞ்சிக்காரருக்கும் இங்கிலிஷ்காரருக்கும் சண்டை துவக்கமாயிற்று. பிராஞ்சிக்காரர் ஒல்லந்து தேசத்தையும் பிடிக்கப்போனார்கள். அப்படி நடக்கும் காலத்திலே பெரியோர்களுக்குள்ளே பிரிவினைகள் உண்டானபடியினாலே ஒருவருக்கொருவர் விரோதமாய் எழும்பினார்கள். அப்பொழுது முன்னே பிரதானிகளாய் இருந்தவர்களும் மற்றவர்களாலே குற்றஞ்சாற்றப்பட்டு, அந்தக் குற்றங்களுக்காக கொலை செய்யப்பட்டார்கள். மரியாள் அந்தோனியெட்டி (Marie Antoinette) என்னப்பட்ட இராச ஸ்திரியும் இராச்சியத்துக்கு விரோதமாய் வஞ்சனை செய்தவளாக அக்டோபர் மாதத்தில் கொலை செய்யப்பட்டாள். பின்பு

இப்படிப்பட்ட பொல்லாங்குகளைச் செய்த ரொபேஸ்பியேர் (Maximilien Robespierre) முதலானவர்களும் மற்றவர்களாலே சிறைச்சாலையிலே வைக்கப்பட்டிருந்த பொழுது, அவர்கள் அந்தச் சிறையிலே தங்களைத் தாமே கொலைசெய்ய பண்ணின பிரயெத்தனம் வீணாய் போனபின்பு, வெளியே கொண்டுபோகப்பட்டு, மரண ஆக்கினையை அடைந்தார்கள். அதன் பின்பு பிராஞ்சிக்காரருடைய சேனைகள் பின்னும் அல்மன்னிய தேசத்திலே யுத்தம் பண்ணி, 1794 -ஆம் வருஷத்திலே பிஷே கிரி என்னப்பட்ட சேனாதிபதியினாலே நடத்தப்பட்டு ஒல்லந்து தேசத்தையும் பிடித்துக்கொண்டார்கள். பொருசிய தேசத்து இராசா சிலகாலம் விரோதம் செய்து, பின்பு பல முகாந்திரங்களினாலே மற்ற இராசாக்களுடைய ஐக்கியத்தை விட்டு, பிராஞ்சிக்காரரோடே சமாதானம் பண்ணினான். ஸ்பானியரும் அவர்களோடே சமாதானம் பண்ணினார்கள். 1795 -ஆம் வருஷத்திலே இங்கிலிஷ்காரர் பிராஞ்சி தேசத்திலே பிரவேசித்தார்கள். ஆகிலும் அவர்கள் எச்சரிக்கையாய் இராதபடியினாலே முறிய அடிக்கப்பட்டார்கள். 1796 -ஆம் வருஷத்திலே பிராஞ்சிக்காரருடைய சேனைகள் அற்பனாயிருந்த பொனபார்த்து (Bonaparte) என்னும் சேனாதிபதியினாலே நடத்தப்பட்டு,சாருதீனிய இராச்சியத்தைக் (Kingdom of Sardinia) கட்டிக்கொண்டார்கள். அதினாலே சவொய் (Savoy) நாடும், நைஸ் (Nice) நாடும் பிராஞ்சி தேசத்தைச் சேர்ந்தன. அதின் பின்பு அவர்கள் அவுஸ்திரியரோடே யுத்தம் பண்ணிக்கொண்டு வருகையில் பொனபார்த்தும் அவுஸ்திரிய சேனைகளின் அதிபதியும் அடிக்கடி ஒருவரையொருவர் முறிய அடித்த பொழுது, பொனபார்த்து செயங்கொண்டு, இத்தலி தேசத்திலுள்ள அவுஸ்திரிய நாடுகளைப் பிடித்துக்கொண்டான். அதினாலே இத்தலி தேசத்திலுள்ள பாப்புவும் நாப்பல் (Naples) தேசத்து இராசாவும் மற்றும் சிறு பிரபுக்களும் பொனபார்த்துவினுடைய இஷ்டத்திற்கு உட்பட்டார்கள். 1797 -ஆம் வருஷத்தில்அவுஸ்திரியரும் பிராஞ்சிக்காரரும் சமாதானம் பண்ணினார்கள். அந்த உடன்படிக்கையின்படிக்கு அவுஸ்திரிய தேசத்து இராசா தன்னுடைய நெடர்லந்துதேசத்தையும் இத்தலி தேசத்திலுள்ள நாடுகளையும் பிராஞ்சிக்காரருக்குவிட்டு அவைகளுக்குப் பதிலாக வேனிஸ் (Venice) பட்டினத்தையும்

இஸ்திரியா (Istria) தல்மாத்திய (Dalmatia) நாடுகளையும் சில தீவுகளையும் வாங்கிக் கொண்டான். இப்படி நடக்கையில் பரீஸ் நகரிலே பெரியோர்களுக்குள்ளே மறுபடியும் விரோதங்கள் உண்டாயின. அவர்களில் அநேகர் தேசத்தின் ஆளுகை அலுவலை செய்துவந்த துரைகளுக்கு விரோதமாய் எழும்பி, அவர்கள்மேல் பல குற்றங்களைச் சாற்றினார்கள். ஆகிலும் சேனாதிபதிகள் அந்தத் துரைகளினுடைய பக்கத்திலிருந்தபடியினாலே அந்த விரோதிகளுடைய பிரயெத்தனம் சித்திக்கவில்லை. அதுவுமல்லாமல், அந்த துரைகள் சங்கத்தாருக்குள்ளேயிருந்த பிரதானமான விரோதிகளைப் பிடித்துக்கொண்டு சிறையிலே வைத்து, இப்படி மறுபடியும் செயங்கொண்டார்கள். மேலும் அவர்கள் தங்கள் சேனைகளுக்கு அலுவலைக் கொடுக்கும் பொருட்டாக மற்றத் தேசத்தாரோடே சண்டை பண்ணத் தேடினார்கள். ஆதலால் அக்காலத்தில் உரோமைபுரியிலுண்டான கலகத்தில் பிராஞ்சிக்காரனாகிய ஒரு சேனாதிபதி கொலை செய்யப்பட்டபடியினாலே அந்தத் துரைகள் தங்கள் சேனைகளை அங்கே அனுப்பி உரோமைபுரியை பிடித்து பாப்புவைத் தள்ளி, அவன் செய்திருந்த ஆளுகைவகையை கவிழ்த்து, தங்கள் ஆளுகைவகையை ஸ்தாபித்தார்கள். மேலும் அற்பமான ஒரு முகாந்திரத்தினாலே அவர்கள் எல்வேத்திய தேசத்திலேயும் (Helvetia - Switzerland) பிரவேசித்து அப்படியே செய்தார்கள். 1798 -ஆம் வருஷத்திலே அவுஸ்திரிய தேசத்தின் இராசாவும் பிராஞ்சிக்காரரும் மறுபடியும் சமாதான உடன்படிக்கையை பண்ணினார்கள். அதன்பின்பு தங்கள் சேனைகள் சும்மாயிராதபடிக்கு பிராஞ்சி தேசத்தின்துரைகள் இங்கிலந்து தேசத்தில் பிரவேசித்து அதைப் பிடிக்க வேண்டுமென்று யோசனை பண்ணி அதற்காக அநேகம் எத்தனங்களைப் பண்ணிக் கொண்டார்கள்.ஆகிலும் அது சித்திக்கமாட்டாதென்று தாங்களே அறிந்தவர்களாய் அவர்கள் எகிப்து தேசத்தின்வழியாய் இந்து தேசத்திற்குப் போய் அங்கே திப்புசாயிபு (Tippoo Sahib) என்பவனோடே ஐக்கியமாகி இங்கிலிஷ்காரரை செயிக்கும்படிக்குச் சேனைகளை அனுப்ப வேண்டுமென்று யோசனைபண்ணி அந்தச் சேனைகளை பொனப்பார்த் என்பவனுடைய அதிகாரத்துக்கு உட்படுத்தி அனுப்பிவிட்டார்கள். அந்தப்படிக்கு அவன் 40,000

போர்ச்சேவகரைக் கூட்டிக்கொண்டு, கப்பல்கள் ஏறி, மல்த்தா (Malta) தீவினிடத்தில் தண்ணீரை எடுத்துக்கொள்ளும்படிக்கு அங்கேயிருந்த பிரபுவினிடத்திலே உத்தரவு கேட்டான். அவன் உத்தரவு கொடாதபடியினாலே அவன் பலபந்தமாய் அதில் பிரவேசித்து அதைக் கட்டிக்கொண்டு அந்தத் தீவை பிராஞ்சி தேசத்தோடே சேர்த்து அதைக் காக்கும்படிக்கு 1000 போர்ச்சேவகரை வைத்து மற்றவர்களோடே எகிப்திலுள்ள அலேக்குசந்திரிய (Alexandria) பட்டினத்துக்குப்போய் அதையும் பிடித்துக்கொண்டு, பின்பு கயீரு (Cairo) நகரையும் பிடித்துக் கொஞ்சம் நாளைக்குள்ளே எகிப்து தேசத்தையெல்லாம் தனக்கு உட்படுத்தினான். அத்தருணத்திலே இங்கிலிஷ்காரருடைய யுத்த கப்பல்கள் நெல்சோன் (Sir Horatio Nelson) என்னும் சேனாபதியினாலே நடத்தப்பட்டு பிராஞ்சிக்காரருடைய கப்பல்களோடே யுத்தம்பண்ணி அவர்களை முறிய அடித்தார்கள். பின்பு பொனப்பார்த்து சீரியா தேசத்தில் பிரவேசித்து அங்கேயும் இங்கிலிஷ்காரராலும் துருக்கராலும் அடிக்கப்பட்டு எகிப்து தேசத்துக்குத் திரும்பி, பின்பு வேறொன்றும் செய்யாதபடிக்கு பிராஞ்சி தேசத்துக்குப் போகப் புறப்பட்டான். பிராஞ்சிக்காரர் எகிப்து தேசத்திலே பிரவேசித்திருந்தபடியினாலே அதற்கு எசமான்களாகிய துருக்கர் பிராஞ்சிக்காரருக்கு விரோதமாய் யுத்தம் தொடங்கினார்கள். உருசியரும் பொருசியரும் அவுஸ்திரியரும் இங்கிலிஷ்காரரும் அவர்களோடே கூடினார்கள். இப்படிக்கு 1796 -ஆம் வருஷத்தில் அந்த நாலு இராச்சியத்தாருக்கும் பிராஞ்சிக்காரருக்கும் கொடிய யுத்தம் உண்டாயிற்று. ஆரம்பத்திலே பிராஞ்சிக்காரர் செயங்கொண்டார்கள். பின்பு அவர்கள் எவ்விடத்திலேயும் அடிக்கப்பட்டுப் போனார்கள். ஆகிலும் பிராஞ்சிக்காரருடைய சேனாதிபதியாகிய மாசேனா (Andre Massena) என்பவன் மறுபடியும் தைரியங்கொண்டு எல்வேத்திய தேசத்திலே 4 நாள் முழுவதும் அவுஸ்திரியரையும் உருசியரையும் அடித்து செயங்கொண்டான். அதினாலே உருசிய அல்மன்னிய தேசத்துக்குத் திரும்பினார்கள். இப்படி நடக்கையில் பொனப்பார்த்து எகிப்து தேசத்திலிருந்து பிராஞ்சி தேசத்திலே சேர்ந்தான். பிராஞ்சி தேசத்தின் சேனைகள் மிகவும் முறிய அடிக்கப்பட்டதினாலே பிராஞ்சி தேசத்துக்கு மிகுந்த நஷ்டம்

உண்டானதால் துரைத்தனத்தார் சனங்களுடைய பார்வையிலே மிகவும் பலவீனமாய் தோன்றினார்கள். அதின் ஆளுகைவகை (Cousul) மறுபடியும் மாற்றப்படுகிறதற்கு ஏதுவுண்டாயிற்று. பொனப்பார்த்து அங்கேயிருந்த சேனைகள் முழுவதற்கும் அதிபதியாக வைக்கப்பட்டான். அவன் பலவிதமான உயர்ந்த பேச்சுக்களைப் பேசி, துரைத்தன சங்கத்தாருக்குள்ளே பல கலகங்கள் உண்டாகிறதற்கு ஏதுவாயிருந்து, மிகுந்த வீரத்தைக் காண்பித்த பின்பு, துரைத்தன அலுவல் மூன்று பெரியோர்களாலே செய்யப்பட வேண்டுமென்று சங்கத்தார் தீர்மானம்பண்ணி சீயெஸ் (Emmanuel Joseph Sieyes) , பொனப்பார்த்து (Bonaparte) , டூக்காஸ் (Roger Ducos) இம்மூன்று பேரையும் ஏற்படுத்தி, முன்செய்யப்பட்ட ஆளுகைவகையைக் கவிழ்த்துப் போட்டார்கள். அந்த மூன்று பேரில் போனபார்த்து என்பவன் முதலாளியாயிருந்தான். அவன் இங்கிலிஷ்காரரோடும் அவுஸ்திரியரோடும் சமாதானம் பண்ணுகிறதற்குப் பல யோசனைகளை சொல்லியனுப்பினான். அந்த இராசாக்கள் அந்த யோசனைகளை ஏற்றுக்கொள்ளவில்லை. அதினாலே பின்னும் யுத்தம் செய்தார்கள். அவுஸ்திரியர் பலவிடங்களிலே செயங்கொண்டார்கள். அத்தருணத்திலே பொனப்பார்த்து என்பவன் மிகுந்த சேனையைக் கூட்டிக்கொண்டு இத்தாலி தேசத்தில் அவுஸ்திரியருடைய நாடுகளில் பிரவேசித்து சண்டை பண்ணத் தொடங்கினான். மரெங்கோ (Marengo) என்னப்பட்ட ஊரிலே அவ்விரண்டு சேனைகளும் சேர்ந்து கொடிதான யுத்தம் பண்ணி, ஏறக்குறைய 30,000 பேர் கொலை செய்யப்பட்ட பின்பு பொனப்பார்த்து செயங்கொண்டு அவுஸ்திரியரைத் துரத்தி அந்தத் தேசங்களைக் கட்டிக்கொண்டான். அல்மன்னிய தேசத்திலேயும் பிராஞ்சிக்காரர் செயமடைந்து 1801 -ஆம் வருஷத்திலே நெடர்லந்து என்னும் தேசங்களைக் கட்டிக்கொண்டார்கள்.அதன்பின்பு இங்கிலிஷ்காரரும் பிராஞ்சிக்காரரும் சமாதானம் பண்ணினார்கள்.ஆகிலும் சீக்கிரமாக மறுபடியும் யுத்தம் உண்டாயிற்று. இப்படிக்குப் பல யுத்தங்களும் பல கலகங்களும் நடந்தபின்பு, 1804 -ஆம் வருஷத்திலே அவன் மாத்திரம் ஆளுகை செய்யும்படிக்கு மகா இராசாவாக்கப்பட்டு நப்போலியோன் பொனப்பார்த்து (Napoleon Bonaparte) என்று பேர் கொண்டான். அத்தருணத்திலே இத்தாலி

தேசத்தையும் இராச்சியம் என்று பேர்சொல்லி 1805 -ஆம் வருஷத்திலே மீலான் (Milan) பட்டினத்திலே அதற்கு இராசாவாக முடிசூட்டப்பட்டான். மேலும் அவன் உரோமைபுரியிலிருந்து பாப்பானவன் பரீஸ் நகருக்கு வந்து தன்னைப் பிராஞ்சிக்காரருடைய மகா இராசாவாக முடிசூட்டும்படிக்குச் செய்தான். அதின்பின்பு இங்கிலிஷ்காரரும், அவுஸ்திரியரும், உருசியரும் மறுபடியும் யுத்தம் செய்தார்கள். அப்பொழுது நப்போலியொன் இங்கிலிஷ்காரரைச் சேர்ந்த அன்னோவர் (Hanover) நாட்டைப் பிடித்துக் கொண்டு, உல்ம் (Ulm) கோட்டையினிடத்திலே அவுஸ்திரியரையும் அவுஸ்தர்லிட்ஸ் (Austerlitz) ஊரினிடத்திலே அவுஸ்திரியரையும் உருசியரையும் முறிய அடித்து செயங்கொண்டான்.அப்பொழுது அவுஸ்திரிய இராசா சமாதானம் பண்ணி, வெனேத்திய (Venetia) நாட்டையும் திரோல் (Tirol) நாட்டையும் மற்ற சில நாடுகளையும் பிராஞ்சுக்காரருக்கு ஒப்புக்கொடுத்தான். உருசியர் தங்கள் தேசத்துக்குத் திரும்பினார்கள். அத்தருணத்திலே பொருசிய (Prussia) தேசத்து இராசா நப்போலியொனுடைய இச்சகமான பேச்சினாலே இங்கிலிஷ்காரருடைய அன்னோவர் (Hanover) நாட்டை நப்போலியனிடத்திலே வாங்கிக்கொண்டான். அந்தப்படிக்கு பொருசியருடைய சேனைகள் அந்த நாட்டில் பிரவேசித்திருக்கையில், நப்போலியொன் அந்த நாட்டைத் தானே மறுபடியும் இங்கிலிஷ்காரருக்குக் கொடுக்க வேண்டுமென்று இருந்தான். அதினாலே பொருசிய தேசத்து இராசா கோபங்கொண்டு நப்பொலியோனுக்கு விரோதமாய் யுத்தம் செய்யத் தொடங்கினான். சக்குசோனி (Saxony) தேசத்து பிரபுவும், உருசியருடைய (Russia) இராசாவும் அவனோடே கூடினார்கள். ஆகிலும் உருசியர் அல்மன்னிய தேசத்தில் சேருகிறதற்கு முன்னே, பொனப்பார்த்து தன்னுடைய சேனைகளை அதிசீக்கிரமாய் பிரயோகித்து, ஔரிஸ்டாடு (Auerstedt) முதலான இடங்களிலே பொருசியரை முறிய அடித்துப் பெர்லீன் (Berlin) நகரிலே பிரவேசித்து, கிழக்குப் பொருசிய நாட்டைத் தவிர மற்ற தேசத்தையெல்லாம் கட்டிக்கொண்டான். பின்னும் சிலகாலம் யுத்தம் நடந்தபின்பு மூன்று இராசாக்களும் 1806 -ஆம் வருஷம் ஜூன் மாதத்திலே தில்சித் (Tilsit) என்னுமிடத்திலே சமாதானம் (Treaties of

Tilsit) பண்ணினார்கள்.அதினாலே பொருசிய தேசத்து இராசா விஸ்தாரமான நாடுகளை இழந்தான். பொனப்பார்த்து அவைகளுக்கு ஒரு இராசாவை வைத்தான். அதுவும் அல்லாமல் பவாரிய (Bavaria) , சக்குசோனி (Saxony) , விர்த்தம்பெர்கு, ஒலந்து (Holland) இவைகளுடைய பிரபுக்களுக்கு இராசப்பட்டத்தைக் கொடுத்தான். அந்த யுத்தங்களிலே ஏறக்குறைய ஒரு இலட்சம் பேர்கள் கொலை செய்யப்பட்டார்கள். 1808 -ஆம் வருஷத்திலே அவன் ஸ்பானிய தேசத்தின்மேலே பாய்ந்து அதைக் கட்டிக்கொள்ளும்படிக்கு மிகவும் யுத்தம் பண்ணினான். ஸ்பானியர் இங்கிலிஷ்காரராலே உதவிபெற்று, கெட்டியாய் விரோதம் செய்தார்கள். இங்கிலிஷ்காரருடைய சேனாதிபதியாகிய வெல்லிங்டோன் (Wellington) என்பவன் அநேகம் யுத்தங்களை பண்ணினபின்பு, பிராஞ்சிக்காரரை ஸ்பானிய தேசத்திலிருந்து துரத்தினான். அது நடக்கையில் அவுஸ்திரிய இராசா ஒரு முகாந்திரத்தினாலே மறுபடியும் பிராஞ்சிக்காரரோடே யுத்தம் செய்யத் தொடங்கினான். நப்போலியொன் அவனுடைய சேனைகளைச் சீக்கிரமாய் அடித்து,வியென்னா (Vienna) நகருக்கு முன்பாக வந்து, அதைப் பிடித்துக்கொண்டு பின்னும் சில யுத்தங்களைச் செய்தபின்பு, அவுஸ்திரியரை கீழ்ப்படுத்தி சமாதானம் பண்ணினான். அதினாலே அவர்கள் மறுபடியும் சில நாடுகளை இழந்தார்கள். ஒரே யுத்தத்திலே மாத்திரம் பிராஞ்சிக்காரரில் ஏறக்குறைய 30,000 பேர் சேதமடைந்தார்கள். அவுஸ்திரியருக்கும் மிகுந்த சேதம் உண்டாயிற்று. நப்போலியொன் பரீஸ் நகருக்குத் திரும்பிவந்த பின்பு தன்னுடைய மனைவியைத் தள்ளிவிட்டு, அவுஸ்திரிய இராசாவினுடைய மகளை மனைவியாகக் கேட்டான். அவன் கீழ்ப்படிய வேண்டியதாய் இருந்தபடியினாலே சம்மதித்தான். ஆதலால் 1810 -ஆம் வருஷத்திலே மரியாள் லூயிசா (Marie Louise of Austria) என்னப்பட்ட அந்த இராச ஸ்திரியை விவாகம் பண்ணி, தன்னை அதிக மேன்மைப்படுத்தினான். 1812 -ஆம் வருஷத்திலே அவன் மிகுந்த சேனைகளைக் கூட்டிக்கொண்டு அல்மன்னிய பொருசிய தேசங்களின் வழியாய் உருசிய தேசத்தில் பிரவேசித்து உருசியரோடே யுத்தம் பண்ணி, மொஸ்காவு (Moscow) பட்டினம் வரைக்கும் சென்று செயங்கொண்டான். அங்கே

பிராஞ்சிக்காரர் சேர்ந்த பொழுது, குளிர்ச்சிக் காலத்திலே அவர்களுக்கு ஓரிடம் கிடையாதபடிக்கு உருசியர் அந்தப் பெரிய பட்டினம் முழுவதையும் சுட்டெரித்தார்கள். அதினாலும், குளிர்ச்சியை சகிக்க மாட்டாததினாலும், தின்பண்டங்கள் இல்லாததினாலும், உருசியருடைய சேனைகள் அவர்களை அடித்ததினாலும் பிராஞ்சிக்காரர் மிகுந்த அவதிப்பட்டு, முறிய அடிக்கப்பட்டு, அநேக ஆயிரம்பேர் அங்கே செத்து கொஞ்சம் சேனைகள் மாத்திரம் மிகுந்த நிற்பாக்கியமாய் (ஏதும் இல்லாதோராய்) திரும்பி ஓடினார்கள். நப்போலியொனும் பிடிக்கப்படுகிறதற்கு சற்றே மாத்திரம் தப்பி ஓடினான். பொருசிய தேசத்திலே சேர்ந்தபின்பு சிதற அடிக்கப்பட்ட தன்னுடைய சேனைகளை மறுபடியும் சேர்த்துக்கொண்டு, யுத்தம் பண்ணத் தொடங்கினான். ஆகிலும் பொருசியர் உருசியரோடே ஐக்கியம் பண்ணினபடியினாலே பிராஞ்சிக்காரர் அடிக்கப்பட்டுத் தங்கள் தேசத்துக்குத் திரும்பியோட பார்த்தார்கள். வழியிலே சக்குசோனி தேசத்திலுள்ள திரெஸ்டன் (Dresden) பட்டினத்தினிடத்திலும், பொருசிய தேசத்தைச் சேர்ந்த இலைப்பிசிக்குப் (Leipzig) பட்டினத்தினிடத்திலும், மற்ற சில இடங்களிலேயும் பொருசியரோடும் உருசியரோடும் சுவேதனரும் அவுஸ்திரியரும் சேர்ந்தபின்பு கொடிய யுத்தங்கள் நடந்தன. பிராஞ்சிக்காரர் முழுவதும் அடிக்கப்பட்டுத் தங்கள் தேசத்துக்கு ஓடிப்போனார்கள். ஐக்கியப்பட்ட இராசாக்கள் அவர்களைப் பின்தொடர்ந்து, 1814 -ஆம் வருஷத்திலே பரீஸ் நகரியிலே பிரவேசித்தார்கள். அப்பொழுது நப்போலியொன் இராச்சியபாரத்தை விட்டு மற்ற இராசாக்களுடைய கட்டளையின்படி பிராஞ்சி தேசத்துக்குச் சமீபமான எல்பா (Elba) என்னும் தீவிலே தன் சீவனுள்ள மட்டும் இருக்கும்படிக்கு அனுப்பப்பட்டான். பிராஞ்சி தேசத்தின் இராச ஆசனத்திலே முன்னே கொலை செய்யப்பட்ட இராசாவினுடைய சகோதரனுமாய் அதுவரைக்கும் இங்கிலந்து தேசத்திலே அடைக்கலமாக புகுந்தவனுமாய் இருந்த 18 -ஆம் லூயிஸ் (Louis XVIII) என்பவன் ஏறினான்.

1815 -ஆம் வருஷத்திலே நப்போலியொன் பொனப்பார்த்து என்பவன் பிராஞ்சி தேசத்திலுள்ள அநேகம் பெரியோர்களுடைய இரகசியமான உதவியினாலே ஒரு இராத்திரியிலே இங்கிலிஷ்காரருடைய காவற்கப்பலுக்குத் தப்பி

பிராஞ்சி தேசத்திலே மறுபடியும் பிரவேசித்து, லூயீஸ் என்பவன் மறுபடி ஓடிப்போகத்தக்கதாக, அதிசீக்கிரமாய் பரீஸ் நகரிக்கு வந்த மாத்திரத்திலே முன்னே இராசாவுக்கு உண்மையாய் இருக்கும்படி ஆணை கொடுத்த யாவரும் இராசாவைவிட்டு நப்போலியோனை சேர்ந்தார்கள். அது மற்ற இராசாக்களுடைய கட்டளைக்கு விரோதமாய் இருந்தபடியினாலே இங்கிலிஷ்காரரும் பொருசியரும் அவுஸ்திரியரும் உடனே தங்கள் சேனைகளை பிராஞ்சி தேசத்துக்கு விரோதமாக அனுப்பினார்கள். நப்போலியோனும் இப்பொழுது சாகவேண்டும் அல்லது செயிக்க வேண்டும் என்று சொல்லி, தன்னுடைய பெலன்களை எல்லாம் சேர்த்து எதிர்கொண்டு போனான். வாத்தர்லோ (Waterloo) என்னும் இடத்திலே அந்தப் பயங்கரமான சேனைகள் எல்லாம் சேர்ந்தார்கள். இங்கிலிஷ்காரருடைய சேனாதிபதியாகிய வெல்லிங்டொன் (Wellington) என்பவனும் பொருசியருடைய சேனாதிபதியாகிய பீலிகர் (Blucher) என்பவனும் ஐக்கியப்பட்ட இராசாக்களுடைய சேனைகளை நடத்தினார்கள்.மிகுந்த இரத்தம் சிந்தத்தக்கதாக நாலுநாள் யுத்தம் உண்டாயிற்று. கடைசியிலே பொனபார்த்தும் அவனுடைய சேனைகள் முழுவதும் அடிக்கப்பட்டு எல்லாரும் ஓடினார்கள். பொனபார்த்தும் ஓடி ஒரு கப்பலில் ஏறி தன்னை இங்கிலிஷ்காரருடைய இரக்கத்துக்கு ஒப்புக்கொடுத்தான். இங்கிலிஷ்காரருடைய இராசாவும் மற்ற இராசாக்களும் அவனைக் குறித்து யோசனை பண்ணின பின்பு, ஆப்பிரிக்கா கண்டத்தின் தென் பக்கத்திற்குச் சமீபமான சாந்து எலேனா (Saint Helena) தீவிலே அவனுடைய உயிர் அளவும் சிறையாக வைத்தார்கள். அது இங்கிலிஷ்காரருடைய தீவானபடியினாலே அவர்களே அவனைக் காவற்பண்ணினார்கள். அங்கே அவன் 1820 -ஆம் வருஷத்திலே இறந்துபோனான். இப்படிக்கு அவன் தள்ளப்பட்டவுடனே லூயிஸ் என்பவன் திரும்பி பிராஞ்சி தேசத்தின் இராச ஆசனத்தில் ஏறி முந்தின முறைமைகளின்படி ஆளுகை செய்துவந்தான். பொனப்பார்த்து முதலானவர்கள் அந்த யுத்த நாட்களிலே மற்றத் தேசங்களிலிருந்து பறித்துக்கொண்ட நாடுகள் எல்லாம் மறுபடியும் அந்தந்த தேசங்களோடு சேர்க்கப்பட்டன. பிராஞ்சிக்காரர் மிகவும் தாழ்மையாக்கப்பட்டார்கள். 1826 -ஆம் வருஷத்திலே லூயீஸ் என்பவன் இறந்தான். அப்பொழுது

அவனுடைய இனத்தானாகிய பத்தாம் கருல் (Charles X) என்பவன் இராச ஆசனத்திலே ஏறி இதுவரைக்கும் ஆளுகை செய்கிறான். அவன் பாப்பு மார்க்கத்தின்மேலே மிகவும் பட்சமாயிருந்து, அதற்குத் தகுதியாக அநேகம் வம்புகளைக் செய்துகொண்டு வருகிறான். குடிகளுக்கு அதெல்லாம் பிரியமாய் இருக்கவில்லை. ஆதலால் சீக்கிரமாக மறுபடியும் அந்தத் தேசங்களில் கலகங்கள் உண்டாகும் என்று தோன்றுகின்றது.

மேற்சொல்லியபடி பிராஞ்சிக்காரருடைய நடக்கைகள் கிறிஸ்து மார்க்கத்தில் அமைந்த ஐரோப்பா கண்டத்தார் எல்லாருக்கும் மிகுந்த கலக்கமும் சேதமும் உண்டாகிறதற்கு ஏதுவாய் இருந்தபடியினாலும் அவைகளெல்லாம் கருத்தாவினுடைய சித்தமில்லாமல் உண்டாகமாட்டாதபடியினாலும் அவைகளுக்குக் காரணமான நியாயங்களை விசாரிக்க வேண்டும். ஆகையால் கேளுங்கள், லுத்தர் என்பவருடைய காலமுறை கொண்டு சத்திய சுவிசேஷம் ஐரோப்பா கண்டத்தாருக்கு விளங்கினபடியினாலே அநேக இடங்களிலே பாப்பு மார்க்கத்தின் இருள் நீங்கிப் போயிற்று. பிராஞ்சி முதலான தேசத்தார் மாத்திரம் அந்த ஒளியை எண்ணாமல், பின்னும் பாப்புவினுடைய பொய்களை பற்றிக்கொண்டு, சுவிசேஷ மார்க்கத்தாரை தங்களாலான மட்டும் துன்பப்படுத்தி வந்தார்கள். தங்களுக்குள்ளும் தங்கள் கெட்ட ஆசைகளினாலே பலவிதமான அக்கிரமங்களைச் செய்து இராசாக்கள் குடிகளை ஒடுக்கியும் குடிகள் இராசாக்களுக்கு விரோதித்தும் யாவரும் சகலவிதமான கொடுமைகளைச் செய்துகொண்டு வந்தார்கள். அதுவும் அல்லாமல் பிராஞ்சி தேசத்திலே கெட்டிக்காரராகிய சில கல்விமான்கள் சத்திய சுவிசேஷத்தின் தன்மையை அறியாமல், பாப்பு மார்க்கத்தின் வம்புகளை அரோசித்து (வெறுத்து) , கிறிஸ்து மார்க்கத்தை அசட்டை பண்ணி, அவிசுவாசத்துக்கு இடங்கொடுத்தார்கள். 18 -ஆம் நூற்றாண்டிலே வொல்த்தேர் (Voltaire) , தாலெம்பர்த்து, ருசோ (Rousseau) முதலானவர்கள் அப்படிப்பட்ட யோசனைகளைக் கொண்டு, கிறிஸ்து மார்க்கம் வம்பானதென்றும், சுவிசேஷம் பொய்யானதென்றும், கிறிஸ்து நாதர் வஞ்சகன் என்றும், சகலத்தையும் அறியும்படிக்கு நம்முடைய புத்தி போதுமென்றும், நம்முடைய சுபாவ

இச்சைகளின்படியே நடக்கிறது நியாயமென்றும், இப்படிப்பட்ட பொல்லாத பேச்சுக்களை அலங்காரமாய் எழுதி, பிரசித்தம் பண்ணினார்கள். மெய்யை அறியாத பெரியோர்களும் சிறியோர்களும் அப்படிப்பட்ட புத்தகங்களை சந்தோஷமாய் வாசித்து, யாவரும் தங்கள் தங்கள் இஷ்டப்படி நடக்கிறதற்கு இடம்பெற்று, கடிவாளமில்லாத குதிரைகளைப்போல அதிக துஷ்டர்களானார்கள். அக்காலத்திலிருந்த பொருசிய தேசத்து இராசனாகிய இரண்டாம் பிரதெரீக் (Frederick II of Prussia) என்பவனும் அந்தப் பொய்களை அணைத்துக்கொண்டு தன்னுடைய தேசத்திலே அவிசுவாசத்தின் ஆவி பரவும்படிக்கு சாக்கிரதையாய் இருந்து, அந்தப் பிராஞ்சிக்காரரை மிகவும் உபசாரம் செய்தான். மனிதர்களுக்குச் செம்மையான புத்தியைக் கொடுத்து, அவர்களுடைய கெட்ட இச்சைகளை அடக்கி, அவர்களுக்கு நல்ல குணத்தைக் கொடுக்கிறதற்கு ஏதுவான கிறிஸ்துவின் மேலுள்ள விசுவாசம் மேற்சொல்லியபடி தள்ளப்பட்ட பொழுது, சனங்களுக்குள்ளே அன்பு, சாந்தம், பொறுமை, தெய்வபயம் முதலான நல்லொழுக்கங்கள் எப்படி உண்டாகும்? தற்பொழிவு, தேகவின்பம், லவுகீகமேன்மை, தற்கீர்த்தி முதலானவைகள் மேலுள்ள ஆசை அவர்களை ஆண்டுகொண்டு, அவைகளைச் சம்பாதிக்கும்படிக்கு குரூரமான எந்தச் செய்கையையும் நடப்பிக்கிறதற்கு ஏதுவாயிருக்கும். பராபரனும் தம்முடைய அருமையான சுவிசேஷத்தை அசட்டைபண்ணுகிறவர்களை தண்டிக்கும்படிக்கு சகலவிதமான அவலட்சணங்களை நடப்பிக்கிறதற்கு தாங்கள் விரும்பின சுய புத்தியினாலும் சுய இச்சைகளினாலும் வருகிற கெடுதிகளை அடையும்படிக்கு ஒப்புக்கொடுக்கிறார். ஆகையால் அப்படியே ஒப்புக்கொடுக்கப்பட்ட பிராஞ்சி முதலான ஐரோப்பா கண்டத்தார்கள் 50 வருஷத்திற்குள்ளே தங்கள் சுய இச்சைகளின்படி நடந்து, ஒருவரையொருவர் கெடுத்து, சகலவிதமான நிற்பாக்கியங்களையும் (நற்பேரின்மை) தாங்களே தங்களுக்கு வருவித்தார்கள். இப்படிக்கு நப்போலியொன் போனப்பார்த்து என்பவன் பாப்புவையும் பாப்பு மார்க்கத்தாரையும் அவிசுவாசத்திற்கு இடங்கொடுத்த சுவிசேஷ மார்க்கத்தாரையும் பயங்கரமாய் தண்டிக்கிறதற்கு பராபரனுடைய கையிலே கனதியான (பருமனான) பிரம்பை போலிருந்தான்.

இப்பொழுது அநேகருடைய கண்கள் திறக்கப்பட்டிருக்கின்றன. பாப்புக்களுடைய அகந்தை தாழ்த்தப்பட்டிருக்கிறது. பாப்பு மார்க்கத்தின் வம்புகள் அதிகமாய்த் தோன்றி

தொடர்ச்சி பழைய புத்தக வடிவில் கொடுக்கப்பட்டுள்ளது…

இந்நூலில் சில பக்கங்கள் நமக்கு கிடைக்கவில்லை என்பது குறிப்பிடத்தக்கது.

௨௱௯௰௩. நூல்கைப்பாகவேட்டம்

அதிலுள்ள நதிகளில் எப்பிரோ, தாகுஸ், டூரோ, குவாடியானா, குவாடல்கிவிர், மினே என்பவைகள் பிரதானமானவைகளா யிருக்கின்றன. திண்டோவென்னப்பட்ட நதியிலுள்ள ஜலங்களின் மஞ்சள் நிறம்போ லிருக்கின்றது. அது மண்ணைக் கல்லாகச் சேர்க்கும். அதிலுள்ள ஒரு கல்லின்மேலே வேறொரு கல் விழுந்தால் அந்த இரண்டுகல்லும் ஒருவுருவாகச் சலதிற ருவிலே ஒன்றாகச் சேர்க்கப்படும். அந்தச்சல மயங்கிப்போயிருந்தோ அங்கே ஒன்றுமுளை யாது. அந்தக்குளத்தியமா யிருக்கிறசெத்தமுத லானவைகளை உலர்த்துப்போம்.

பல ஊர்களுமுள்ளவு பெண்வெண்டா எரிபிரதானமானது. அதிகளுக்காக எனர்குக குளசட்டம் யிருக்கிற எர்விலசலம் வெயிலிலு லே உபயோகப்படுகிறது.

சக்கரைக்கியர்கை கொம்கிற நிறைய களுரான்ம நாகப்பா செம்பிருக்கலான விடங் களிலேயிருக்கிறவைகள் பிரதானமானவைகள்.

சில் வாய்க்கால்களும் வெட்டப்பட்டிரு க்கின்றன. பிஸ்கேயக் கடலையும் மெடிடெரா னியக்கடலையும் இணைக்கும்படிக்கு எப்பிரோ நதியிலிருந்து பிஸ்கேய்க் கடல்வரையிலும் வா ய்க்கால் வெட்டப்பட்டிருக்கின்றது.

௨௱௯௰௪. அந்த தேசத்திலே அநேக நிலம்பாழாய்க்கிடக்கும் அதயிருந்த செழி

[illegible] ஐரோப்பாகண்டம்

விஸிகோதர் அதைப்பிடித்ததும் தங்கள் வியாபாரத்திற்காக [illegible] கொண்டிருக்கிறார்கள்.

சலோமங்கா, செவில்லி, கிரானடா, கொம்பொஸ்தெல்லோ, [illegible], வல்லடோலிட், அல்கலா, வாலென்சியா, ஸாரகோசா, பார்சிலோனா முதலிய நகரங்களில் பெரிய சாஸ்திரப்பள்ளிக்கூடங்களுண்டு.

[illegible]. இந்ததேசத்தின் சரித்திரமாவது ஆசியிலேயுள்ள [illegible] தேசத்திலும் ஆப்பிரிக்கா கண்டத்திலுமிருந்த [illegible] குடியேற்றப்பட்ட [illegible] குடிகளை [illegible] என்னும் பட்டணத்தார் [illegible] பின்பு உரோமையர் [illegible] ஆப்பிரிக்கா கண்டத்தார் [illegible] அந்தத்தேசத்தைப் பிடித்து [illegible] உரோமையர் [illegible] இராச்சியம் [illegible] இஸ்லாமிய [illegible] பிடித்துக்கொண்டார்கள் [illegible] அரசர் [illegible] அதைப்பிடித்து [illegible] (அரசனும்) [illegible] அதைப்பிடித்தார்கள். அதின் பின்பு ஆசியா, ஆப்பிரிக்காகண்ட

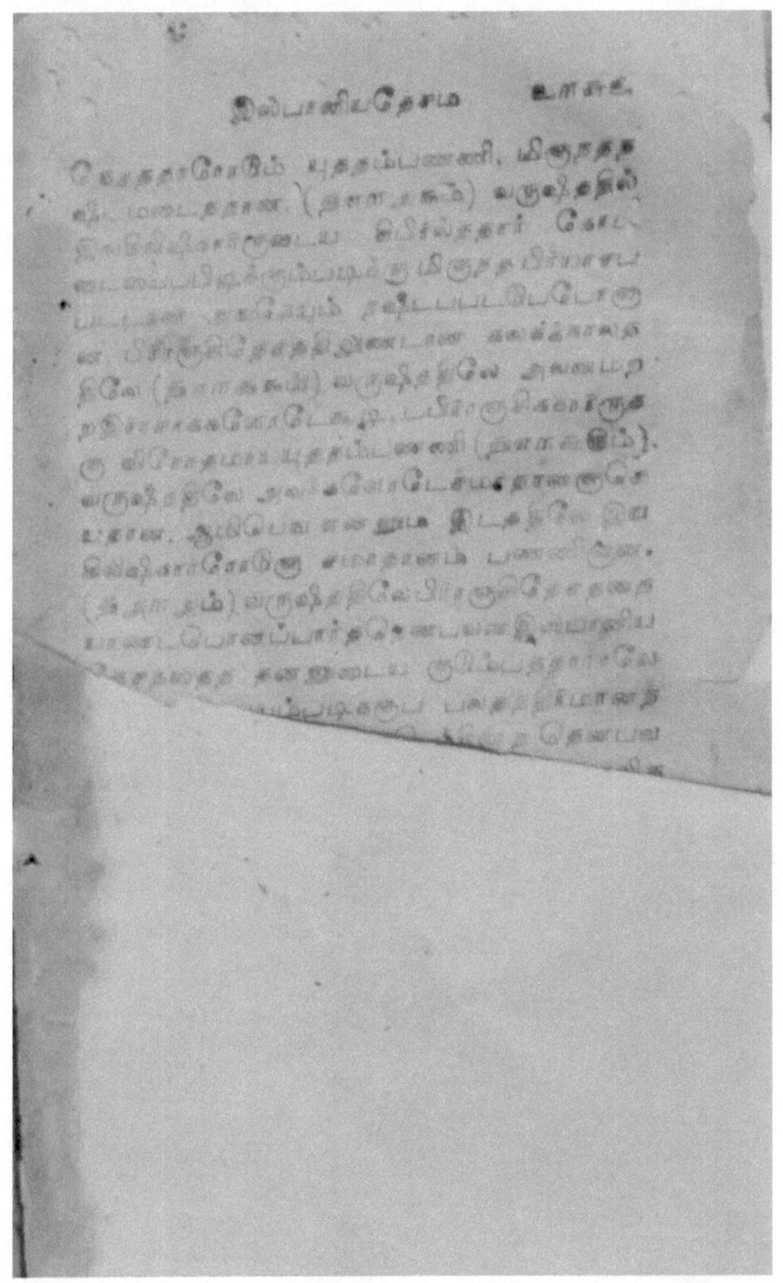

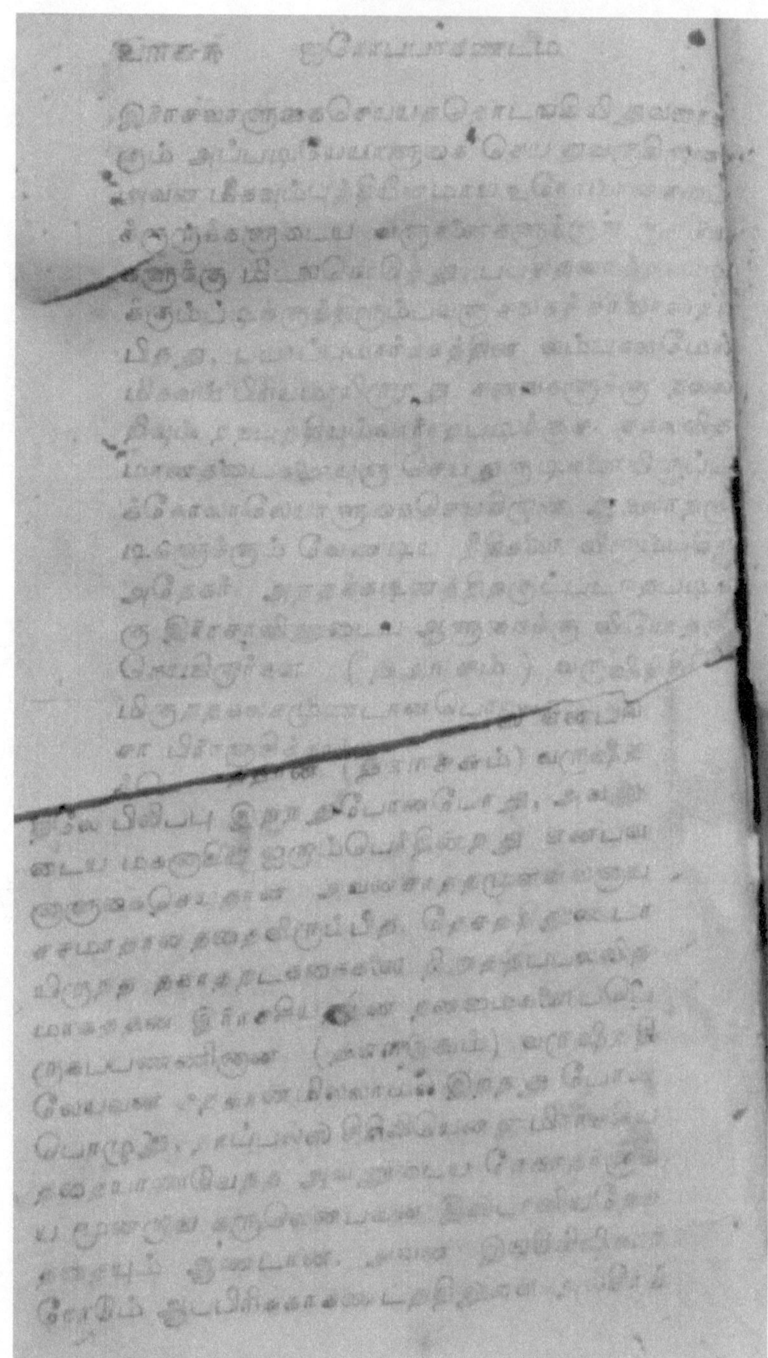

பூமிசாஸ்திரத்திலே

குறிக்கப்பட்டிருக்கிற

நாமங்களின்

அட்டவணை.

Geography. ....பூமிசாஸ்திரம்.
Planet. ....கிரகம்.
Land. ....தரை.
Water. ....சலம்.
Straits. ....சமுத்திரவாய்க்கால்.
A Map. ....பூப்படம்.
The Globe......................பூமியுருண்டை.
A line.........................வரை.
The Axis.......................நாராசம்.
The Annual motion..............வருஷாந்தரத்திரியோட்டம்.
The daily motion...............நாளோட்டம்.
Pole...........................முனை.
North pole.....................வடமுனை.
South pole.....................தென்முனை.
A circular line................சக்கரவரை.
A degree.......................வகுப்பு.
Hemisphere.....................பாதியுருண்டை.
The Northern Hemisphere........வடபாதியுருண்டை.
Southern do....................தென்பாதியுருண்டை.
Equator, or line...............இடைவரை.
Equinoctial line...............சமவரை.
Horizon........................எல்லைவரை.
Sensible Horizon...............கண்தோற்றெல்லைவரை.

அட்டவணை

Rational Horizon. ....திசைப்பெல்லைவளை, திசைப்புச்சக்கரம்.

Zenith.. ....திலுருசி.

Nadir.......................காலழினை.

Meridian.. ....நடுவளை, மத்தியவளை.

The Sun's Altitude. ....சூரியன்மத்தியுயர்மாதல்.

Zodiac.. ....இராசிச்சக்கரவளை.

Ecliptic. .. ..சாய்ந்தவளை.

A Constellation............ நட்சத்திரக்கூட்டம், இராசி.

The Tropics. ....அயனவளைகள்.

The Tropic of Cancer..... கற்கடக அயனவளை.

Do. Capricorn.......... மகர அயனவளை.

Summer Solstice. ....கோடையிற்சூரியநிலை.

Winter Solstice ....மாரியிற்சூரியநிலை.

Arctic Polar Circle. ....வடதுருவச்சக்கரம்.

Antarctic Polar Circle. ....தென்றுருவச்சக்கரம்.

Zones...................... ஆகாசகுணக்கெல்லைகள்.

The torrid Zone..............உட்டிணபூமியாகியகச்சை

The temperate Zone.........சமசீதோஷ்ணபூமியாகியகச்சை

The frigid Zone..............சீதளபூமியாகியகச்சை.

Latitude.. ....அகல அளவு.

North Latitude................வட அகல அளவு.

South do. ....தெற்கு அகல அளவு.

Parellels of Latitude.........அகல் அளவுவளைகள்.

Longitude. ....நீள அளவு.

Eastern longitude.............கிழக்கு நீள அளவு.

Western do.................மேற்கு நீள அளவு.

Circumference. ....சுற்றளவு.

Diameter.......................மத்தியளவு.

www.ingramcontent.com/pod-product-compliance
Lightning Source LLC
Chambersburg PA
CBHW021200160726
47994CB00001B/295
9798888157664